தமிழ்ச்செல்வன் சிறுகதைகள்

ச. தமிழ்ச்செல்வன்

பாரதி புத்தகாலயம்

TAMILSELVAN SIRUKATHAIGAL
Sa. Tamilselvan
First Published : December, 2011 | Forth Print : September, 2021
Published by
BHARATHI PUTHAKALAYAM
7, Elango Salai, Teynampet, Chennai - 600 018
Email: thamizhbooks@gmail.com | www.thamizhbooks.com

தமிழ்ச்செல்வன் சிறுகதைகள்

ச.தமிழ்ச்செல்வன்

முதல் பதிப்பு: டிசம்பர், 2011 | நான்காவது அச்சு: செப்டம்பர், 2021

வெளியீடு:

பாரதி புத்தகாலயம்
7, இளங்கோ சாலை, தேனாம்பேட்டை, சென்னை - 600 018.
தொலைபேசி: 044 24332424, 24356935 | விற்பனை : 24332924

விற்பனை நிலையங்கள்

மதுரை: 37A, பெரியார் பேருந்து நிலையம் - 045 22324674
ஈரோடு: 39: 39 ஸ்டேட் பாங்க் சாலை - 9245448353
திண்டுக்கல்: பேருந்து நிலையம் - 9942331105, 9976053719
பழனி: பேருந்து நிலையம் அருகில் - 9442883696
திருப்பூர்: 447, அவினாசி சாலை - 9486105018
சேலம்: பாலம் 35, அத்வைத ஆஸ்ரமம் சாலை 0427 2335952
திருவல்லிக்கேணி: 48, தேரடி தெரு - 9444428358
வடபழனி: பேருந்து நிலையம் எதிரில் அடையார்
ஆனந்தபவன் மாடியில் - 9444476967
பெரம்பூர்: 52, கூக்ஸ் ரோடு - 9444373716
திருவாரூர்: 35, நேதாஜி சாலை - 9442540543
சேலம்: 15, வித்யாலயா சாலை சாலை
திருநெல்வேலி: 25A, ராஜேந்திரநகர் - 9442149981
அருப்புக்கோட்டை: 49A/4 மெயின் ரோடு, தெற்கு தெரு - 9994173551
மதுரை: சர்வோதயா மெயின்ரோடு
குன்னூர்: N.K.N வணிக வளாகம் பெட்போர்ட்
செங்கல்பட்டு: 1 D ஜி.எஸ்.டி சாலை - 044 27426964
விருதுநகர்: 131, கச்சேரி சாலை - 0456 2245300
கும்பகோணம்: 352, ரயில் நிலையம் எதிரில் - 9443995061
வேலூர்: பேஸ் III, சத்துவாச்சாரி - 9442553893
நெய்வேலி: பேருந்து நிலையம் அருகில், - 9443659147
தஞ்சாவூர்: காந்திஜி வணிக வளாகம் காந்திஜி சாலை - 9655542400
கோவை: 77, மசக்காளிபாளையம் ரோடு, பீளமேடு - 8903707294
திருச்சி: வெண்மணி இல்லம், கரூர் புறவழிச்சாலை - 9994289492
திருவண்ணாமலை: முத்தம்மாள் நகர்
நாகர்கோவில்: 699 கே.பி.ரோடு R.V.புரம் - 9443450111
சிதம்பரம்: 22A / 18B தேரடி கடைத் தெரு,
கீழவீதி அருகில் - 9994399347
கரூர்: நாரத கானசபா அருகில் (TNGEA OFFICE)- 9442706676
காரைக்குடி : 12, 2 வது தெரு, கம்பன் மணிமண்டபம் பின்புறம் - 9443406150
பாண்டிச்சேரி : கிழக்கு கடற்கரைச் சாலை, இலாசுப்பேட்டை, 9486102777

நினைத்த நூல்கள்... நினைத்த நேரத்தில்... thamizhbooks.com 8778073949

ரூ.240/-

அச்சு: பிரிண்டெக், சென்னை - 600 005.

நல்ல கலையின் கலைஞனின் அடையாளம்

நூற்றாண்டுப் பாரம்பரியம் கொண்டதெனக் கூறப்படும் தமிழ்ச் சிறுகதையின் வளர்ச்சிக்கு உரமிட்டவர்கள் என பலரையும் இத்தருணத்தில் நினைத்துப் பார்க்க இயலும். ஆய்வாளர்களும், தொகுப்பாளர்களும் வரலாற்றுப் பின்னணியுடன் முன்னுரைப்பதே போல் தமிழின் நவீன சிறுகதையின் துவக்கப் புள்ளியென 'குளத்தங்கரை அரசமரம்' எழுதிய வ.வே.சு.அய்யரைக் குறிப்பிடலாம். ஆனால் அய்யருக்கு முன்னதாக தமிழில் கதை முயற்சிகள் நடந்தே இருக்கின்றன. நாட்டில் சுதந்திர வேட்கை தணலாகப் பரவிய 1930-களில் தமிழில் சிறுபத்திரிகை முயற்சிகள் மேற்கொள்ளப்பட்டன. ஆங்கிலம் படித்து அதன் மூலம் மேலைநாட்டு இலக்கியப் பரிச்சயம் பெற்று வடிவ உத்திகளை தமிழ்க் கதைகளில் பரீட்சார்த்தம் செய்து பார்த்த எழுத்தாளர்கள் ஒரு முகமாய் சங்கமித்தனர்.

பிறகு இலக்கியத்தில் படைப்புகளில் சமூக அக்கறை தேவையெனக் குரல் எழுந்தது. முற்போக்கு இலக்கிய முகாம்கள் உருவாகின. இவ்விரண்டு போக்குகளினூடாக தமிழ் இலக்கியம் கதை, கவிதை, நாவல், கட்டுரை என செழிக்கத் தொடங்கியது. பிறகு புற்றீசல் போலக் கிளம்பிய வணிக எழுத்துகளை உதாசீனப்படுத்தியே நவீன எழுத்து தனது பயணத்தைத் தொடர்ந்தது. புதுமைப்பித்தனும், கு.அழகிரிசாமியும் இன்ன பிற ஜாம்பவான்களும் தோன்றினர்.

காலந்தோறும் தமிழ்ச்சிறுகதை தனது போக்கில் புதுமைகளை உள்வாங்கிக் கொண்டதன் அடையாளமாக புதிய புதிய படைப்பாளிகள் பிறப்பெடுத்தபடியிருந்தனர். 1970-1990 என்னும் இருபதாண்டுகள் தமிழ்ச் சிறுகதைகளுக்கு ஒரு முக்கியமான காலகட்டம்; மாறுபட்ட எழுத்து முறைகளோடு பலரும் இலக்கியத்துக்கு அறிமுகம் ஆனார்கள். தஞ்சைக்கும், நெல்லைக்கும் இலக்கியத்தில் ஒரு இடம் உருவானது போல கோவில்பட்டிக்கும் அது சாத்தியமானது. 1980களில் அங்கிருந்து புறப்பட்டு வந்த இலக்கியக் கர்த்தாக்களில் ச. தமிழ்ச்செல்வன் முக்கியமானவர். 'வெயிலோடு போய்' என்னும் அவருடைய முதல் தொகுப்பு பெரும் வரவேற்பைப் பெற்றது. தொடர்ந்து வெளிவந்த 'வாளின்

தனிமை' சிறுகதைத் தொகுப்பு அவரை தமிழ்ச் சிறுகதையின் முக்கியமான படைப்பாளியாக உயர்த்தி வைத்தது.

தமிழ்ச்செல்வன் படைப்புகளின் பலம் என்று அவருடைய மொழி நடையையும் கதாபாத்திரங்களை சித்தரிக்கும் பாங்கையும் குறிப்பிடலாம். நுட்பமும் அழகும் எளிமையும் கூடிய மொழி லாவகம் கைவரப் பெற்றவர். இடையிடையே தெறிக்கும் அங்கதம் இடைச் செருகலாக இல்லாமல் தேவையானதெனத் தீர்மானித்தே அதை வாசகன் அனுபவித்துக் கடந்து செல்லமுடியும்.

இத்தொகுப்பில் உள்ள பல கதைகளில் வறுமை உருவாக்கும் கோரச் சித்திரத்தை சிறிதளவும் மிகையற்ற வகையில் வரைந்து, வாசிப்பவரின் நெஞ்சில் பாரத்தை ஏற்றி வைக்கிறார் ச.த.

தூய அன்பின் மகத்துவம் உதாசீனப்படுத்தப்படுகையில் எழும்பும் சோகலயங்களை இசைக்கலைஞனைப் போல இவர் தன் கதைகளில் இசைக்கும் பாங்கு அலாதியானது.

பெண்களின் அக உலகத்தை நுட்பமாக அவதானித்தவராக தமிழ்ச்செல்வன் பல கதைகளில் வெளிப்படுகிறார்.

ஆண், பெண் உறவின் சிக்கல்களை இத்தனை நெருக்கமாக அலசிப் பார்த்தவர்கள் தமிழில் குறைவு. குழந்தைகளின் மெல்லிய மனவோட்டங்களும், ஆசைகளும் ஏமாற்றங்களும் தமிழ்ச்செல்வனின் எழுத்தின் வழியே துல்லியமான சித்தரிப்பைப் பெறுகிறது.

எதை எழுதினாலும் அதுவாக மாறிவிடும் தன்மை நல்ல கலையின் கலைஞனின் அடையாளம். அந்த பரிபூரணத்தை நாம் இத்தொகுப்பிலுள்ள எல்லாக் கதைகளிலும் பெறமுடியும். பாரதி புத்தகாலயம் அப்படிப்பட்ட உன்னதமான கலைஞனின் கதைகளை வெளியிடுவதில் பெருமை கொள்கிறது.

- **பதிப்பாளர்**

சில வார்த்தைகள்...

*1984*இல் என் முதல் தொகுப்பு வெயிலோடு போய்... தோழர் வைகறைவாணன், மாரீஸ் உதவியுடன் ராசகிளி பிரிண்டர்ஸ்ஸில் அச்சாகி வெளி வந்தது. பின்னர் பாலாஜி இரண்டாம் மூன்றாம் பதிப்புகளை சென்னை புக்ஸ் வெளியீடாகக் கொண்டுவந்தார். என் இரண்டாம் தொகுப்பான வாளின் தனிமையை ஸ்நேகா பதிப்பக சீனிவாசன் பதிப்பித்தார். தோழர் மருது அட்டைப்படம் வரைந்து தந்தார். பின்னர் இரு தொகுப்புகளையும் சேர்த்து கமலாலயனின் விடாமுயற்சியால் கலைஞன் பதிப்பகம் (வேறு பெயரில்) கொண்டு வந்தது. இரு தொகுப்புகளும் அப்புறம் எழுதிய கதைகளும் சேர்த்து தமிழினி பதிப்பகம் மிதமான காற்றும் இசைவான கடலலையும் என்ற பேரில் அழகான வடிவத்தில் கொண்டுவந்தார்கள்.

எல்லோரையும் இப்போது நினைத்துப்பார்க்கிறேன். ஓவியர் இசக்கி அண்ணாச்சியின் முகம் சித்திரமாக என் மனதில் மலர்ந்து விரிகிறது. இன்று அவர் நம்மோடு இல்லை. என் முதல் தொகுப்புக்கு அவர் எடுத்த ஒரு புகைப்படம்தான் அட்டையாக அமைந்திருந்தது. அந்தக் காலத்தில் தோழர் ரகுநாதன் நடத்திய சாந்தி இதழுக்கும், சிந்துபூந்துறை சண்முகம் அண்ணாச்சி நடத்திய நெல்லை பப்ளிஷிங் ஹவுஸ் வெளியீடுகளுக்கும் படம் வரைந்தவர் இசக்கி அண்ணாச்சி. அப்பேர்ப்பட்ட மனிதர் அவர். அவருடைய புகைப்படத்துடன் என் முதல் தொகுப்பு வந்தது எவ்வளவு பெரும் பேறு. அதைச் சாத்தியமாக்கிய எங்கள் ஆசான் கிருஷி எப்போதும் என் கூட இருக்கிறார்.

நம் எவரின் எழுத்துகளையும் விட வாழ்க்கை நுட்பமானதாகவும் புதிர்கள், எதிர்பாராத்திருப்பங்கள் நிறைந்ததாகவும் இருக்கிறது. வாழ்க்கையின் முன்னால் எழுத்து பாவம் போல நிற்கிறது. என் முதல் தொகுப்பை வாசித்துவிட்டு சில நண்பர்கள் எழுத்து என்பது வாழ்க்கைக்கு இவ்வளவு நெருக்கமாக இருக்க முடியுமா என்று பாராட்டினார்கள். அப்போது அது போதை தந்தது. 27 வருடங்களுக்குப் பிறகு அதே கதைகளை இப்போது நான்

வாசிக்கும் போது என் கிராமத்தின் ஆன்மா என் கதைகளில் இல்லாததை உணர்கிறேன். அழுத்தம் பெறாத கதைகளாக சின்ன வயதில் எழுத்தாளனாகிற ஆசையில் வேக வேகமாக எழுதிப்பார்த்த கதைகளாகவே இவை என் முன்னால் விரிந்து கிடக்கின்றன. அதிருப்தியில் முகம் சுளிக்கிறேன். மொத்த மாவு இவ்வளவுதான். இதைத்தான் மாற்றி மாற்றி சுட்டுக் கொடுத்துக்கொண்டிருக்கிறேன் என்கிற வருத்தம் இருக்கிறது. எதை எழுதுவது.. என்னத்த எழுதி... என்னா ஆகப்போகுது... என்கிறமாதிரி மனநிலையில் நீண்டகாலம் கிடந்துவிட்டேன்.

அழிச்சிக்கிழிச்சு முதல்ல இருந்து ஆரம்பிக்கணும் போல தோன்றுகிறது. சமீப காலமாக மீண்டும் கதைகள் எழுதுவது முக்கியம்தான் என்று மனதில் முளைவிட்டுக்கொண்டிருக்கும் விதை பிழைக்குமா பார்க்கலாம். வயதாகிக்கொண்டே போனாலும் மனதில் இன்னும் வயதாகிவிட்ட நினைப்பு வரவில்லை. ஆகவே மீண்டும் கதைகள் எழுத வாய்ப்பிருக்கிறதாக நம்புகிறேன்.

இத்தொகுப்பை வெளியிடும் பாரதி புத்தகாலயம் எங்கள் சொந்த பதிப்பகம். ஆகவே நன்றி சொல்லவேண்டாம்.

புதிய கதைகளோடு வாசகர்களைச் சந்திக்கும் ஆவலுடனும்

19.12.2011 — அன்புடனும்,

பத்தமடை. — **ச. தமிழ்ச்செல்வன்**

உள்ளே...

1

பாவனைகள்

குதிங்காலிட்டு உட்கார்ந்தான். சப்பணமிட்டு அமர்ந்து பார்த்தான். ஒரு காலை சப்பணமிட்டு ஒரு காலை நீட்டி இப்படியும் அப்படியுமாய் உட்கார்ந்து பார்த்தான். ம்கூம். எப்படி உட்கார்ந்தாலும் பசித்தது.

குதிங்காலிட்டு வயிற்றில் முழங்கால்கள் அழுத்த உட்கார்வதில்தான் கொஞ்சம் பசியும் வலியும் தெரியாமலிருந்தது. ஒட்ட வேண்டிய தீப்பெட்டிக் கட்டுகள் இன்னும் ரெண்டேதான் இருந்தன. இந்த ரெண்டையும் ஒட்டி முடிச்சுட்டா கையைக் கழுவிறலாம். பிறகு ★ 'ராக்கட்டு' சாப்பிட்ட பிறகு உட்கார்ந்தா முடிச்சிறலாம். இதில் ஒரு கட்டு ஒட்டி முடிக்கு முன்னமே மாலை வெளிச்சம் மங்கிவிடும் போலிருந்தது. விளக்கைத் துடைத்துப் பொருத்தணும். இருட்டிவிட்டாலும் கூட வேலை முடியப்போகிற சிறு சந்தோஷத்திலும் உற்சாகத்திலும் கொஞ்ச நேரம் உட்கார்ந்து கொண்டிருக்கலாம். அய்யா வந்துவிட்டால் "வெளக்கைப் பொருத்திவச்சிட்டு வேலையைப் பாரு மூதி. மூதேவி வந்து அடையப் போட்ருக்க" என்று சத்தம் போடும். அய்யா வேலை முடிஞ்சி வீட்டுக்கு வரும்போது விளக்கெல்லாம் துடைத்து ஏற்றியிருக்கணும். குளிக்க பானையில் தண்ணி இருக்கணும். சோறு பொங்கி ரெடியா இருக்கணும். இல்லாட்டா வசவுதான். யார் இருந்தாலும் சரி.

ஆனால் அய்யா வருமுன்னே அம்மா வந்துவிடுவாள். அவளே விளக்கைத் துடைச்சு ஏத்தட்டும். ராத்திரிக்கு ஒட்ட அம்மா எத்தனை கட்டு வாங்கிட்டு வாராளோ... என்றைக்கும் போல இருவத்தி ஒண்ணு வாங்கிட்டு வந்தாளானால், இன்னைக்கும் படுக்க பன்னிரண்டு மணிக்கு மேலே ஆயிரும். நேத்து ஒட்டி முடியும் போது அம்மா சொல்லி வந்த கதை பாதியிலேயே நின்றுவிட்டது. அந்த அரக்கன் தன் உயிர்நிலையை எங்குதான் வைத்திருப்பான்? இன்றைக்கு சாப்பிட்டு முடிந்து ராக்கட்டு ஒட்ட ஆரம்பிக்கவுமே அம்மாவை கதையை ஆரம்பிக்கச் சொல்லணும்.

★ ராக்கட்டு - ராத்திரி ஒட்டுவதற்கான தீப்பெட்டிக் கட்டு

தெருவில் விளையாடி முடித்த குட்டித் தம்பி வீட்டுக்கு ஓடி வந்தான். அடுக்களை வரை வேகமாய் ஓடி அம்மாவைக் காணாமல் கொஞ்சம் நின்று திகைத்து பின் திரும்பி ஒட்டிக்கொண்டிருந்த இவனருகில் வந்து நின்று "க்கும்... க்க்கும்" என்று மெல்லச் சிணுங்கினான். அரைஞாண் கயிற்றோடு அம்மணமாய் நின்ற அவன் மேலெல்லாம் தெருப்புழுதி. அவன் 'சிணுங்கல் பாஷை' இவனுக்குப் புரிந்தது.

"என்னலே பசிக்கா..."

"ம்... மக்கும்"

"சித்த இரு... அம்மா வந்துருவா."

இந்த பதில் போதுமானதாயில்லை.

அவன் மீண்டும் கொஞ்சம் பெரிதாக சிணுங்க ஆரம்பித்தான், அது ஒரு பெரிய அழுகைக்கு முஸ்தீபு. இது அவனுக்கு சாப்பாட்டு நேரம் விளையாடிக்கொண்டிருந்த பிள்ளைகள் எல்லோரும் "அவுக அவுக வீட்லே போயி அவரைக்காய்க் கஞ்சி குடிச்சிட்டு வாங்க" என்று கோரஸ் பாடி விளையாட்டுக்கு 'இடைவேளை' விட்டிருக்கும் நேரம் இது. அங்கிருந்து வேகமாய் ஓடிவந்து சோற்றில் விழுந்து எழுந்து மறுபடி போய் தெருவிளக்கு அடியில் ஆட்டம் போட வேண்டும்.

இன்னும் அம்மாவையே காணோம்.

ஒட்டிக்கொண்டிருந்த இவன் எழுந்து நின்று உடம்பை முறுக்கி "ங்ங்க..." என்று சோம்பல் முறித்தான். லேசாய் அவிழ்ந்திருந்த பித்தானில்லாத டவுசரை கொஞ்சம் இறுக்கி முடிந்து வயிற்றில் செருகினான். தம்பி இன்னும் அழுது கொண்டுதான் இருந்தான். இந்நேரம் அம்மா மட்டும் வீட்டில் இருந்தாளென்றால் பெரிய ஒப்பாரியே வைத்திருப்பான். "அழாதேடா..." என்று சொல்லி தம்பியை ஆதரவாய் அணைத்தபடி உள்ளே அழைத்துச் சென்றான்.

உள்ளே இருள் மண்டிக்கிடந்தது. ஒன்றும் தெளிவாய் தெரியவில்லை. ஏதாச்சும் தின்பதற்கு லாயக்காய் இருக்கிறதாவென்று தேடிப்பார்த்தான். சட்டிகள், டப்பாக்கள், டின்களில் துழாவினான். ஒரு டின்னில் கொஞ்சம் அரிசி கிடந்தது. ஒரு கை அள்ளி தம்பியின் வாயில் போட்டு, "இதத் தின்னுகிட்டே சித்த நேரம் வெளாடிட்டு வா.. அதுக்குள்ளே அம்மா வந்துருவா..." என்று சொல்லி முதுகில் தட்டினான்.

'சரி, இவனிடம் அழுது லாபமில்லை' என்று அவனும் முடிவு செய்து வெளியே ஓடினான். தானும் ஒரு கை அரிசியை அள்ளி வாயில் போட்டுக் கொண்டு ஒரு பக்கமாய் ஒதுக்கியபடி திரும்ப வந்து ஒட்ட உட்கார்ந்தான். சும்மா அரிசியைத் தின்னா வாய்ப்புண் வரும் என்று அம்மா சொல்வாள். தினமும் தின்னாத்தானே!

முழங்கால் மூட்டில் வலி, மடக்க முடியாமல், இதுக்குத்தான் ஒரேயடியாக ஒட்டி முடிச்சிட்டு எழுந்திருக்கணும்கிறது. ஒரு தடவை லேசாய் இடையில் சோம்பல் முறிச்சிட்டா பிறகு உடம்பு 'மக்கர்' பண்ண ஆரம்பிச்சுரும். தீப்பெட்டித் தாள் ரொம்ப சொரசொரப்பாயிருந்தது. பசையை இழுக்கு முன்பே விரலோடு வந்தது. எரிச்சல். தாள் 'வழவழ' வென்று இருந்தால் தான் ஒட்டுறதுக்கும் வேகம் வரும். இடையிலே ரெண்டு கட்டு இப்படி மட்டமான தாள் இருந்துட்டா கேட்க வேண்டாம். எரிச்சல் எரிச்சலா வரும்.

வாயில் ஒதுக்கியிருந்த அரிசி ஊறிப்போய் மெல்வதற்கு வாகாய் ஆகியிருந்தது. கொஞ்சம் கொஞ்சமாய் மெல்ல ஆரம்பிக்கவும் சுகமாய் சுவையாய் இருந்தது. அந்தச் சுவை தந்த வேகத்திலேயே தீப்பெட்டிகளை ஒட்டி எறிய ஆரம்பித்தான்.

அம்மாவை என்ன இன்னும் காணோம். ராக்கட்டு வாங்கிக்கொண்டு வழியில் அப்படியே கடைக்கும் போயிருப்பாளோ! வீட்டின் சிறு ஜன்னல் வழியே தெரு விளக்கின் வெளிச்சம் சதுரமாய் இவன் பக்கத்தில் வந்து விழுந்தது. பசைப்பலகை மீது வெளிச்சம் படுமாறு நகர்ந்து உட்கார்ந்து கொண்டான்.

வாசலில் அம்மா வந்து நின்றாள். பெட்டியை இறக்கி வைத்துவிட்டு அவசரமாய் உள்ளே நுழைந்தாள்.

"அய்யா வந்துச்சாடா?" "இல்லம்மா... எத்தனை கட்டு வாங்கியாந்த..." "அந்த எடுபட்ட பய இன்னைக்கு பதினாலு கட்டுக்கு மேல தரமாட்டேனுட்டான்."

"பசைக்கு மாவு என்னம்மா முக்கா டப்பாதான் இருக்கு." "ஆமா... அவன்தான் மாவை தங்கத்தை நிறுக்கிய மாதிரியல்ல நிறுத்துப் போடுறான்... தம்பி வந்தானா..."

"பசிக்குதுன்னு வந்தான். இம்புட்டு அரிசியைக் குடுத்து வெளயாட அனுப்புனேன்."

"சரி சரி, வெளாடிட்டு வரட்டும். நீ சட்டுன்னு ஒட்டிட்டு எந்தி நான் உலையை வைக்கேன்."

உலை கொதித்துக் கொண்டிருந்தது. அம்மா அம்மியில் அரைத்துக் கொண்டிருந்தாள். கையைக் கழுவிய பிறகும் விரலில் சிக்கென ஒட்டியிருந்த பசையை நகத்தால் சுரண்டிப் பிய்த்துக் கொண்டிருந்தான். அய்யா ரொம்ப அவசரமாய் வந்தார்.

“என்னடி இன்னும் சோறாக்கலையா?” “மத்தியானம் ஒட்டி முடிக்க கொஞ்சம் சுணங்கிப்போச்சு; அதனாலே சாயந்தரம் தீப்பெட்டி ஆபீஸ் போயிட்டு வர தாமதிச்சுப் போச்சு... நீங்க குளிங்களேன். அதுக்குள்ளே வடிச்சிர்றேன்.”

“குளிக்கல்லாம் நேரமில்லடி... இப்பப் போகணும் இன்னைக்கு ரா வேலை இருக்கு...”

அவசர அவசரமாய் கைகால் அலம்பி ரெண்டு டம்ளர் நீச்சத்தண்ணியைக் குடித்துவிட்டு “சோத்தப் பொங்கி பயகிட்ட குடுத்துவிடு, வாரேன்...” என்று சொல்விட்டு வேகமாகப் போனார். பசையைப் பிய்த்துக் கொண்டிருந்த இவனுக்கு சந்தோஷம். அய்யா வேலை பார்க்கிற அந்த ஆயில் மில்லுக்கு போவதென்றாலே இவனுக்கு படு உற்சாகம்தான். இந்த தீப்பெட்டித் தாள்கள், பசை, அட்டைகளின் நெடியிலேயே மூழ்கிச் சலித்துப்போன மூக்கு வித்தியாசமான எண்ணெய், கடலை, புண்ணாக்கு மணத்தில் சந்தோஷம் கொள்ளும். தூக்குவாளியில் கொண்டு போன சோற்றை அய்யா சாப்பிட்டு முடிக்கிற வரைக்கும் மலை போலக் குவிந்து கிடக்கும் புண்ணாக்கு, கடல் போல சிமிட்டித் தளத்தில் விரித்துக் கிடக்கும் கடலைப்பருப்பு, தூரத்தில் ஆபீஸுக்குள் அழகான சிகப்பு டெலிபோன், வாசலில் நிற்கும் அழகான குட்டி பிளஷர் கார் எல்லாத்தையும் பார்த்துக் கொண்டேயிருக்கலாம். நேரம் போறதே தெரியாது. பிறகு திரும்பி வரும்போது யாருக்கும் தெரியாமல் அய்யா எடுத்துக் கொடுக்கும் கடலைப் புண்ணாக்கு அல்லது எள்ளுப் புண்ணாக்கை வாயில் குதப்பிக் கொண்டு ஜாலியாக தூக்கு வாளிக்குள்ளே தம்பிக்காகவும் கொஞ்சம் புண்ணாக்கை ஒளித்துக் கொண்டு வரலாம். ஆனால் என்ன ஒரு கஷ்டம், போய் திரும்பி வந்து ராக்கட்டு ஒட்டி முடிக்க நேரமாகும்.

“ஏலே... ரெண்டு விறகு எடுத்துட்டு வா...” அடுப்படியிலிருந்து அம்மா குரல் கொடுத்தாள்.

வாசலில் ஓரமாய் கட்டிக்கிடந்த வேலி முள் விறகில் ரெண்டு குச்சியை உருவினான். உருவிய வேகத்தில் சிறுமுள் விரலில் குத்தியது. ச்சீ.... என்று எரிச்சலுடன் விறகை எறிந்துவிட்டு விரலை வாயில் வைத்துச் சப்பினான், அம்மா மறுபடி குரல் கொடுத்தாள்.

“ஆமா... இவளுக்கு வேற வேலையில்லை... வேணுமின்னா வந்து எடுத்துக்கிட்டுப் போயேன்...”

கோபம் வந்தது. தெருக்கோடியில் ‘டைண் டைண்’ என்று மணியடிக்கிற சப்தம் கேட்டது.

ஆமா, இது அந்த மிக்சர் வண்டியோட சத்தம்தான். அவனுக்கு நல்லாத் தெரியும். அந்த மணிச்சத்தம் இல்லாவிட்டாலும் கூட அந்த வண்டியின் சக்கர டயர்கள் மண்ணில் 'நெறுநெறு' வென்று உராய்கிற சத்தத்தை வைத்தே கூடச் சொல்லிவிடுவான் மணிச்சத்தம் கேட்டதும் டவுசரைக் கையால் பிடித்துக்கொண்டு தெருவுக்கு வேகமாய் ஓடினான். ‘ஏ... மூதி’ என்று அம்மா அலறியதுகூட செவியில் விழவில்லை.

அந்தத் தெருவைச் சேர்ந்த இவனைப் போன்ற, இவன் தம்பியைப் போன்ற இன்னும் நிறையச் சிறுவர்கள் அரைகுறை ஆடையோடும் அம்மணமாயும் ‘ஹைய்ய...’ என்ற கூப்பாட்டுடன் மிக்சர் வண்டியை நோக்கி ஓடினர். தினமும் இந்நேரம் இந்தத் தெருவில் நுழைகிற அந்த வண்டியை தெருக்கோடியிலேயே வரவேற்று அதனோடு கூடவே நகர்ந்து அந்தக் கோடி வரை சென்று வழியனுப்புவார்கள் அந்தச் சிறுவர்கள்.

நாலு சக்கர தள்ளுவண்டி. வகைவகையான பண்டங்கள் அழகழகாய் அடுக்கியிருக்கும். சுற்றிலும் கண்ணாடி அடைத்திருக்கும். உள்ளே எரியும் பெட்ரோமாக்ஸ் விளக்கொளியில் பண்டங்களெல்லாம் கண்ணாடி வழியே வெளித்தெரியும். தேர்போல மெல்ல நின்று அசைந்து நகரும்.

“டேய்... இன்னைக்கு பதினெட்டு ஜிலேபிதாண்டா இருக்கு.... நாலு வித்துப்போச்சுடா...”

“ஆமா, யாருடா ஜிலேபி வாங்கியிருப்பாக...”

“தட்சிணாமூர்த்தி தெருவிலே யாராச்சும் வாங்கியிருப்பாக.” “ஜிலேபியிலிருந்து என்னமோ வடிஞ்சிக்கிட்டிருக்கே என்னடா அது...”

“அதா, அது தேன்...”

“ஏ... இவனைப்பாரு... தேனாம். அது நெய்யிடா...”

“போடா இவனே... நெய்யாம்... நெய் செகப்பாவாடா இருக்கும்...”

“மாவு, சீனி, கலர்ப்பொடியெல்லாம் போட்டா சிகப்பா ஆகாதோ...”

“ஆம... இவங் கண்டான்...”

“நீ கண்டியோ...”

“ஏ... தூரப்போங்கலே... மூதிகளா....” என்று வண்டிக்காரன் விரட்டினான். பிள்ளைகள் வண்டியை விட்டு துள்ளி இரண்டடி போய் இரு பக்கமாய் முற்றுகையிட்டது போல கூடவே நகர்ந்தனர்.

“ஏ... இடிக்காதமே... தள்ளாதடி... எங்கம்மாட்ட சொல்லிருவேன்...”

ஒரு பையன் திடீரென சத்தமாய் ‘ஓரம்போ ஓரம்போ’ என்று ஆடிக்குதித்தபடி பாட ஆரம்பித்தான். எல்லாப் பிள்ளைகளும் சிரித்தன. நாலைந்து பேர் கூடச் சேர்ந்து பாடி ஆடினார்கள். எல்லாருடைய முகத்திலும் சிரிப்பு சந்தோஷம்.

யாரோ ஏதோ பண்டம் வாங்கினார்கள். வண்டி நின்றது. நின்றதும் பிள்ளைகள் வண்டியுடன் ஒட்டிக்கொள்வது போல நெருங்கி இடித்துக்கொண்டு நின்றார்கள். அவரவர்களுக்குப் பிரியமான பண்டத்தை கண்ணாடி வழியே பார்த்தபடி, ஒருத்தன் மணியை இழுத்து ‘டைண்’ என்று ஒரு அடி அடித்தான். சத்தமாய் சிரிப்பு கிளம்பியது. கண்ணாடிக்கு வெளியே தெரிகிற லட்டுக்கு நேராய் ஒருத்தன் கையை நீட்டி ஒரு லட்டை எடுப்பது போல பாவனை செய்து வாயைப் பெரிசாகத் திறந்து லட்டை உள்ளே திணிப்பது போலக் காட்டி “ஞ்... ம்... ஞ்ஞ்ம்... ம்...” என்று சத்தமிட்டு மெல்லுவதாகப் பாவனை செய்தான். எல்லோரும் உரக்கச் சிரித்தார்கள். மென்று முடித்து விழுங்குவது போல கழுத்தை ஆட்டி எச்சிலை விழுங்கிவிட்டு அவனும் பலமாய்ச் சிரித்தான்.

அவ்வளவுதான் எல்லாப்பிள்ளைகளும் ஆள் ஆளுக்கு கையை நீட்டி அவரவர்களுக்குப் பிரியமான பண்டத்தை லட்டு, அல்வா, ஜிலேபி என்று வாயில் போடுவதுபோல் பாவனை பண்ணி மெல்ல ஆரம்பித்தார்கள். “ஞ்ஞ்ம்... ஞ்ஞ்ம்... ஞ்ஞ்ம்...” என்ற சத்தம் பெருங்கூப்பாடாய்க் கிளம்பியது. ஒருத்தரை ஒருத்தர் பார்த்துச் சிரித்துக் கொண்டார்கள்.

இவனது குட்டித் தம்பியும் அவனைப்போல் சில குழந்தைகளும் கையை உயர்த்தி நீட்டியும் பண்டத்துக்கு நேராய் எட்டுகிற அளவுக்கு உயரவில்லை. காலை எக்கி எக்கி எப்படியாவது தாங்களும் மற்றவர்களைப்போல செய்துவிட வேண்டுமென பிரயத்தனம் பண்ணிக்கொண்டிருந்தார்கள். இதில் முயன்று சலித்துப்போன ஒரு சிறுவன் எம்பிக் குதித்து லட்டைப் பிடித்தான். அவசரத்தில் கண்ணாடியில் கை பலமாய்ப்பட்டு ‘டப்’ என்று சத்தம் வந்தது.

வந்ததே கோபம் வண்டிக்காரனுக்கு! “நானும் பார்த்துக்கிட்டு இருக்கேன்... கழுதைக...” என்றபடி கையை ஓங்கிக்கொண்டு இவர்களை அடிக்க வருகிறவன் போல வந்தான்.

‘ஹே...’ என்று கத்தியபடி பிள்ளைகள் சிதறி ஓடினார்கள். இவனது குட்டித்தம்பி மட்டும் வண்டிக்காரன் கையில் அகப்பட்டுக்கொண்டான். அவன் காதைப் பிடித்து திருகினான். அழக்கூடத் தோன்றாமல் தம்பி திகைத்து நின்றான்.

கூட்டத்தோடு சிதறி இவன், தம்பி அகப்பட்டுவிட்டதைக் கண்டு மீண்டும் ஓடி வந்தான். “யோவ் .. விடுய்யா என் தம்பியை...”

வண்டிக்காரன் இவன் மண்டையிலும் ரெண்டு தட்டுத் தட்டினான். “ஆள் இம்புட்டுக்கானு இருந்துகிட்டு யோவ் போட்டா பேசுறே... ஓடுங்கடா...” என்று இருவரையம் விரட்டி விட்டான்.

தம்பியோடு கொஞ்ச தூரம் ஓடி, நின்று, பிறகு திரும்பி, வண்டிக்காரனைப் பார்த்து பலமாய் “போடா...” என்று கத்திவிட்டு தம்பியை இழுத்துக்கொண்டு திரும்பிப் பாராமல் வீட்டுக்கு ஓடினான்.

அம்மா சோற்றை வடித்துக் கொண்டிருந்தாள். தம்பி அம்மாவிடம் ஓடி அவள் முதுகைப் பற்றியபடி பெரிதாகச் சிணுங்க ஆரம்பித்தான்.

“சித்த பொறுத்துக்கடா... என் கண்ணுல்ல...”

அம்மா சமதானப்படுத்த ஆரம்பிக்கவும் இவன் இன்னும் பெரிசாய் சிணுங்கலானான். “சொன்னாக்கேளு ” என்று உருட்டினாள் அம்மா. தம்பி பிறகும் அடங்காமல் சிணுங்கியபடி அம்மாவின் சேலையைப் பிடித்து இழுத்தான். “என்ன.. சொல்லிக்கிட்டே இருக்கேன்... சோத்தை வடிக்கமுன்ன என்ன உனக்கு” என்றபடி அவன் முதுகில் ஒன்று வைத்தாள்.

உடனே ‘வீலெ’ன்று அலறியபடி வாசலுக்கு ஓடி கீழே விழுந்து புரண்டு அழுதான். கொஞ்ச நேரம் புரண்டும் தேற்றுவதற்கு யாரும் வராதது கண்டு எழுந்து உட்கார்ந்து அழத் துவங்கினான்.

அதுவரை பார்த்துக்கொண்டிருந்த இவன் தம்பியிடம் போய் சொன்னான்.

“அழாதேடா... அய்யாகிட்ட சொல்லிருவோம்...”

“நாளைக்கி அய்யாகிட்ட சொல்லி அல்வா வாங்கித் திம்போம். அழுகாதே...”

அல்வாவைச் சொன்னதும் ஒரு கணம் அழுகையை நிறுத்தினான். வயிற்றுக் கடுப்பு வந்து ரத்தமும் சலமுமாய் ஒரு தடவை

போனபோது இவனுக்கு அய்யா அல்வா வாங்கிக் கொடுத்தார். அந்த சுவையை கொஞ்சம் நினைத்துப் பார்த்தான். மிக்சர் வண்டிக்குள் அகலத்தட்டில் இருந்த அல்வா நினைவுக்கு வந்தது.

தொடர்ந்து வண்டிக்காரனிடம் சற்றுமுன் தனியாக அகப்பட்டுக் கொண்டது நினைப்பில் வந்தது. அதை நினைத்தும் மீண்டும் அழத் தொடங்கினான்.

“டேய்... அழாதடா... இப்ப நான் அய்யாவுக்கு சோறு கொண்டுட்டு போவமல்ல, அப்ப வரும்போது உனக்கு திங்க எள்ளுப்புண்ணாக்கு கொண்டாரேன்... என்ன?”

இதைச் சொன்னதும் மீண்டும் அழுகையை நிறுத்தினான். அல்வாவை நம்புவதைவிட புண்ணாக்கை நம்பலாம். இது நிச்சயம் கிடைக்கும். அண்ணனால் இதைக் கொண்டுவர முடியும்.

ஆனால் உடனே அழுகையை நிறுத்துவதா... வேண்டாமா அம்மா வந்து சமாதானப்படுத்தட்டுமே. அவதானே அடிச்சா.

மீண்டும் அழ ஆரம்பித்தான். ஆனால் சுருதி குறைந்திருந்தது.

●

2

அசோகவனங்கள்

"மாரியம்மா... ஏ மாரியம்மா... ஏட்டீ மாரி..."

கோமதி கதவை உடைத்துக் கொண்டிருந்தாள். எங்கோ ஒரு நாய் குரைத்தபடியிருந்தது. "கீச் கீச்...." என்று ஏதோ பூச்சிகள் ஒலி எழுப்பியவாறிருந்தன. இன்னும் விடியவில்லை. பின்னிரவின் கடைசிப்பொழுது.

எங்கோ ஆழத்தில் லேசாய் கச்சேரி மேளம் ஒலித்துக் கொண்டிருந்தது. வரவர அதுவே பெரிசாகி இடியோசையாகிவிட கனவும் தூக்கமும் சடாரெனக் கலைய மேளம் அல்ல கதவு - தட்டுவது கோமதி எனத் தெரிந்ததும், "விடிஞ்சு போச்சோ" என ஒரு கணம் பதறி எழுந்தாள் மாரியம்மாள்.

கதவைத் திறந்து கோமதியைச் 'சித்த இரு'க்கச் சொல்லிவிட்டு 'மளமள'வென்று உள்ளே வந்து சாணிச்சட்டியில் தண்ணி எடுத்துக் கொண்டு வெளியே வந்து வாசல் ஓரம் உருட்டிப்போட்டிருந்த சாணி உருண்டைகளை சட்டி நீரில் கரைத்து 'சளப்... ச்சளப்' என்று வாசலில் வேகமாய்த் தெளித்து சட்டியை வாசல் படியோரம் கவிழ்த்துவிட்டு கோமதியோடு ஓடைப்பக்கம் விரைந்தாள்.

இன்னும் சற்று நேரத்தில் பிரியப்போகிற உறக்கத்தை ரொம்ப இறுக்கமாகக் கட்டிக்கொண்டு மயங்கிக் கிடந்தது ஊர். சில வீடுகளில் மட்டும் சாணித் தண்ணி தெளிக்கும் சத்தம் வெளியே போய்க் கொண்டிருந்த இவர்கள் செவிகளில் விழுந்தது.

"சீக்கிரம்... நேரமாச்சு... நேரமாச்சு..." என்று பரபரத்தாள் கோமதி. என்னைக்குமே இந்தக் கழுதை இப்படித்தான். ஒரு காரியத்தையும் ஆற அமர செய்யவிடமாட்டாள்.

ஆளுக்கு முந்தி வேலையை முடிச்சிட்டு அடுத்தவளை செய்யவிடாமல் அவசரப்படுத்துவாள், கழுதை!

தீபத்தைக் கொளுத்தி கையிலெடுத்துக் கொண்டு அடுப்பாங்கரைக்கு விரைந்தாள் மாரி. ஆத்தாளும் அண்ணனும் அசந்து தூங்கிக் கொண்டிருந்தார்கள். அவசர அவசரமாய் அடுப்புச்

சாம்பலை அள்ளி வெளியே குப்பையில் தட்டி, விடிந்தால் வெள்ளிக்கிழமையானதால் கொஞ்சம் சாணியைக் கரைத்து அடுப்பை மெழுகி, கோலப்பொடியால் ரெண்டு கோடு மேலே இழுத்துவிட்டு, அங்கணத்தில் கிடந்த சோத்துப் பானை, நாலைந்து அகப்பை கரண்டிகள் எச்சில் தட்டுகளை சாம்பலால் இரண்டு அவசர தேய்ப்பு தேய்த்துக் கழுவி, தன்னுடைய எவர்சில்வர் தூக்கு வாளியை மட்டும் அவசரமில்லாமல் நிதானமாக பிரியத்தோடு தேய்த்து விளக்கிக் கழுவி முடித்து, சாம்பலால் பல் தேய்த்து சுத்தமாய் கழுவிக் கொப்பளித்தாள்.

மாடக்குழியில் வைத்திருந்த சோப்பு டப்பாவை எடுத்து வந்து கை, கால், மூஞ்சியெல்லாம் சோப்பு போட்டுக் கழுவி சேலை முந்தானையால் துடைத்துக்கொண்டு மாடக்குழிக்கு மேலே ஆணியில் தொங்கிய சிறு கண்ணாடியின் விளக்கொளியால் முகம் பார்த்து, கட்டிய ரிப்பனை அவிழ்க்காமல் சீப்பால் அப்படியே தலை வாரி டவுண் மச்சான் தங்கராசை மனசில் விரித்தபடி முகத்துக்கு பவுடர் பூசி, கொஞ்சமாக டவுண் பிள்ளைகளைப்போல நறுவிசாக விபூதி பூசி, சிறு பொட்டு வைத்ததும் அவளுக்கே அவள் ரொம்ப அழகாய்ப்பட்டாள். மறுபடியும் தங்கராசை நினைத்து சிரித்துக் கொண்டாள். நேரமாவது திடீரென உறைத்தது.

சோத்துப்பானையைத் திறந்து கட்டியாக இரண்டு கை கம்பஞ் சோற்றை எடுத்து தட்டில் வைத்தாள். பசு வெண்ணெய் போல் சோறு பிசுபிசுத்தது கையில். குப்பென்று அடுப்பாங்கரை முழுசும் கம்பஞ் சோற்று வாசம் நிறைந்தது. திடீரென கம்பஞ் சோற்றின் மீது அளவு கடந்த பிரியமும் ஆசையும் வந்தது. வெறும் சோறாய் நாலு வாய் கட்டியாக விழுங்கினாள். தொண்டையில் நிற்காமல் அது வழுக்கிக்கொண்டு ஓடியது. ஊறுகாய்ச் சட்டியிலிருந்து சாறாக கொஞ்சம் தட்டில் ஊற்றிக்கொண்டு நயம் உளுந்தங்களியை நெய்யில் தொடுவதுபோல் ஊறுகாய் சாறைத் தொட்டுக்கொண்டு தட்டிலிருந்து சோற்றை விண்டு விண்டு விழுங்கினாள். சாப்பிட்டு கை கழுவியபோது "ப்பப்பபய்யங்..." என்று விடாமல் அலறியபடி ரோட்டில் பஸ் வருகிற சத்தம் கேட்டது. உடல் முழுக்க ஒரு அவசரம் தொற்றிக் கொண்டது. ராத்திரி அண்ணனுக்குப் பொங்கிய அரிசிச் சோற்றில் மீந்து வைத்திருந்ததில் நீச்சத்தண்ணியும் பருக்கையுமாக ரெண்டு கை அள்ளி தன் எவர்சில்வர் தூக்குவாளியில் ஊற்றிக்கொண்டாள். வாசலில் "மாரீ..." என்று கோமதி அலறினாள். மாரியும் அவசரமாய் வெளியேறி "யாத்தா... போய்ட்டாரேன்..." என்று கத்திவிட்டு கோமதியுடன் ரோட்டுக்கு ஓடினாள்.

உறங்கும் ஊரை கூவி எழுப்பி எரிச்சலூட்டிக் கொண்டிருந்தன சேவல்கள், தெளிவில்லாத மனிதக் குரல்கள், மாட்டுக் கதறல்கள், கிணற்றில் வாளிகள் விழுகிற ‘டப்’ சத்தங்கள், சில காரை வீடுகளில் ‘பைப்’ அடிக்கிற சத்தங்கள்... ஊர் மெல்ல சோம்பல் முறித்து எழுந்து கொண்டிருந்தது. டவுனிலிருக்கிற தீப்பெட்டிக் கம்பெனிக்கு தங்களைக் கொண்டு போகிற அந்த முரட்டு பஸ்ஸில் இடித்து நெறித்து ஏறிக்கொண்டிருந்தார்கள் குழந்தைகள், சிறுவர்கள், பெண்கள், கோமதி, மாரியம்மா...

எல்லோரையும் அடைத்துக்கொண்டு மீண்டும் 'ப்பய்ய்ங்...' என்று அலறியபடி பஸ் பறந்தது. நெரிசலில் நின்ற மாரி, பஸ் குலுங்கலில் ஆடி ஆடி கையிலிருந்த தூக்குவாளியிலிருந்து நீச்சத் தண்ணி கோடுகோடாய் வடிந்துவிடாமல் ரொம்ப கவனமாய் பார்த்துக்கொண்டாள்.

ஒரு நீளமான ஓடு வேய்ந்த ஹாலை தட்டிகளால் ரூம் ரூமாய் தடுத்திருந்தது. ஒவ்வொன்றிலும் தீப்பெட்டி ஒட்டுகிறவர்கள், கட்டை அடுக்குகிறவர்கள், கோமதி மாரியம்மாவைப் போல குச்சி உருவுகிறவர்கள், இன்னும் லேபிள் ஒட்டுகிறவர்கள் எனக் குழந்தைகளும் பெண்களுமாய் சளசளத்துக் கொண்டிருப்பார்கள். எந்நேரமும் பேச்சுத்தான். அப்படி என்னதான் பேசுவாகளோ. அதிலும் இந்தக் கோமதி இருக்காளே... ஆத்தா... பேச்சுன்னா உசிரு அவளுக்கு. கண்ணை உருட்டிக்கிட்டும் கையை ஆட்டிக்கிட்டும் சிரிச்சிக்கிட்டும் வச்சிக்கிட்டும் அவ அடிக்கிற அரட்டை இருக்கே... பஸ் ஏறி இங்கே வந்து சேர்ந்த உடனே அவளுக்கு எங்கேயிருந்துதான் வருமோ இம்புட்டு சந்தோஷமும் சிரிப்பாணியும்! ஆனா அவளைச் சொல்ல என்ன இருக்கு? வீட்டிலே அவ ஆத்தாளுக்கு சீக்கு. எல்லாமே படுக்கையிலேதான். வீட்டிலே இருக்கும் போது ஆத்தாளுக்குப் பீ மோத்திரம் அள்ளிப்போடவே (ச் சேய்) சரியா இருக்கும். அந்தக் கஷ்டத்தையெல்லாம் இங்க வந்து பேசிச்சிரித்து கரைக்கிறா போல... இப்படி சிந்தனையில் மூழ்கியபடி வேலையில் ஈடுபட்டிருந்தாள் மாரி. அவ எப்பவும் அப்படித்தான். அநாவசியமா பேசவே மாட்டா. வேலையில் ரொம்ப சூட்டிகை. சிலநாட்களில் நாலு ரூபாய்க்கு மேலேயே கூட பெட்டி அடைத்துவிடுவாள். அவ கை தானாகவே கட்டையிலிருந்து குச்சிகளை உருவிப் பெட்டியில் அடைத்துப்போட்டுக் கொண்டே இருக்கும். மனசுக்குள் சினிமா கணக்கா ஏதாச்சும் ஓடிக்கிட்டே இருக்கும்.

சின்னப்புள்ளையிலே... தங்கராசு கூட அம்மா அப்பா விளையாட்டு விளையாடின நாளிலேயிலிருந்து அவன் குடும்பத்தோடே டவுனுக்கு படிக்கப்போனபோது இவள் தெருவெல்லாம் புரண்டு கதறி அழுத நாள் வரைக்கும் ஒரு சினிமா அப்புறம் ஊர்ப்பிள்ளைகளெல்லாம் கம்மாயில் கும்மாளம் போட்டு குளிக்கையில் ‘சே... கண்ட தண்ணியில குளிச்சா உடம்பு கருத்துப்போயி... பிறகு தங்கராசு கட்டிக்கமாட்டேன்னு சொல்லிலிட்டா என்னாகுறது’ என்று நித்தம் வீட்டிலேயே குளித்தது முதல் அவள் பெரிய மனுஷியாக சமைந்து, தங்கராசின் நினைப்பிலேயே பல்லாங் குழியும் தாயக்கட்டையும் ஆடியதுவரை இன்னொரு சினிமா. அப்புறம் இனிமே கலியாணம் முடிஞ்சு அவனோடு கழியப்போற ஒவ்வொரு நாளும் - இதுதான் அவளுக்கு ரொம்பப் புடிக்கும். ஒவ்வொரு சினிமாதான் இப்படி பூ விரியிற மாதிரி மனசுக்குள் எத்தனை கனா...

“வேலை பார்க்குற லச்சண மயிரா இது...” என்ற கடுமையான குரல் அவள் கனவுகளைக் கலைத்தது. இடுப்பில் கை வைத்தபடி இவளையே முறைத்து நின்றுகொண்டிருந்தான் கணக்கப்பிள்ளை. முதலாளிக்கு மச்சினன் அவன். என்ன தப்பு செய்துவிட்டோம் என்று தெரியாமல் அவனை பயத்துடன் பார்த்தாள் மாரியம்மா.

“ஏய்... மாரியம்மா, ஒன்னத்தானே கேக்கேன்... மொறைக்கிறியே என்ன... ஒரு பெட்டியிலே எழுவது குச்சிக்கு மேலே அடைக்கியே வெளங்குமா... நாங்க தொழில் நடத்தவா, கம்பெனிய இழுத்து மூடிட்டி திருவோடு ஏந்திட்டுப் போகவா...”

அதற்கு மேலும் அவன் இரைந்தது அவள் காதில் விழவில்லை. தவறு புரிந்தது. ஒரு தீப்பெட்டியில் முப்பது குச்சிக்கு மேலே அடைக்கக்கூடாது என்பது அவர்கள் சட்டம். ஏதோ கவனம் பிசகிவிட்டது. எல்லோரும் பார்க்கிற மாதிரி ரொம்ப அசிங்கமாகப் பேசிட்டானே என்று அவளுக்கு அழுகையாய் வந்தது. அடுத்த அறையிலிருந்து கூட பிள்ளைகள் வந்து கணக்கன் யாரைத் திட்டுகிறான் என்று பார்த்துவிட்டுப் போகிறார்களே.

“அவ்வளவு பெட்டியையும் திருப்பித் தொறந்து அடை. அப்பத்தான் கணக்கிலே சேரும்... என்று கடைசியாகக் குரைத்துவிட்டு நகன்றான். கொஞ்சநேரம் அந்த அறையில் பேச்சின்றி அமைதி நிலவியது. கோமதி நெளிந்தாள்.

மாரியம்மா குனிந்த தலை நிமிரவில்லை. நிமிர்ந்தால் கண்ணீர் உருண்டு விடுமோவெனப் பயந்தாள்.

“எடுபட்ட பய... வாயில் கொள்ளியவைக்க... ‘ஏய் மாரியம்மா’ன்னு என்ன அதிகாரமா கூப்பிடுதான்... கெட்டின பொண்டாட்டியைக் கூப்பிட்டாப்பிலே...” என்று கோமதிதான் முதலில் பேசினாள். அமைதியைக் கலைத்தாள். கணக்கன் பேசினதைவிட கோமதி சொன்னது மாரியின் நெஞ்சை ரொம்ப அறுத்தது.

‘பொண்டாட்டியைக் கூப்பிட்டாப்பிலே’ என்ற வார்த்தைகள் ஒரு கணம் அந்தக் கணக்குப்பிள்ளைக்கு தன்னை பொண்டாட்டியாகவே ஆக்கிவிட்டாற் போலத் தோன்றி அதிர்ந்து அழுகை உடைத்துக் கொண்டு வந்தது. ஒண்ணுக்குப் போகிற மாதிரி கக்கூஸ் பக்கமாய் போய் சித்த நேரம் அழுதுவிட்டு முகத்தை முந்தானையால் துடைத்துக்கொண்டாள். தங்கராசு மனசில் வந்தான். செத்துப் போன அய்யா வந்தார் இதமாகச் சிரித்தபடி. பிரியமாய் தலையைக் கோதி விடுகிற ஆத்தா மனசில் வந்தாள். மறுபடி அழுகை உடைந்து உடைந்து வந்தது. கேவினாள். ரொம்ப நேரம் இங்கனயே நின்னா கோமதிக்கழுதை இங்கேயே தேடிவந்திரும் என நினைத்து முகத்தை அழுந்தத் துடைத்துக்கொண்டு திரும்பினாள்.

அதுக்கப்புறம் சாயந்திரம் கணக்கப்பிள்ளையிடம் அன்றைய வேலைகளை சிட்டையில் குறித்து... எவ்வளவுக்கு வேலை பார்த்திருக்கிறோம் என்று ஒருத்தொருக்கொருத்தர் கேட்டுக் கொள்கிற நேரம் வரை அவள் யாரிடமும் பேசவே இல்லை. மனசில் ஒரு சினிமாவும் ஓடவில்லை. மனசு முழுக்க திகிலும் பயமும் அழுகையும் நிரம்பி இருந்தது.

வேலை முடிந்து திரும்பிப் போக பஸ்ஸுக்காக காத்திருந்தார்கள். ரொம்பவும் களைப்பாக இருந்தது மாரிக்கு. ரெண்டு ஆள் வேலையை ஒத்தையாகவே செய்து முடிந்ததுபோல இருந்தது. குறுக்கெல்லாம் வலித்தது. முதுகுத்தண்டு ‘விண்விண்’ என்று தெறித்தது.

இன்னம் வண்டி வரலை. போயி தண்ணி எடுக்கணும். காட்டு வேலைக்கு போயிட்டு ஆத்தாளும் இந்நேரம்தான் வந்திருப்பா. ஏதாச்சும் குழம்பு கறி வைக்கணும். முதல்லே போனதும் தண்ணி எடுத்து நல்ல வெந்நீர் போட்டு குளிக்கணும். மேலெல்லாம் வலிக்குது.

ஊர் போய் இறங்கியதும் தெரிந்தது. அன்று ஊரில் மழை பெய்திருந்தது. ஈரமணம் மனசை நிறைத்தது. சிறு சந்தோஷம் தந்தது. நன்றாக இருட்டிவிட்டிருந்தது.

வேலையெல்லாம் முடிந்து வெந்நீரில் அலுப்புத் தீரக் குளித்துவிட்டு சாப்பிட்டுப்படுத்தபோது முழங்கால் மூட்டெல்லாம் வலித்தது. நீட்டினாலும் வலி, மடக்கினாலும் வலி. வெளுத்து வந்த ஆத்தாளின் சேலை ஒன்றை இழுத்து தலை முதல் கால் வரை கதகதப்பாகப் போர்த்திக்கொண்டாள். சுகமாக இருந்தது. தங்கராசு சிரித்தான். அவளும் சிரித்தாள். ‘ஏய்... மாரியம்மா...’ என்று பொண்டாட்டியைக் கூப்பிடுகிற மாதிரி இடுப்பில் கைவைத்தபடி கணக்கப்பிள்ளை கூப்பிட்டான். உடனே தங்கராசு மறைந்தான். கழுத்தில் மாலையோடு அவள் கணக்கப்பிள்ளையின் பின்னால் போய்க் கொண்டிருந்தாள். நொடியில் மனசெல்லாம் துக்கத்தால் நிறைந்தது. முதுகெல்லாம் வலித்தது. புரண்டு படுத்தாள். மருந்து தடவும் வேலை செய்கிற காளியப்பன் மீசையைச் சொறிந்தபடி இவளையே முறைத்தான். மறுபடி ஏய் மாரியம்மா... ச்சே... கூடாத இடத்தில் எங்கோ சிறைப்பட்டுவிட்டது போல மனசு துடித்தது. மறுபடி தங்கராசை அழைத்துப் பார்த்தாள். வரவில்லை. அழுகை வருகிற மாதிரி ‘மூஸ்... மூஸ்...’ என்று பெருமூச்சாய் வந்தது. தங்கராசு வரவில்லை. ரொம்ப நேரம் கழித்து, மெல்ல உறக்கம் வந்தது.

●

3

வெயிலோடு போய்...

மாரியம்மாளின் ஆத்தாளுக்கு முதலில் திகைப்பாயிருந்தது. இந்த வேகாத வெயில்ல இந்தக் கழுத ஏன் இப்படி தவிச்சுப்போயி ஓடியாந்திருக்கு என்று புரியவில்லை. "ஓம் மாப்பிள்ளை வல்லியாடி" என்று கேட்டதுக்கு 'பொறு பொறு'ங்கிற மாதிரி கையை காமிச்சிட்டு விறுவிறுன்னு உள்ள போயி ரெண்டு செம்பு தண்ணியை கடக்குக் கடக்குன்னு குடிச்சிட்டு 'ஸ்... ஆத்தாடி'ன்னு உட்கார்ந்தாள்.

"ஓம் மாப்பிள்ளை வல்லியாடி?"

"அவரு... ராத்திரி பொங்க வைக்கிற நேரத்துக்கு வருவாராம். இந்நியேரமே வந்தா அவுக யேவாரம் கெட்டுப்போயிருமாம்."

"சரி... அப்பன்னா நீ சித்த வெயில் தாழக் கிளம்பி வாறது... தீயாப் பொசுக்குற இந்த வெயில்ல ஓடியாராட்டா என்ன..."

"ஆம். அது சரி... பொங்கலுக்கு மச்சான் அவுக வந்திருக்காகளாமில்ல..."

ஆத்தாளுக்கு இப்ப விளங்கியது. அவளுடைய மச்சான் - ஆத்தாளின் ஒரே தம்பியின் மகன் - தங்கராசு இன்னிக்கி நடக்கிற காளியம்மங்கோயில் பொங்கலுக்காக டவுனிலிருந்து வந்திருக்கான். அது தெரிஞ்சுதான் கழுத இப்படி ஓடியாந்திருக்கு.

"மதியம் கஞ்சி குடிச்சிட்டு கிளம்பினியாட்டி" என்று கேட்டதுக்கு கழுத இல்லை யென்கவும் வைதுகொண்டே ஆத்தா கஞ்சி ஊத்தி முன்னால் வைத்து குடிக்கச் சொன்னாள். உடம்பெல்லாம் காய்ஞ்சு போயி காதுல கழுத்தில் ஒண்ணுமேயில்லாம கருத்துப்போன அவளைப் பார்க்கப் பார்க்க ஆத்தாளுக்கு கண்ணீர்தான் மாலை மாலையாக வந்தது. தங்கராசு மச்சானுக்குத்தான் மாரியம்மா என்று சின்னப்பிள்ளையிலேயே எல்லாருக்கும் தெரிஞ்சதுதான். கள்ளன்... போலீஸ் விளையாட்டிலிருந்து காட்டிலே கள்ளிப்பழம்

பிடுங்கப்போகிற வரைக்கும் ரெண்டு பேரும் எந்நேரமும் ஒண்ணாவேதான் அலைவார்கள். கடைசிக்கி இப்படி ஆகிப்போச்சே என்று ஆத்தாளுக்கு ரொம்ப வருத்தம். எப்படியெல்லாமோ மகளை வச்சிப் பார்க்கணுமின்னு ஆசைப்பட்டிருந்தாள்.

பேச்சை மாற்றுவதற்காக "அண்ணன் எங்கத்தா" என்று கேட்டாள்.

"நீங்க ரெண்டு பேரும் வருவீக, அரிசிச்சோறு காச்சணும்னிட்டு அரிசி பருப்பு வாங்கியாறம்ணு டவுனுக்கு போனான்."

கஞ்சியைக் குடித்துவிட்டு சீனியம்மாளைப் பார்க்க விரைந்தாள் மாரி. சீனியம்மாள்தான் மச்சான் வந்திருக்கிற சேதியை டவுனுக்குத் தீப்பெட்டி ஒட்டடப்போன பிள்ளைகள் மூலம் மாரியம்மாளுக்கு சொல்லிவிட்டது. சேதி கேள்விப்பட்டதிலிருந்தே அவள் ஒருநிலையில் இல்லை. உடனே ஊருக்குப்போகணுமென்று ஒத்தக்காலில் நின்றாள். ஆனால் அவள் புருஷன் உடனே அனுப்பிவிடவில்லை. நாளைக்கழிச்சுப் பொங்கலுக்கு இன்னைக்கே என்ன ஊரு என்று சொல்லிவிட்டான். அவ அடிக்கடி ஊருக்கு ஊருக்குன்னு கிளம்பறது அவனுக்கு வள்ளுசாப் பிடிக்கவில்லை. அவ ஊரு இந்தா மூணு மைலுக்குள்ளே இருக்குங்கிறதுக்காக ஒன்ரவாட்டம் ஊருக்குப் போனா எப்படி அவ போறதப் பத்தி கூட ஒண்ணுமில்ல. போறவட்ட மெல்லாம் கடையிலேருந்து பருப்பு, வெல்லம் அது இதுன்னு தூக்கிட்டு வேற போயிர்றா இந்தச் சின்ன ஊர்லே யேவாரம் ஓடுறதே பெரிய பாடா இருக்கு. இப்ப கோயில் கொடைக்குப் போணுமின்னு நிக்கா என்று வயிறு எரிந்தான். ஆனாலும் ஒரேடியாக அவளிடம் முகத்தை முறிச்சுப் பேச அவனுக்கு முடியாது. அப்பிடி இப்பிடியென்று ரெண்டு புலம்பல் புலம்பி அனுப்பி வைப்பான்.

இதைப் பத்தியெல்லாம் மாரிக்கு கவலை கிடையாது. அவளுக்கு நினைத்தால் ஊருக்குப் போயிறணும். அதுவும் மச்சான் அவுக வந்திருக்கும் போது எப்பிடி இங்க நிற்க முடியும்.

அவ பிறந்து வளர்ந்ததே தங்கராசுக்காகத்தான் என்கிற மாதிரியல்லவா வளர்ந்தாள். அவள் நாலாப்புப் படிக்கிறபோது தங்கராசின் அப்பாவுக்கு புதுக்கோட்டைக்கி மாற்றலாகி குடும்பத்தோடு கிளம்பியபோது அவள் போட்ட கூப்பாட்டை இன்னைக்கும் கூட கிழவிகள் சொல்லிச் சிரிப்பார்கள். நானும் கூட வருவேன் என்று தெருவில் புரண்டு கையைக் காலை உதறி ஒரே கூப்பாடு. அதைச் சொல்லிச் சொல்லி பொம்பிள்ளைகள் அவளிடம் "என்னட்டி ஓம் புருசங்காரன் என்னைக்கு வாரானாம்"

என்று கேலி பேசுவார்கள். ஆனால் அவள் அதையெல்லாம் கேலியாக நினைக்கவில்லை. நிசத்துக்குத்தான் கேட்கிறார்கள் என்று நம்புவாள். ஊர்ப்பிள்ளைகளெல்லாம் கம்மாய்த் தண்ணியில் குதியாளம் போடும் போது இவள் மட்டும் கம்மாய் பக்கமே போக மாட்டாள். கம்மாத்தண்ணியிலே குளிச்சா சொறிபிடித்து மேல்லொம் வங்கு வத்தும். டவுண்ல படிக்கிற மச்சானுக்குப் பிடிக்காது. அதே போல கஞ்சியக்குடிச்சி வகுறு வச்சிப்போயி மச்சான் ஒன்னைக் கட்ட மாட்டேன்னு சொல்லிட்டா என்னாகுறது?

சும்மா மச்சான் மச்சான் என்று சொல்லிக் கொண்டிருந்தவள் பெரிய மனுஷியானதும் மச்சானைப் பத்தி நினைக்கவே வெட்கமும் கூச்சமுமாயிருந்தது - கொஞ்ச நாளைக்கி வெறும் மச்சானைப் பத்தின நினைப்போடு அப்புறம் கனாக்களும் வந்து மனசைப் படபடக்க வைத்தன. டவுனுக்கு தீப்பெட்டி ஒட்டப் போகையிலும் வரையிலும், ஒட்டும் போதும் மச்சானின் நினைப்பு இருந்துகொண்டே இருக்கும். பஞ்சத்திலே பேதி வந்து அவ அய்யா மட்டும் சாகாம இருந்திருந்தா மச்சானுக்குப் பொருத்தமா அவளும் படிச்சிருப்பா. அது ஒரு குறை மட்டும் அவமனசிலே இருந்து கொண்டிருந்தது. அதுவும் போயிருச்சு மச்சான் ஒரு தடவை அவுக தங்கச்சி கோமதி கலியாணத்துக்கு பத்திரிக்கை வைக்க வந்தபோது, எந்த வித்தியாசமும் பாராம ஆத்தாளோடவும் அண்ணனோடவும் ரொம்பப் பிரியமா பேசிக்கிட்டிருந்த மச்சானை கதவு இடுக்குவழியா பாத்துப் பாத்து பூரிச்சுப் போனா மாரியம்மா.

மச்சானைப் பத்தின ஒவ்வொரு சேதியையும் சேர்த்துச் சேர்த்து மனசுக்குள்ளே பூட்டி வச்சிக்கிட்டா. வருசம் ஓடினாலும் பஞ்சம் வந்தாலும் அய்யா செத்துப்போயி வயித்துப் பாட்டுக்கே கஷ்டம் வந்தாலும் அவனைப்பத்தின நினைப்பு மட்டும் மாறவே இல்லை. அதனாலேதான் தங்கராசு அவளுக்கில்லை என்று ஆன பிறகும் கூட அவளால் அண்ணனையும் ஆத்தாளையும் போலத் துப்புரவாக வெறுத்துவிட முடியவில்லை.

அவளுக்கு நல்லா ஞாபகம் இருக்கு. மாமனும் அத்தையும் வந்து தங்கராசு மச்சான் கலியாணத்துக்கு பத்திரிக்கை வச்சுட்டுப் போன பிறகு அண்ணன் வந்த வரத்து. இவளுக்கு பரிசம் போடத்தான் மாமனும் அத்தையும் வருவாகன்னு இருந்தபோது வேற இடத்திலே பொண்ணையும் பாத்து பத்திரிக்கையும் வச்சிட்டு சும்மாவும் போகாம மாமா அண்ணங்கிட்டே "கலியாணத்துக்கு ஒரு வாரத்துக்கு முன்னக்கூட்டியே வந்திரணும்பா. கோமதி

கலியாணத்தை முடிச்சு வச்ச மாதிரி வேலைகளையும் பொறுப்பா இருந்து நீதான் பாத்துக்கணுமப்பா" என்று வேறு சொல்லிவிட்டுப் போனார். அவுக அங்கிட்டுப் போகவும் ஆத்தாளிடம் வந்து அண்ணன் தங்கு தங்கென்று குதித்தான் - என்னய என்ன சுத்தக் கேணப்பயன்னு நெனச்சுட்டாகளா என்று. கோமதி கலியாணத்துக்கு எல்லா வேலைகளையும் இழுத்துப்போட்டுக் கொண்டு அண்ணன் செய்தான்னு சொன்னா அது நாளக்கி நம்ம தங்கச்சி வந்து வாழப்போற வீடு நாம் வந்து ஒத்தாசை செய்யாட்டா யாரு செய்வா என்று நினைத்து செய்தது. ஆனா, இப்படி நகை நட்டுக்கு ஆசைப்பட்டு மாமா அந்நியத்தில் போவாகன்னு யாரு கண்டது. என்ன மாமனும் மச்சானும்... மயிராண்டிக... என்று வெறுத்துவிட்டது அவனுக்கு.

ஆனால் அண்ணன் ஏறிக்கொண்டு பேசியபோது ஆத்தா பதிலுக்கு கூப்பாடுதான் போட்டாள். "என்னடா குதிக்கே, படிச்சு உத்தியோகம் பாக்குற மாப்பிள்ளை தீப்பெட்டியாபீசுக்கு போயிட்டு வந்து வீச்சமெடுத்துப் போயிக்கெடக்குற கழுதயக் கட்டுவான்னு நீ நெனச்சுக்கிட்டா அவுக என்னடா செய்வாக" என்று ஆத்திரமாகப் பேசினாள். அப்படி அப்போதைக்குப் பேசினாலும் அன்னைக்கு ராத்திரி செத்துப்போன அய்யாவிடம் முறையீடு செய்து சத்தம் போட்டு ஒப்பாரி வைத்தாள். 'ஏ... என் ராசாவே... என்ன ஆண்டாரே! இப்பிடி விட்டுப்போனீரே... மணவடையிலே வந்து முறைமாப்பிள்ளை நானிருக்க எவன் இவ கழுத்தில் தாலி கட்டுவான்னு சொல்லி என்னச் சிறையெடுத்து வந்தீரே... இப்பிடி நிர்க்கதியா நிக்க விடவா சிறையெடுத்தீர் ஐயாவே... தம்பீ... தம்பீன்னு பேகொண்டு போயி அலைஞ்சேனே... அவனைத் தூக்கி வளத்தேனே... என் ராசாவே... எனக்குப் பூமியிலே ஆருமில்லாமப் போயிட்டாகளே...

பக்கத்துப் பொம்பிளைகளெல்லாம் வைதார்கள். "என்ன இவளும் பொம்பளதான... அப்பயும் இப்படியா ஒப்பாரி வச்சு அழுவாக" என்று. பிறகு அண்ணன் வந்து "இப்பம் நீ சும்மாயிருக்கியா என்ன வேணுங்கு" என்று அரட்டவும் தான் ஒப்பாரியை நிப்பாட்டினாள்.

மறுநாள் அண்ணன், "தங்கராசு கலியாணத்துக்கு ஒருத்தரும் போகப்புடாது"ன்னு சொன்னபோது மறுபேச்சுப் பேசாமல் ஆத்தாளும் சரியென்று சொல்லிவிட்டாள். அவனுக்கும் நமக்கும் இனிமே என்ன இருக்கு என்று சொல்லிவிட்டாள்.

ஆனால் மாரியம்மா அப்படியெல்லாம் ஆகவிடவில்லை. பலவாறு அண்ணனிடமும் ஆத்தாளிடமும் சொல்லிப் பார்த்தாள் ஒன்றும் மசியாமல் போக, கடைசியில் "நீங்க யாரும் மச்சான் கலியாணத்துக்கு போகலைன்னா நான் நாண்டுக்கிட்டு செத்துருவேன்" என்று ஒரு போடு போட்டதும் சரியென்று அண்ணன் மட்டும் கலியாணத்துக்குப் போய்வந்தான். எம்புட்டோ கேட்டுப்பாத்தும் கலியாணச் சேதி எதையும் அவன் மாரியம்மாளுக்கோ ஆத்தாளுக்கோ சொல்லவில்லை. எல்லாம் முடிஞ்சது என்பதோடு நிறுத்திக் கொண்டான். தன்பிரியமான மச்சானின் கல்யாணம் எப்பிடியெல்லாம் நடந்திருக்கும் என்று மாரியம்மாள் தினமும் பலவாறாக தீப்பெட்டி ஒட்டியபடிக்கே நினைத்து நினைத்துப் பார்ப்பாள். எங்கிட்டு இருந்தாலும் நல்லாருக்கட்டும் என்று கண்நிறைய மனசு துடிக்க வேண்டிக்கொள்வாள்.

தங்கராசு கலியாணத்துக்கு போய்விட்டு வந்த அண்ணன் சும்மா இருக்கவில்லை. அலைஞ்சுபெறக்கி இவளுக்கு மாவில்பட்டியிலேயே அய்யா வழியில் சொந்தமான பையனை மாப்பிள்ளை பார்த்துவிட்டான். சின்ன வயசிலே நாகலாபுரத்து நாடார் ஒருத்தர் கடையில் சம்பளத்துக்கு இருக்க மெட்ராசுக்கு போய்வந்த பையன் மாரியம்மாளோட நாலுபவுன் நகையை வித்து மாவில்பட்டியிலேயே ஒரு கடையையும் வைத்துக் கொடுத்துவிட்டான்.

இத்தனைக்குப் பிறகும், கோவில் கொடைக்கு மச்சான் வந்திருக்காகன்னு தெரிஞ்சதும் உடனே பாக்கணுமின்னு ஓடியாந்துட்டா. அவுக எப்படி இருக்காக, அந்த அக்கா எப்படி இருக்காக, மச்சானும் அந்த அக்காளும் நல்லா பிரியமாக இருக்காகளான்னு பார்க்கணும் அவளுக்கு.

ஆனா வந்த உடனேயே மச்சானையும் அந்த அக்காளையும் பார்க்க கிளம்பிவிடவில்லை. மத்தியான நேரம், சாப்புட்டு சித்த கண்ணசந்திருப்பாக என்று இருந்துவிட்டு சாயந்திரமாகப் போனாள்.

கட்டிலில் படுத்தவாக்கில் பாட்டையாவுடன் பேசிக்கொண்டிருந்தான் மச்சான். "கும்புடுறேன் மச்சான்" என்று மனசு படபடக்க சொல்லிவிட்டு உள்ளே போனாள். தங்கராசின் அப்பத்தாளும் அந்த அக்காளும் அடுப்படியில் வேலையாக இருந்தார்கள். பொன்னாத்தா இவளை பிரியத்துடன் வரவேற்றாள். அந்த அக்கா ரொம்ப லட்சணமாக இருந்தார்கள். நகைநட்டு ரொம்ப போட்ருப்பாகனுன்னு பார்த்தா அப்படி ஒண்ணும் காணம்.

கழட்டி வச்சிருப்பாக என்று நினைத்துக் கொண்டாள். ரொம்ப வீரியம் நிறைந்த பார்வையுடன் அந்த அக்காளுடன் வாஞ்சையோடு பேசினாள் மாரியம்மாள். பேசிக்கிட்டிருங்க, இந்தா வாரேன்னு பொன்னாத்தா கடைக்கு ஏதோ வாங்கப் போகவும் மாரியம்மா அந்த அக்காளிடம் இன்னும் நெருங்கி கிட்ட உட்கார்ந்து கொண்டு கைகளை பாசத்துடன் பற்றிக்கொண்டாள். ரகசியமான, அதே சமயம் ரொம்பப்பிரியம் பொங்கிய குரலில், "யக்கா மாசமாயிருக்கிகளா" என்று ஆர்வத்துடன் கேட்டாள்.

பட்டென்று அந்த அக்கா ஒரு நொடிப்புடன், "ஆம, அது ஒண்ணுக்குத்தான் கேடு இப்பம்" என்று சொல்லிவிட்டாள். மாரியம்மாளுக்குத் தாங்கமுடியவில்லை. அதைச் சொல்லும்போது லேசான சிரிப்புடன் தான் அந்த அக்கா சொன்னாலும் அந்த வார்த்தைகளில் ஏறியிருந்த வெறுப்பும் சூடும் அவளால் தாங்க முடியாததாக, இதுநாள் வரையிலும் அவள் கண்டிராததாக இருந்தது. ஒரு ஏனத்தைக் கழுவுகிற சாக்கில் வீட்டின் பின்புறம் போய் உடைந்து வருகிற மனசை அடக்கிக்கொண்டாள். உள்ளே மச்சான் அவுக பேச்சுக்குரல் கேட்டது. "மாரியம்மா போயிட்டாளா" என்று உள்ளே வந்த மச்சான் அந்த அக்காளிடம், "காப்பி குடிச்சிட்டியா ஜானு" என்று பிரியமாகக் கேட்டதும் படக்குனு அந்த அக்கா, "ஆஹாகாகா.. ரொம்பவும் அக்கறைப்பட்டு குப்புற விழுந்துறாதி..." என்று சொல்லிவிட்டது. ரொம்ப மெதுவான தொண்டடையிலே பேசினாலும் அந்தக் குரல் இறுகிப்போய் வெறுப்பில் வெந்து கொதிக்கிறதாய் இருந்தது.

வெளியே நின்றிருந்த மாரியம்மாளுக்கு தலையை வலிக்கிற மாதிரியும் காய்ச்சல் வர்ற மாதிரியும் படபடன்னு வந்தது. கழுவின ஏனத்தை அப்படியே வைத்து விட்டு பின்புறமாகவே விறுவிறுவென்று வீட்டுக்கு வந்து படுத்துக்கொண்டாள்.

ஆத்தாளும் அண்ணனும் கேட்டதுக்கு 'மண்டையடிக்கி' என்று சொல்லிவிட்டாள். சிறு வயசில் கள்ளிப்பழம் பிடுங்கப் போய் நேரங்கழித்து வரும்போது வழியில் தேடி வந்த மாமாவிடம் மாட்டிக்கொண்டு முழித்த தங்கராசின் பாவமான முகம் நினைப்பில் வந்து உறுத்தியது. தண்ணியைத் தண்ணியைக் குடித்தும் அடங்காமல் நெஞ்சு எரிகிற மாதிரியிருந்தது. அந்த அக்காளின் வீட்டில் நகைநட்டு குறையாகப் போட்டதுக்காக தங்கராசின் அம்மா ரொம்ப கொடுமைப்படுத்துகிறாளாம் என்று சீனியம்மா சொன்னதும் அந்த

அக்காள் கொடும் வெறுப்பாகப் பேசினதும் நினைப்பில் வந்து இம்சைப்படுத்தியது.

எல்லாத்துக்கும் மேலே அந்த வார்த்தைகளது வெறுப்பின் ஆழம், தாங்கமுடியாத வேதனையைத் தந்தது. ராத்திரி ஊரோடு கோயில் வாசலில் பொங்கல் வைக்கப் போயிருந்தபோது இவ மட்டும் படுத்தே கிடந்தாள். ஒவ்வொன்றாக சிறுவயதில் அவனோடு பழகினது... அய்யாவைப்பத்தி... ஆத்தாளைப்பத்தி... அண்ணனைப் பத்தி... எல்லோரும் படுகிற பாட்டைப்பத்தி... அந்த அக்காவைப்பத்தி நினைக்கக்கூட பெருந்துன்பமாயிருந்தது. குமுறிக்கொண்டு வந்தது மனசு.

ராத்திரி நேரங்கழித்து அவ புருஷன் வந்தான். ரெண்டு நாளாய் நல்ல யேவாரம் என்றும் தேங்காய் மட்டுமே முப்பத்திரெண்டு காய் - வித்திருக்கு என்றும் பொரிகடலைதான் கடைசியில் கேட்டவுகளுக்கு இல்லையென்று சொல்ல வேண்டியதாப் போச்சு என்றும் உற்சாகமாக ரொம்ப நேரம் பேசிக்கொண்டிருந்தான். திடீரென்று இவள் ஏதுமே பேசாமல் ஊமையாக இருப்பதைக் கண்டு எரிச்சலடைந்து, "ஏ நாயி, நாம் பாட்டுக்கு கத்திக்கிட்டிருக்கேன். நீ என்ன கல்லுக்கணக்கா இருக்கே" என்று முடியைப்பிடித்து ஒரு உலுக்கு உலுக்கினான்.

உடனே அணை உடைத்துக்கொண்டது போல ஏங்கி ஏங்கி அழ ஆரம்பித்தாள். அவன் பதறிப்போய் தெரியாமல் தலையைப்பிடித்துவிட்டேன் என்று சொல்லி, தப்புத்தான் தப்புத்தான் என்று திரும்பத்திரும்பச் சொல்லிப் பார்த்தான். அவள் அழுகை நிற்கவில்லை. மேலும் மேலும் ஏக்கமும் பெருமூச்சும் வெடிப்பும் நடுக்கமுமாய் அழுகை பெருகிக் கொண்டு வந்தது.

ஏதோ தான் பேசிவிட்டதற்காகத்தான் அவள் இப்படி அழுகிறாள் என்று நினைத்துக்கொண்டு ரொம்ப நேரத்துக்கு அவளை வீணே தேற்றிக்கொண்டிருந்தான் அவன்.

●

4

மீடியம்

யாரிடமாவது சொன்னால் சிரிப்பார்கள்.

“என்னவே நீர்... மாசம் நானூரு ரூபா வாங்குறீர். இதுக்கு ஒரு பத்து ரூபாய் செலவழிக்க முடியாமலா இருக்கீர்” என்று கேலி பண்ணுவார்கள். அவருக்கும் ஆச்சர்யமாய்த்தான் இருந்தது. இது மட்டும் ஏன் இப்படி முடியாமலே போகுது?

ஒரு வாரமாகத்தான் எரிச்சல் ஜாஸ்தி. ஆபீஸில் உட்காரவே முடியவில்லை. நெளிந்து கொண்டுதான் உட்கார்ந்திருந்தார். இதிலே போன ஞாயித்துக்கிழமை லீவு டூட்டி வேற போட்டானுக. இந்த வாரம் எரிச்சல் ரொம்பவும் அதிகமாயிருச்சு. தனக்கே தான் அசிங்கமாகவும் பட ஆரம்பிச்சிருக்கு. உடம்பே நாற்றமெடுத்துப்போன மாதிரி பட்டது. பத்து நாளைக்கு முன் வரைக்கும் வேட்டியை உதறிக்கட்டும் போது மட்டும்தான் லேசா நெடி மூக்கில் அடிக்கும். இப்போது சும்மாவே... நெடியின் தன்மையும் இப்போது உக்கிரமடைந்து இருப்பதாய்ப் பட்டது. யார்கிட்டேயும் நெருங்கி நின்று பேசறதுக்கே கூச்சமாயிருந்தது. மேனேஜர் கூப்பிட்டு விடும் போதெல்லாம் போய் அவர் மேஜைக்கு நாலடி இந்தப் பக்கம் நின்று பேசிவிட்டு வந்தார். யாராச்சம் இவரிடம் முகம் கொடுத்துப் பேசாவிட்டாலோ அவசரமாய் பேசிவிட்டு நகர்ந்தாலோ இவருக்குச் சந்தேகம் வந்துவிடும்.

‘நம்மகிட்டே ரொம்பவும் துர்நாற்றமடிக்குதோ!’ இப்போதெல்லாம் இந்த சந்தேகம் அடிக்கடி வர ஆரம்பிச்சுருக்கு. இவருக்குள்ளே இந்தச் சந்தேகம் வந்துட்டா அப்புறம் அவ்வளவுதான். யாரிடமும் மனசு விட்டுப் பேசவே முடியாது. ‘எப்படா பேசி முடிப்போம்’னு பெரிய தர்மசங்கடமாய் இருக்கும். ஆபீஸில் யாராச்சும் கமுக்கமாகப் பேசிச் சிரித்துக் கொண்டிருந்தால் உடனே இவருக்குச் சந்தேகம் வந்துவிடும். “நம்மைப் பார்த்துத்தான் சிரிக்காகளோ...”

இந்த ரோதனை தாங்க முடியாமல்தான் இன்றைக்குத் தீர்மானமாய் முடிவு எடுத்துவிட்டார். சாயந்திரம் ஆபீஸ் முடிந்து வீடு திரும்புகிற வழியிலேயே வாங்கிறணும். கையிலே ரெண்டு ரூபாயிருக்கு. இன்னும் ஒரு அஞ்சு ரூபா பாத்துட்டாகூடப் போதும். ப்யூன் ரெங்கசாமியிடம்தான் மனசுவிட்டுக் கேக்க முடியும். ஆனால், அவனிடம் ஏற்கெனவே முப்பது ரூபாய் கடன் பட்டாச்சு. இப்பவும் கேட்டு அவன் முகம் சுளிச்சுட்டான்னா, அப்புறம் நல்லா இருக்காது. நாளைப்பின்னே அவசரத்துக்கு அவனிடம்தானே போகணும். ம். என்ன பண்ணலாம்?

இன்னிக்கு டைப்பிஸ்ட் கிருஷ்ணனிடம் கேட்டுப் பார்க்கலாம். ஆபீஸில் இவன் ஒருத்தன்தான் கல்யாணமாகாதவன். இவரிடம் முகம் கொடுத்து சகஜமாகப் பேசறதும் இவன் ஒருத்தன்தான். என்ன காரணம் சொல்லிக் கேட்கலாம் என்று யோசித்து, எப்படிப் பேச்சைத் தொடங்கினால் அவன் வலையில் வந்து விழுவான் என்றெல்லாம் மனசுக்குள் திட்டமிட்டார். ஒருமுறை மனசுக்குள் அவனிடம் பேசிப்பார்த்துக் கொண்டார், பிறகு நைஸாக அவனிடம் பேச்சுக் கொடுத்தார். பேச்சு சுவாரஸ்யமாய் வளர்ந்து நீண்டது. அவனது ஓட்டல் சாப்பாடு, கல்யாணம், எதிர்காலத் திட்டம், கல்யாணம் ஆன பிறகு வரக்கூடிய பிரச்சனைகள், அந்தரங்கமான விஷயங்கள் இப்படியாக பேச்சு சுற்றி வளைத்துக்கொண்டு போனது. அதெல்லாம் இவரிடம் பலிக்குமா! சுற்றி வளைத்துப் பேச்சை கரெக்டாக விஷயத்தில் கொண்டு வந்து நிறுத்தினார்.

அந்நேர வரைக்கும் சிரித்துப் பேசிக்கொண்டிருந்த கிருஷ்ணன் பணம் என்றதும் 'கப்பெ'ன்று அடங்கிப் போனான். டைப்ரைட்டரின் பட்டன்களை சும்மா தட்டியபடி மௌனமாய் தலையைக் குனிந்து கொண்டிருந்தான். அந்த மௌனம் இவரால் சகிக்க முடியாததாய், ரொம்ப கனமாட்ய இருந்தது. நெளிந்தார். ஒருமுறை செருமினார். இவன் பணம் தராவிட்டாலும் பரவாயில்லை. இந்த மௌனத்தை உடைத்தாலே போதும் என்கிற அளவுக்கு தர்மசங்கடமாய் இருந்தது. இப்படியே எழுந்து போய்விடலாமா என்று கூடப்பட்டது. என்ன இவன்! உண்டு இல்லைன்னு சொல்லிற வேண்டியதுதானே இப்படி இருக்கானே. கடைசியில் ஒரு வழியாய் தொண்டையைச் செருமிக்கொண்டு பேசினான். தன்னுடைய குடும்ப பாரம்; தன்னையே நம்பி இருக்கிற ஏழு பேர்; அப்பா தேடி வைத்துப் போன எட்டாயிர ரூபா கடன்; கல்யாணத்துக்கு நிற்கிற தங்கைகள்; இந்தப் பிச்சைக்கார சம்பளம் எல்லாம் பற்றி இவரிடம் விளக்கிப் பேசி, "என்னவோ இன்னிக்கு வாய்விட்டுக் கேட்டீங்க மறுத்துச்

சொல்லவும் சங்கடமாயிருக்கு...'' என்று முடித்து, ஒரு ஐந்து ரூபாயை இவருக்கு அழுதான். வாங்கிக்கொண்டு தன் ஸீட்டுக்கு வந்தார். ஒவ்வொரு முறையும் கடன் வாங்குகிற போது மனசில் வருகிற வருத்தமும் எரிச்சலும் ஆத்திரமும் உறுதிமொழிகளும் இந்த முறையும் வந்து போயின. ஒரு கணம் இந்த நாகரிகத்தின் மீதே வெறுப்பாய் வந்தது. என்ன காலமய்யா இது! அந்தக் காலத்திலெல்லாம் இப்படியா? ஒற்றைக் கோவணம் தானே!

ஆனால் காலத்தைக் குற்றம் சொல்ல ஒன்றுமில்லை. போன வருஷம் இவர் குற்றலாம் போனதுதான் தப்பு. அதுதான் உண்மை. ஆனால் அப்படியும் சொல்லிவிட முடியாது. குற்றாலம் போனதில் என்ன தப்பிருக்க முடியும்? இவரென்ன முன்னேபின்னே போகாதவரா? இரண்டு ரூபா டிக்கெட்டுக்குள் இருந்துகொண்டு சீசனுக்கு குற்றாலம் போகாமலிருந்தால் எப்படி? பல சமயம் குடும்பத்தையும் அழைத்துக்கொண்டே போயிருக்கிறார். இப்போ பிள்ளைகள் ஜாஸ்தியாகிப் போனதாலே போக முடிகிறதில்லை. அதனாலே ஒண்ணும் தப்பில்லை.

போன வருஷம் ஆபீஸிலிருந்து எல்லோரும் குற்றாலம் போகணும் என்று சொன்னபோது இவரும் யோசிக்காமல் சரியென்று சொல்லிவிட்டார். அதிலே வந்த வினைதான் இவ்வளவும்.

பழைய குற்றாலத்தில் குளிப்பதற்காக எல்லோரும் தலையில் எண்ணெய் தேய்த்து தயாராகிக் கொண்டிருந்தார்கள். இவருக்கு வேட்டியை அவிழ்க்கும் போதே கூச்சமாய் இருந்தது. சரி இனிமே என்ன செய்ய முடியும் என்று அவிழ்த்துவிட்டு அண்டர்வேரோடு எண்ணெய் தேய்க்கலானார். சிரித்து விட்டார்கள். இவரைப் பார்க்காத மாதிரி தலையை திருப்பிக்கொண்டு சிரித்தார்கள். வேறொன்றுமில்லை. இவருடைய அண்டர்வேர் சுருங்கிப்போய் கசங்கலாய் ஒரு பக்கம் ஏறியும் இறங்கியும் பார்ப்பதற்கு கொஞ்சம் கண்ணறாவியாக இருந்தது. அவன்கள் எல்லாம் நீட்டாக ஜட்டியோடு நின்றான்கள். அவன்கள் சிரித்தது கூடப் பெரிய விஷயமில்லை. கூட வந்திருந்த பெண்களும் மூக்கைப் பொத்திக்கொண்டு சிரித்துவிட்டார்கள். பெரிய மானக்கேடாப் போச்சு; உடம்பு ஒரு சாணாகக் குறுகிப்போச்சு.

அன்னிக்கு எடுத்த முடிவுதான். இனிமே செத்தாலும் அண்டர்வேர் போடறதில்லை! ஜட்டிதான்! குற்றாலத்திலேயே கைச்செலவுக்கு கொண்டு போனதில் ஒரு ஜட்டி எடுத்துக்கொண்டு அண்டர்வேர் எல்லாத்தையும் தூக்கி எறிந்து அருவித் தண்ணீரோடு ஓடவிட்டார்.

இப்போ இதிலே என்ன சிக்கல் வந்துவிட்டது?

ஒரே ஒரு ஜட்டி இருக்கிறதாலே தான் அதைத் தினமும் துவைத்துப் போட முடியலே. ஆரம்பத்தில் தினமும் ராத்திரி துவைத்துப் போட்டு விடுவார். காலையில் மாட்டிக்கொண்டு போவார். மழை சீஸன் வந்தபோது ஒரு ராத்திரிக்குள்ள துவைத்துப் போட்டது காயவில்லை. அப்பவே கூட ஒரு ஜட்டி எடுத்திருக்கணும். எடுக்கலை. முடியலை. வாராவாரம் ஞாயிற்றுக்கிழமை மட்டும் துவைத்துப் போட ஆரம்பித்தார். சனிக்கிழமையாகிவிட்டால் எரிச்சல். மாலையில் ஆபீஸ் முடிந்ததும் பேசியபடியே பஜார் எல்லாம் சுற்றி வீடு போய்ச்சேர தினமும் ஏழரை மணி ஆகிவிடும். சாயந்திரம் துவைத்துப் போட்றணும்னு சிலநாள் நினைத்தாலும்கூட சாயங்காலமானதும் எல்லாம் மறந்துவிடும். நமக்கென்று இப்படி ஒரு மறதி எங்கிருந்துதான் வருமோ தெரியலை.

இப்போது போட்டிருக்கிற ஜட்டியில் எலாஸ்டிக் லூஸாகி விட்டது. கைத்தையல் போட்டு கொஞ்ச நாள் ஓடியது. இப்போ அரைஞாண் கயிற்றை மேலே போட்டு இறுக்கித்தான் நிக்குது. அதோட போன ஞாயிற்றுக்கிழமை லீவு டூட்டி போட்டுத் தொலைச்சுட்டாங்களா... துவைத்துப் போட முடியாமப் போச்சு. இப்போ பதினைந்து நாளாகப் போகுது. சகிக்க முடியலை. வெயில் காலமா வேற இருக்கா. வியர்வையும் புழுக்கமும் அழுக்குமாக உட்காரவே முடியவில்லை. என்ன செய்ய? முன்னாலேயெல்லாம் பேசாமல் காதி வஸ்திராலயத்தில் கச்சைத்துணி நாலு மீட்டர் வாங்கித் தைத்துக்கொண்டால் வருஷம் ஒண்ணுக்கு தாராளமாக ஓடும். எந்தத் தொந்தரவும் இருக்காது.

ம்... இப்போ நினைச்சு என்ன?

சாயந்திரம் உள்ளாடைகள் உலகத்துக்குள் நுழைந்தார். “என்ன சார் வேணும்... இப்படி வாங்க!”

“ஒரு ஜட்டி...”

“உங்களுக்கா... சைஸ் என்ன?”

“சைஸ்... முப்பத்திநாலு எடுங்களேன்...”

“முப்பத்திநாலு உங்களுக்குக் காணாது சார்... முப்பதாறுதான் சரியாயிருக்கும். எடுக்கட்டுமா...”

“சரி எடுங்க.”

அட்டைப் பெட்டிகளில் அடைத்த ஜட்டிகளாய் எடுத்துப்போட்டான். எல்லாம் பதினெட்டு ரூபாய் பத்தொன்பது

ரூபாய்க்கு மேலே விலை. அவற்றை லேசாக ஒதுக்கிவிட்டு, "ரொம்ப காஸ்ட்லியாவும் இல்லாம, ரொம்ப இதாகவும் இல்லாம மீடியம் ரேட்டுல் எடுங்க" என்றார். ரெண்டு பிளாஸ்டிக் பைகளிலிருந்து ஜட்டிகளாய்த் தட்டினான். கீழே எல்லாம் பன்னிரண்டு ரூபாயைச் சுற்றி விலை.

"இதான் மீடியமா... வேறெ ஏதும்..."

கடைப்பையன் மனசுக்குள் சிரிக்கிறான். சிரிக்கத்தானே செய்வான். நம்ப பீடை எங்கே போனாலும் கூடவே வருதே என்ன செய்ய?

பையன் உள்ளே போய் இரண்டு கை நிறைய குப்பையாய் கொஞ்சம் அள்ளிக்கொண்டு வந்து போட்டான்.

'இதிலேயாவது எடுக்கீரா பாப்பம்' என்கிற மாதிரி இடுப்பில் கை வைத்து நின்றான். மானக்கேடுதான். எட்டுரூபாய்க்கு குறைந்து அதிலே ஒன்றுமேயில்லை. கையிருப்பே ஏழு ரூபாய்தானே. "விலையெல்லம் ஒரே விலைதானா... குறையாதா..." "ஒரே விலைதான் சார்." "என்ன... சொன்னா சொன்னதுதானா... ஏழு ரூபாய் போட்டுக் குடுக்கலாம்... எடுங்க..." ஒரு அசட்டுச் சிரிப்பு முகத்தில்.

"இல்லே சார்... எல்லாம் கம்பெனி ரேட்டு... குறையாது." "அங்... அதெல்லாம் குறைக்கலாம்... போடுங்க... "இல்லே சார்!" இறுக்கலான முகத்துடன் மறுத்தான்.

என்னடா எழவு இது. திரும்ப வேண்டியதுதானா? பையன் சிரிப்பை அடக்குகிறான். சிரி... சிரி. நீ என்ன செய்வே.

"சரி... கர்ச்சீப் எடுங்க..."

"ஜட்டி வேணாமா சார்?"

"கர்ச்சீப் எடுங்க... இத பெறகு பார்த்துக்கலாம்."

என்ன விலை, என்ன தரம் என்று ஒன்றுமே பார்க்காமல் அவன் எடுத்துப் போட்டதில் ஒரு கர்ச்சீப்பை சட்டென்று எடுத்துக் கொண்டு பில்லை வாங்கினார். மூணுரூபாய். தொண்டை ஏற்கெனவே வறண்டுதான் இருந்தது.

விரைவாய் கவுன்ட்டரில் பணத்தைக் கட்டிவிட்டு கர்ச்சீப்புடன் கடையை விட்டுக் கீழே இறங்கினார். ஜில்லென்று காற்று முகத்திலடித்தது.

ரொம்ப சுதந்திரமாக உணர்ந்தார்.

●

5

கருப்பசாமியின் அய்யா

பெரிய்ய இவன் கணக்காத்தான் பேசிக்கொண்டு திரிந்தான். கருப்பசாமி - இந்த ரெண்டு நாளாக. கூலிங் கிளாஸ் கண்ணாடி, சோப்பு, பவுடர் எல்லாம் அவன் கிட்ட இருக்காம். அதான் அப்படி பேசிக்கொண்டு திரியறான். இருக்கட்டுமே, அதுக்காக ரொம்பவுந்தான் பீத்திக்கொண்டு திரிந்தால் யாருக்குப் பிடிக்கும். காளியம்மன் கோயிலுக்குப் பொறத்தாலே கூட்டம் போட்டு இனிமேக்கொண்டு கருப்பசாமியை எந்த ஆட்டையிலும் சேக்கக்கூடாதென்றும் அவனோடு யாரும் பேசவும் கூடாதென்றும் அவனுடைய சேக்காளிகள் முடிவு கட்டி விட்டார்கள்.

ஆனால், இதப்பத்தியெல்லாம் கவலைப்படுகிற மாதிரி கருப்பசாமி இல்லை. அவனுக்கு அவனுடைய அய்யா ஊரிலிருந்து வந்துவிட்டார். அதைத்தவிர வேற நினைப்பே அவனுக்கில்லே. அவன் பிறந்த ஒரு வருஷத்திலே இந்த ஊரைவிட்டுப்போன அய்யா, ஏழு வருசங் கழிச்சு இப்பத்தான் ஊருக்குத் திரும்பியிருக்கிறார். சோப்பு, சீப்பு, கண்ணாடி, கூலிங் கிளாஸ், பவுடர் அது இதுன்னு அவனுக்கு ஏகப்பட்ட சாமான்கள் வாங்கி வந்துவிட்டார். அதனால் சேக்காளிகளையும் விளையாட்டையும் கூட மறந்துவிட்டு எந்நேரமும் அய்யாவோடவே ஒட்டிக்கொண்டு ரொம்ப செல்லங்கொஞ்சிக் கொண்டு திரிந்தான். அய்யாவும் ரொம்ப பிரியத்துடன் அவனுடன் சளைக்காமல் பேசிக்கொண்டிருந்தார். கருப்பசாமியின் ஆத்தாள் காளியம்மாளிடம் கூட அவ்வளவு நேரம் பேசவில்லை. கருப்பசாமியுடன்தான் பேச்சு.

கருப்பசாமியைப் போலவே காளியம்மாளும் ரெண்டு நாளாக சந்தோஷமும் சிரிப்பாணியுமாகத்தான் இருந்தாள். அவளுக்கும் தனியாக பவுடர், ரிப்பன், வாசனைத் தைலம் எல்லாம் வந்திருந்தது. மூணு நேரத்துக்கும் அரிசிச் சோறே காச்சினாள். குழம்பும் கறியும் தினமும் வைத்தாள். கருப்பசாமிக்கு இதனால் தன் அய்யா

மீதுதான் பிரியம் பிரியமாக வந்தது. ஏழு வருசத்துப் பேச்சையும் பேசித் தள்ளினான். ராத்திரி கருப்பசாமி தூங்கின பிறகுதான் காளியம்மாளின் பக்கமாக நகர முடிந்தது. முதல் ரெண்டு மூணு நாள் ராத்திரி அவன் தூங்கின பிறகு விடியவிடிய ரெண்டு பேரும் கண்டதைக் கடியதைப் பேசிக்கொண்டு கிடந்தார்கள்.

நாலாவது நாள் ராத்திரி காளியம்மா ரொம்ப மெதுவாக கருப்பசாமியின் அய்யாவிடம் கேட்டாள், "அதலாஞ்சரி... துட்டு எம்புட்டுக் கொண்டாந்திருக்கீரு?" உடனே அவன் பாயை விட்டு எழுந்து தன் டிரங்குப் பெட்டியை இறக்கி சிம்னிவிளக்கை அவளைத் தூக்கிப்பிடிக்கச் சொல்லி, பெட்டியைக் குடைந்து எடுத்து 'இந்தா' என்று முப்பத்தேழு ரூபாய் பதினைஞ்சு பைசாவை அவளிடம் கொடுத்தான்.

மறுநாள் காலையிலிருந்து கருப்பசாமிக்கு ஒன்றும் விளங்கவில்லை. இந்த ஆத்தாளுக்கு என்ன கேடு வந்துருச்சு என்று புரியவில்லை. மூக்கைச் சிந்திக்கொண்டும் அழுது கண்ணீர் உகுத்துக் கொண்டும் மூலையில் உட்கார்ந்திருந்தாள். கஞ்சி கூடக் காய்ச்சவில்லை. இதெல்லாம் கூட கருப்பசாமிக்குப் புதுசு இல்லை. திடீர் திடீர் என்று இப்படி ஆத்தா ரெண்டு நாளைக்கு அழுவதும் கஞ்சி காச்சாமல் போட்டுவிடுவதும் வழக்கம்தான். அப்பவெல்லாம் தன் அப்பத்தா வீட்டில் கஞ்சி குடித்துவிட்டு பள்ளிக்கொடம் போய்விடுவான். ஆனால் இப்ப இவ அழுது புலம்பி கஞ்சி காய்ச்சாமல் போட்டதோடு நிக்காமல், தன் பிரியமான அய்யாவை வேற கண்ணிலே காங்கவிடாம வைது கொண்டிருந்தாள். அதுதான் கருப்பசாமிக்குத் தாங்க முடியவில்லை. எப்பேர்க்கொண்ட மனுசன் அவனுடைய அய்யா! அவரைப் போயி இவ வையிறாளே, அந்த நல்லம்மாப் பாட்டியும் மத்த பொம்பளைகளும் சொன்னது நெசமாத்தான் இருக்குமோ என்ற சந்தேகம் வந்தது கருப்பசாமிக்கு. அவனுக்கு விவரந் தெரிய ஆரம்பிச்ச ரெண்டு மூணு வருசத்துலே அவனுடைய அய்யாவைப்பத்தி எத்தனையோ பேர் கதைகதையா அவன் கிட்டச் சொல்லியிருக்காக ராத்திரி நேரங்களில் அவனைக் கூப்பிட்டுக் கிட்டத்தில் உட்கார வைத்துக்கொண்டு தங்களுக்குள் பேசுகிற மாதிரி அவனிடம் அய்யாவைப்பத்தி கதையாய்ச் சொல்வார்கள்.

அப்பிடி அவன் கேட்ட கதைகள் அவன் அய்யாவைப் பத்தி ரொம்ப பெருமையா நினைக்க வச்சது. அவன் கண்ணாரக் காணாத அய்யா கனவிலே வந்து நிறைய வித்தையெல்லாம் செஞ்சு

காட்டுவார். அய்யா என்றாலே விளையாட்டும் வித்தையும் தான் நினைப்பிலே வரும். அப்படித்தான் பொம்பிளைகள் அவனிடம் சொல்லியிருந்தார்கள்.

எந்தப் பெரிய கல் உரலையும் கூட அந்தாசமாகத் தலைக்கு மேலே தூக்கி எறிஞ்சிருவாராம். பந்தயம் வச்சா சமயத்திலே பெரிய ஆட்டுரலக்கூட தூக்கி எறிஞ்சிருவாராம். சோடா, கலர் பாட்டில் மூடிகளை பல்லாலே கடிச்சே ஒடைச்சுருவார். காடுகளுக்கு போய் வேலை வெட்டி பாத்து திரும்பி கஞ்சி காச்சிக் குடிச்சிப்போட்டு தெருச்சனங்கள் மடத்து வாசல்ல இல்லாட்டி காவல்காரத் தேவர் வீட்டு முத்தத்திலே கூடி உக்கார்ந்திருக்கும் போது இசக்கி முத்து அதுதான் கருப்பசாமியோட அய்யா - பல விளையாட்டுகளை செய்து காட்டுவான்.

நிறை குடத்தை கையாலே தொடாம பல்லுட்டக் கடிச்சே தூக்கிருவான். கை ரெண்டையும் கீழே ஊன்றி தலை கீழே நடப்பான். பிறகு யாராச்சும் ஒரு திருகையைத் தூக்கிக் கொண்டாந்து போடுவார்கள். அதையும் அடிப்பாகத்து முளைக் குச்சியைப் பல்லாலே கடிச்சே தூக்கி எறிவான். அப்படி வித்தைகளைச் செய்து காட்டும்போது அவனுடைய மச்சினன்மார் யாராச்சம் வாழைப்பழம், முறுக்கு, கருவாடு எல்லாத்தையும் ஒரு சணல் கயித்திலே மாலை கணக்கா கட்டி அவன் கழுத்திலே போடுவார்கள். கிண்டலாக எதையாச்சும் சொல்லியபடி.

ஆனால் சும்மா யாராச்சும். ஏப்பா இசக்கிமுத்து இந்த உரலைத் தூக்கிரு பாப்பம் என்று சொன்னால் - சவால் விட்டாலும் கூட அவன் அசைய மாட்டான். அவனுக்கா தோணணும். அப்பத்தான் இதெல்லாம் செஞ்சு காமிப்பான். கடைக்காரத் தேவரை மாதிரி ஒரு சில பேருக்குத்தான் எப்படி அவனைக் கிளம்பி விடுகிறது என்பது தெரியும்.

பகல் நேரங்களிலே வெயிலுக்கு ஆத்தாம், ஆட்கள் மடத்தில் படுத்து கிடப்பாக. இசக்கிமுத்தும் படுத்திருப்பான். அந்நேரம் வாசல்லே நெல்மூட்டைகள் கிடக்கும். அதுகளை ரைஸ்மில்லுக்கு கொண்டு போக வண்டியும் நிற்கும். மூட்டைகளை வண்டியில் ஏத்த ஆள் தேடிக்கொண்டிருப்பார்கள். மடத்துக்குள்ளேயிருந்து கடைக்காரத் தேவரை மாதிரி யாராச்சும் அந்நேரம் பைய பேச்சைக் கிளப்புவார்கள். "ம்ம்... அந்தக் காலத்துலே நாங்கள் எளவட்டங்களா இருக்கும் போது எத்தனை அம்பாரமா

மூட்டைகள் கிடந்தாலும் ஒத்தையிலே தூக்கித் தூக்கி வண்டியிலே எறிஞ்சிருவோம். இந்த காலத்துப் பயலுகளுக்கு நாலு மரக்கா நெல்லைத் தூக்கணுமின்னாக்கூட நாலாள் வேண்டியிருக்கு!"

இவர்கள் பேசுறதையெல்லாம் கவனியாதவன் மாதிரி வேற எங்கிட்டோ பார்த்தபடி படுத்துக்கிடப்பான் இசக்கிமுத்து. ஆனால் அதே பாணியில் அவர்களின் பேச்சு போய்க்கொண்டே இருக்கும். திடீரென்று எழுந்து நின்று தார்ப்பாச்சி கட்டிக்கொண்டு வெளியே பாய்ந்துவிடுவான் இசக்கிமுத்து. அத்தனை மூட்டைகளையும் முக்கித் திணறி ஒத்தையிலேயே வண்டியில் ஏற்றிவிட்டு வேட்டியை உதறிக்கட்டியபடி "ம்ஹ்ம்... இதெல்லாம் ஒரு வேலையாக்கும்..." என்கிற மாதிரி ஒரு பார்வையுடன் போய் பழையபடி படுத்துவிடுவான்.

அவனைக் கிளப்பிவிட்ட கிழடுகள் தங்களுக்குள் கண்ணைச் சிமிட்டிக் கொண்டு "ஆனாலும் நம்ம இசக்கி முத்து கணக்கா வேலை பார்க்க யாராலும் முடியாதப்பா..." என்று அவனைத் தூக்கி வச்சுப் பேச ஆரம்பித்துவிடுவார்கள். அதையும் காது கேளாதவன் மாதிரி கண்டுகொள்ளாமலிருந்து விடுவான்.

இப்பிடி அவனைக் கிளப்பிவிட்டே ஊரில் கலியாணம், சடங்கு, இழவு வீடுகளில் எல்லா வேலைகளையும் வாங்கி விடுவார்கள். ஊடே ஊடே 'ஏயப்பா... எசக்கிமுத்தைப் போல உண்டுமா' என்று சொல்லி விடுவார்கள். அவனுக்கு அது போதும்.

இதனால் அவனுக்கும் அவனோட அய்யாவுக்கும் நாளும் தகராறுதான். அன்னாடம் பாடுபட்டுக் கஞ்சி குடிக்கிற குடும்பத்திலே ஆம்பிளைப்பிள்ளை இப்பிடி அத்துவிட்ட கழுதை கணக்காக அலைஞ்சா யாருக்குத்தான் கோவம் வராது. அவன் அய்யா சொல்ற வேலை எதுவும் அவனுக்குப் பிடிக்கவில்லை. அதுவுஞ் சரிதான் சும்மா பிடிச்சிக்கிட்டு கிணத்து 'வெட்டுக்குப்போ' 'தொழி வெட்டப்போ' 'உழவுக்குப் போன்னு' உசுரை வாங்கினா அவனுக்கு எப்படி பிடிக்கும். தினம் சண்டைதான் மிஞ்சும். அவனுடைய அய்யாவுக்கு என்ன அவன் வேலை செய்யாட்டாக்கூட ஒண்ணுமில்லை. அடக்க ஒடுக்கமா நாலு பேரைப் போல நம்ம பய இல்லியேன்னு தான் வேதனைப்பட்டார். நாடகத்து ராஜாபோல அவன் நடக்கிற நடையே அவருக்கு வல்லுசாகப் பிடிக்காது. வீட்டு வாசப்படியை மிதிச்சு ஒரு நாளும் அவன் வீட்டுக்குள் போனது மில்லை வந்ததுமில்லை. ஒரேதாவுதான். உள்ளிருந்து வெளியே. கடைசியில் சண்டை நின்று ஒரு சமாதானமான முடிவு வந்தது.

பழைய சைக்கிள் ஒன்றை விலைக்கு வாங்கிக் கொடுத்து கையிலும் பத்து ரூபாயைக் குடுத்து அனுப்பினார் அவன் அய்யா. அவன் தூத்துக்குடி போய் அதற்கு மீனோ கருவாடோ வாங்கி சைக்கிள் பின்னால் ஒரு கூடையில் கட்டி கிராமம் கிராமமாகப் போய் விற்று வந்தான். கொஞ்சம் நிம்மதி அடைந்தார் அவனுடைய அய்யா. ஆனால் அதுவும் ரொம்ப நாளைக்கு நிலைக்கவில்லை.

இவன் போகிற ஊர்களில் கருவாடு வித்தானோ இல்லையோ முதல் காரியமாக ஊரில் இளவட்டக்கல் எங்கே கிடக்குதுன்னு தேடிப்பார்த்து அதிலே ஏறி உட்காருவான். உடனே அங்கன ரெண்டு பெரியாட்கள் கூடி விடுவார்கள்.

"யோவ் சண்டியரு... எதுலே உட்கார்ந்திருக்கமின்னு தெரிஞ்சுதாம் உக்காந்திருக்கீரா?"

"தெரியாம என்ன! எல்லாந் தெரிஞ்சுதாம் உட்கார்ந்திருக்காக..."

"ஏளவட்டக்கல்லை மிதிச்சா என்னு செய்யணுமின்னு தெரியுமில்லே."

"ஏன்னய்யா பெரிய பூடகம் போடுறிக" என்றபடி கல்லைவிட்டு எழுந்து சடாரென அந்த இளவட்டக் கல்லைத் தலைக்கு மேலே அத்தாசமாகத் தூக்கி எறிந்து விட்டு "இம்புட்டுத்தானய்யா" என்பான்.

எல்லாரும் அசந்து போவார்கள். ஆளு இட்புட்டுக்காணு நரம்பு கணக்கா இருந்துக்கிட்டு தூக்கிப்புட்டானே என்பார்கள். பிறகு பிரியத்துடன் அவனிடம் சில பேர் கருவாடு வாங்குவார்கள். கேட்ட விலைக்குக் கொடுத்துவிடுவான். துட்டு இல்லையென்றாலும் பார்க்க பாவமாயிருந்தால் அதுக்கென்ன சும்மா கொண்டு போங்க என்று கொடுத்துவிடுவான். இப்படி சுத்துப்பட்டி பூராவிலும் அவன் பேர் பரவியது.

பழையபடி வீட்டில் நித்தமும் சண்டை நடந்தது. சரி, இந்த வைத்தியமெல்லாம் சரிப்பட்டு வராது என்று அவனுடைய அய்யா நாலு பெரியாட்களிடம் கலந்து பேசி கீ காட்டிலிருந்து காளியம்மாளைக் கொண்டுவந்து அவனுக்குக் கட்டி வைத்து அவளிடம் 'நீதான் பயலை வசத்துக்குக் கொண்டு வரணும்' என்று சொல்லி தனியாக ஒரு வீட்டையும் பார்த்துக் கொடுத்து 'இனி ஒங்க பாடு' என்று கையைக் கழுவிவிட்டார். அவளும் ஒரு வருசத்துக்கும் மேலே ஒண்ணும் சொல்லாம அவன் போக்குப்படியே தான் விட்டுவைத்தாள். கருப்பசாமி பிறந்தான்.

பிறகுதான் சண்டாளி காளியம்மா, இசக்கி முத்தை ஊரைவிட்டே விரட்டி விட்டாள் என்று நல்லம்மாப் பாட்டி கருப்பசாமியிடம் சொல்லியிருந்தாள். இப்பிடி ஏழு வருசங்கழிச்சு அய்யா வந்த நாலாம் நாளே இப்பிடிப் போட்டு வையிராளே ஆத்தா என்று கருப்பசாமிக்கு அழுகை அழுகையாகவும் கோவங் கோவமாகவும் வந்தது. பொம்பிள்ளைகள் எல்லாருஞ் சொன்னது சரியாத்தான் இருக்கும் போல. ஆனா எதுக்காக இப்பிடி வஞ்சு தள்ளுறா என்பதுதான் அவனுக்குப் புரியவில்லை.

அவனுக்கு மட்டுமல்ல, அவனுடைய அய்யா இசக்கி முத்துக்கும் புரியவில்லை. இவ எதுக்காக இப்பிடி போட்டு நம்மள வையிறா? என்ன குத்தம் செஞ்சோம்! அவளோட வெறுத்த மூஞ்சியைப் பார்க்கவும் வசவுகள கேக்கவும் தான் விதிச்சிருக்கு. கலியாணமான முதல் வருசத்திலிருந்தே இப்ப இருக்க மாதிரி இருந்தது. முந்தியும் இப்பிடித்தான் வைதாள்.

'ஆம்பிள்ளைன்னா கஷ்டப்பட்டு நாலு காசு சம்பாரிக்கத் துப்பிருக்கனும். இப்பிடி மேலு வலிக்காம அலைஞ்சா வீடு எப்படி நடக்கும்!'

தினசரி வசவுதான். அவளுடைய கடுகடுத்த வெறுப்பான முகத்தைப் பார்க்க சக்தியில்லாமல் தான் ஊரைவிட்டே ஓடிப்போனான். ஓடிப்போனாலும் அவள் ஆசைப்பட்டபடி இந்த ஏழு வருசமும் ராவாப் பகலாய் மேல் வலிக்க கஷ்டப்பட்டுத்தான் உழைத்தான். மதுரை, திண்டுக்கல், சேலம், கரூர் என்று பல ஊர்களிலும் ஓட்டல்களில் மாவரைத்தான். தண்ணீர் சுமந்தான். மூட்டை சுமந்தான். மாவரைத்தும் கிணற்றில் தண்ணீர் இறைத்தும் கையெல்லாம் காய்ச்சுப்போயிருந்தது. அதைக்கூட அவளிடம் காட்டினான்.

"இங்கரு... நீ சொன்னபடி கஷ்டப்பட்டுத்தானே இத்தனை வருசம் வேலை பாத்தேன். பிறகும் எதுக்கு வையிறே" என்று பரிதாபமாகக் கேட்டான்.

"பேசாதே" என்று அவன் மேல் 'வள்' என்று விழுந்தாள். உடனே எதை நினைத்தோ ஏங்கி அழவும் ஆரம்பித்தாள்.

அவள் முன்னைப்போல அவனை வைய மட்டும் செய்தால் அவன் பழையபடி ஓடிவிடலாம். இப்போது பாவமாக இருந்தது. அழ வேறு செய்கிறாளே. ஆனா அழுகையையும் மீறி அவன் மேல் வெறுப்பைக் கக்கினாள். வாயைத் தொறக்கவே விடமாட்டேங்கறாளே. இந்த ஏழு வருசமும் பல ஊர்களில் தான்

கஷ்டப்பட்டதும் மஞ்சக்காமாலையும் டைபாயிட் காய்ச்சலும் வந்து அனாதையாய் அவதிப்பட்டதும்கூட அவனுக்குத் துன்பமாயில்லை. இப்போது என்னதான் செய்வது என்று குழம்பினான்.

கடைசியில் ஒரு முடிவுக்கு வந்து அவளிடமும் சொன்னான். “இப்பயும் நீ என்ன சொல்றயோ அது கணக்காவே செய்யிறேன். பொழுதன்னைக்கும் என்னைய வையாதே காளி. இனுமேயும் நீ வஞ்சையின்னா கிணத்துலே விழுந்து செத்தே போவேன்.”

நிசத்துக்கே அவன் அது ஒன்றுதான் வழி என்று நினைத்தான். இந்த ஏழு வருஷமும் ஒவ்வொரு முறை அவன் ஊருக்கு திரும்ப நினைத்த போதெல்லாம் அவளுடைய கோபமான கடுத்த முகமும் சிடுசிடுத்த பேச்சும்தான் நினைவில் வந்து கிளம்பவிடாமல் தடுத்தது. இப்பவும் அதே தொடர்ந்தால் கிணத்துலே விழுவதைத் தவிர வேற வழியே கிடையாது.

அவன் இதைச் சொன்ன பிறகும் ஒரு நாள் பூரா அவ அழுதுகொண்டுதான் இருந்தாள். அவன் வீட்டுக்குள் வர முடியாதவனாக வெளியவே உட்கார்ந்து எந்தக் கிணற்றில் விழுகலாம் என யோசித்து ஊரிலேயே ஆழமான நம்மையா நாய்க்கர் தோட்டத்துக் கிணற்றிலேதான் விழகணும் என்று தீர்மானித்துக் கொண்டிருந்தான். அய்யாவின் நிலையைக் காணச் சகியாத கருப்பசாமி அப்பத்தா வீட்டிலே அழுதுகிட்டிருந்தான்.

மறுநாள் சாயந்திரம் திடீரென்று அவள் அழுகையை நிப்பாட்டினாள். ஒரு முடிவுக்கு வந்து இசக்கி முத்துவைக் கிட்டத்தில் வரச்சொன்னாள். சின்னப்பிள்ளைகளிடம் கொஞ்சலாகப் பேசுகிற மாதிரி அவனுடைய முகத்தை அன்போடு கைகளால் பிடித்துக் கொண்டு ‘நாஞ் சொல்றபடி யெல்லாம் கேப்பீரா’ என்று கேட்டாள்.

இவ்வளவு கனிவாக அவள் கேட்டதும் இசக்கி முத்துக்கு ‘மூஸ் மூஸென்று’ இரைத்துக் கொண்டு அழுகையே வந்துவிட்டது. “நீ என்ன சொன்னாலும் கேப்பன்” என்று உடைந்த குரலில் உறுதியாகச் சொல்லி அவள் தலையில் அடித்து சத்தியம் பண்ணினான்.

கருப்பசாமிக்கு ஏகக் கொண்டாட்டமாப்போச்சு. அவன் அய்யாவும் ஆத்தாவும் ராசியாப்போனது மட்டுமில்லை; அவக வீட்டிலேயே இட்லிக்கடையும் ஆரம்பிச்சுட்டாக. முதல்லே இட்லியும் காப்பியும் மட்டும் போட்டாக. பிறகு வடையும் மொச்சையும் சேந்துக்கிருச்சி. வடைகளையும் மொச்சைகளையும் ஒரு கடகப்பொட்டியிலே வச்சு தூக்கிட்டு காளியம்மா நஞ்சைக்காடு

புஞ்சைக்காடெல்லாம் அலைந்தாள். காடுகரையிலே வேலை செய்ற சனங்களுக்கு துட்டுக்கும் பருத்திக்கும் தானியத்துக்குமாக தினசரி வித்து வந்தாள். தயார் பண்ற வேலையும் வீட்டிலேயே வாரதை கவனிக்கிற வேலையும் இசக்கி முத்துக்கு. படிச்சுகிழிச்சது போதுமின்னு கருப்பசாமியை கைவேலைக்கு கடையிலேயே இருத்திக்கிட்டாக. அவனுக்கு ஏகக் கொண்டாட்டம். பள்ளிக் கொடம் போகாமல் அய்யா வடை சுடுறதைப் பார்த்துக்கிட்டிருக்கதுலே அவனுக்கு ரொம்பச் சந்தோஷம். அவக அய்யா எல்லாரையும் போல் வட்டமாக வடை சுட மாட்டான்; சதுரமாகவும் உருளையாகவும் நீளமாகவும் ஏரோப்பிளேன் மாதிரியும் பல சைஸ்களில் மாவை உருட்டிப்போட்டு விடுவான். பார்க்கப் பார்க்க வேடிக்கையாக இருக்கும்.

இந்த வடைகளைப் பார்த்து காடுகரையெல்லம் சனங்கள் சிரிச்சு உருண்டார்கள். விக்கப் போற காளியம்மாளுக்கு மானக்கேடாய் இருந்தது. ஒருநாள் வந்து விரட்டு விரட்டுன்னு அவனை விரட்டினாள். ‘சரி, சரி, இனிமே இப்பிடி செய்யமாட்டேன்'னு சொல்லி பிறகு ஒழுங்கா வட்டமா வடை சுட்டான்.

அவன் காப்பி ஆத்துறதே ஒரு தினுசா இருக்கும். இந்த கையிலிருந்து உயரே தூக்கி எறிந்து மறுகையிலிருக்கும் கப்பில் ஒத்தப்பொட்டுக்கூடச் சிந்தாமல் பிடித்துவிடுவான். அதை வேடிக்கை பாக்கதுக்குன்னே சிறுசும் பெருசுமாய் ஒரு கூட்டம் தினசரி வந்தது. பிறகு அதுக்காக ஒரு நாள் அவனைப்போட்டு விரட்டினா காளியம்மா. ‘சரி சரி இனிமே செய்ய மாட்டேன்னு’ சொல்லி பிறகு ஒழுங்கா ஆத்தினான்.

அதேமாதிரி துட்டு இல்லாம வந்துநிற்கிற கஷ்டப்பட்டதுகளுக்கு இட்டிலி வடைகளை அவன் சும்மா தூக்கிக் கொடுக்கிறதை கண்டுபிடிச்சு அதுக்காக ஒரு நாள் வசவு உரிச்சுட்டாள் காளியம்மா. சரி சரி, இனிமே இப்படி செய்யலேன்னு சத்தியம் பண்ணினான். ஆத்தா வந்து விரட்டுறதும் அய்யா சரிசரின்னு மண்டையை ஆட்டுறதும் கருப்பசாமிக்கு விளையாட்டாயிருந்தாலும் பாதகத்தி பாடாப்படுத்துறாளேன்னு நல்லம்மாப்பாட்டி சொல்ற மாதிரி தானும் நினைச்சுக்கிருவான்.

காளியம்மா சுடு சொல் ஏதும் சொல்லிறக்கூடாதேன்னு பயந்து பயந்து இசக்கிமுத்து மங்குமங்குன்னு ராவாப் பகலா வேலை பார்த்தான். யேவாரமும் மோசமில்லாம நடந்தது. அவளும்

அதிகமாக ஒண்ணும் அவனை வையவில்லை. அதுக்குப்பிறகு அவுகளுக்கு ரெண்டு பொம்பிளைப் பிள்ளைகளும் ஒரு பையனும் பிறந்தது. அதனால் இசக்கி முத்துக்கு இடுப்பொடிய வேலை இருந்தது. வேற எதப் பத்தியும் நினைக்க நேரமில்லை.

'தன் சேட்டைகளையும் கிறுக்குத்தனங்களையும் விட்டு இத்தனை வருசத்துக்குப் பிறகாச்சும் பய ஒரு வசத்துக்கு வந்தானே' என்று இசக்கி முத்துவின் அய்யாவும்; தான் பட்ட துயரமெல்லாம் போய் தான் ஆசைப்பட்டபடிக்கே நாலு பேரைப் போல தன் புருஷனும் ஏதோ சம்பாத்தியம் பண்ணுகிறானே என்று காளியம்மாவும் ஆசுவாசப்பட்டுக் கொண்டார்கள்.

ஆனாலும் திடீர் திடீரென்று, சமயங்களில் கடைக்கு சாப்பிட வருகிறவர்களிடம் "தாங்கள் என்ன அருந்துகிறீர்கள்? தாக சாந்திக்கு காப்பி தரட்டுமா" என்று அவன் கூத்துக்காரர்களைப்போல் பேசுவதையும், ஆளில்லாத சமயங்களில் ஒரு வடையைத் தூக்கிப்போட்டு கருப்பசாமியுடன் பந்து விளையாட்டு விளையாடுவதையும் போல சில சின்ன சின்ன விஷயங்களை மட்டும் செய்தான். சாகிறவரைக்கும் காளியம்மாவால் அவனை திருத்தவே முடியவில்லை.

●

6

அந்நியம்

அரெஸ்ட் பண்ணித்தான் அவனைத் திரும்பக் கொண்டு வந்தார்கள். வந்ததும் 'பிரிகேட் குவார்டர் கார்டு'க்குள் சிறை வைத்தார்கள். இறுகிப் போயிருந்த அவனது முகத்தை இறங்கி வழிந்த கண்ணீர்க்கோடுகளால் இளக்க முடியவில்லை. மூன்றாவது நாளில் விசாரணை துவங்கியது.

கையில் பெட்டியுடனும் கண்களில் தூக்கமின்மையின் கனத்துடனும் உடம்பில் ஒரு வாரப் பயணத்தின் அயர்வுடனும் மனசில் அலைமோதிய "உடனே புறப்பட்டு வரவும் - ஸ்டார்ட் இம்மீடியேட்லி" தந்தி வாசகத்துடனும் முக்கு ரோட்டில் இறங்கி மூணு மைல் இருட்டுப்பாதையில் தனியே நடந்து ஊரின் எல்லையை மிதித்தபோது...

"எவண்டா அது, நில்றா"

"நான்... நான் சுவாமிநாதன்... மிலிட்டரியிலிருந்து வாரேன்"

"நீ எங்கிருந்து வந்தான்னடா! மயிரு, நில்றா அப்பிடியே."

"ஏன்?"

"நில்றான்னா நிப்பியா... என்னடா கேள்வி மயிரு..." பிறகுதான் இருட்டில் மறைந்து நின்ற வெள்ளைப் போலீஸ் வேனும், போலீஸ் கும்பலும் சாமிநாதன் கண்களுக்குப் புலனாயின. நாக்கு வறள நெஞ்சுப் பதைப்பு அதிகரிக்க திகைத்து நின்ற அந்த நிமிஷம் முதல் 'அரெஸ்ட்' பண்ணி யூனிட்டுக்குத் திரும்ப கொண்டுவரப்பட்டது வரையிலான அனைத்தையும் வெடித்து வந்த ஆங்காரத்தையும் அழுகையையும் மனசில் போட்டு அமுக்கியபடியே விசாரணைக்குழுவிடம் சொல்லி முடித்தான். நீ செய்த தவறை உணர்ந்து மன்னிப்புக் கோருகிறாயா? என்கிற கடைசிக் கேள்விக்கு அழுத்தமாய் மௌனம் சாதித்தான்.

லீவு முடிந்து ஒரு மாதமாகியும் கூட - ஆபீஸர் கமாண்டிங் மூன்று கடிதங்களும் இரண்டு தந்திகளும் அனுப்பிய பிறகும் கூட அவன் உடனடியாக டூட்டிக்குத் திரும்பாதது முதல் குற்றம். விடுமுறையில் சிவிலியன்களுடன் கைகலப்பில் ஈடுபட்டது இரண்டாவது குற்றம். இவற்றைத் தவறென ஒப்புக்கொள்ள மறுப்பது மூன்றாவது குற்றமென முடிவு செய்யப்பட்ட இருபத்தி எட்டு நாள் *RI* கடுங்காவல் தண்டனை தீர்ப்பாகியது.

இருபத்தெட்டு நாள் இரவுகளும் சிறைக்கம்பிகளின் பின்னால் கழிந்தன. மங்கிய பகற்பொழுதுகளில் 'பிட்டு பரேட்' நடந்து கொண்டிருந்தது. பனிமலையின் முகடுகளில் மோதி எதிரொலித்த ஹவல்தார் மேஜரின் விசில் சத்தத்தின் ஆணையின் கீழ் முதுகில் மணல் மூட்டையுடன் அவன் ஓடினான். திரும்பினான். நடந்தான். உருண்டான் முட்டிக் கைகளை ஊன்றி ஊர்ந்தான். தண்டனை நிறைவேறிக் கொண்டிருந்த ஒவ்வொரு நிமிஷமும் முகத்தின் இறுக்கம் கொஞ்சம் கொஞ்சமாக மனசுக்கு இறங்கிக் கொண்டிருந்தது. இரவுகள் தோறும் பூட்டிய அறைக்குள் படுத்துக்கொண்ட ராசையாவை தூக்கிப்போட்டு மிதித்துக் கொண்டிருந்தான். கனத்த பூட்ஸ் கால்களால் மிதித்துத் துவைத்தான். குறிப்பாக அவனுடைய விடைத்த மூக்கைக் குறிவைத்து தினசரி தாக்கினான். தூக்கம் கலைந்து பகலின் சுமை உடம்பைத் தாக்க வலியை உணர்ந்தபடி ஒவ்வொரு இரவையும் கழித்தான்.

தண்டனைக் காலம் முடிந்த பின்னும் எவருடனும் பேச்சு வைத்துக்கொள்ளாமல் தனித்திருந்தான். பாரக்ஸில் அவனுடன் பேசவும் அவன் துயரத்தைப் பகிர்ந்து கொள்ளவும் சக சிப்பாய்கள் பரிவுடன் காத்திருந்தார்கள். தண்டனை முடிந்து சில தினங்களுக்கு எந்த சிப்பாயும் யாருடனும் பேசமாட்டான் என்பதால் அவனாகப் பேசட்டும் என்று காத்திருந்தார்கள். ஆனால், அவன் எந்த சிப்பாயைப் போலவும் இருக்கவில்லை. ஒரேயடியாகத் தன்னை இறுக மூடிக்கொண்டான். மாதங்கள் கழிந்த பின்னும் கூட தெரிந்தெடுத்த ஓரிருவருடன் மட்டும்தான் பேசினான். அவர்கள் அவனுக்கு ஆலோசனை கூறினார்கள் "இங்கிருந்து புகார் எழுதி அனுப்பு - உடனே கவனிப்பான்." அது சில விஷயங்களில் நடக்கும்தான். ஒரு சோல்ஜரின் குடும்பத்திற்கு ஏதாவது தொந்தரவு என்றால் சிவில் போலீஸ் விஷேச அக்கறை எடுத்து நடவடிக்கை எடுக்கும் மரபு உண்டு. ஆனால் சாமிநாதன் வெறுப்புடன் சிரித்தான். அந்த இன்ஸ்பெக்டர் சொன்னான், "நீ மிலிடரிக்காரனா இருந்தா

எனக்கென்னவே. ராசையாவைக் கொல்ல முயற்சி பண்ணினதா உன் தம்பி மேலே கேஸ் பைல் ஆகியிருக்கு. அவனை எங்கே மறைச்சி வச்சிருக்கிக. மரியாதையா கொண்டு வந்து ஒப்படைச்சிருங்க. அவ்வளவுதான் என்னால இப்ப சொல்லமுடியும்.''

வக்கீலிடம் ஓடினான். எழுதிக்கொண்டு வந்த புகாரை இன்ஸ்பெக்டர் வாங்க மறுத்ததைச் சொன்னான். வக்கீல் எல்லாவற்றையும் கேட்டுவிட்டு சொன்னார். ‘‘விபத்து நடந்த மறுநாளே உங்க ஆளுக ராசையாவை அடிக்கப் போனது தப்பு. சந்தேகம் இருந்ததானா முதல்ல போலீசுக்கு புகார் பண்ணியிருக்கணும். இப்ப அவன் முந்திகிட்டான். அவன் கொடுத்த புகார்தான் முதல்ல பதிவாயிருக்கு. அதோட அவன் கூப்பிட்டதால ஊருக்குள்ள வந்த போலீசையே எதிர்த்து உங்க ஆளுக கல்லை விட்டெறிஞ்சு சண்டை போட்டிருக்காங்க. கேஸ் இப்ப அவன் பக்கம் ரொம்ப ஸ்ட்ராங்க்.''

எழுந்து போக யத்தனித்தவனை நிறுத்தி வக்கீல் சொன்னார். ‘‘தம்பி... ராசையா யாரு அவன் செல்வாக்கு என்னன்னு தெரிஞ்சிருந்தும் அவனிட்ட ஏன் மோதறிங்க. பேசாம உங்க தம்பியை சரண்டர் ஆகச் சொல்லுங்க.'' அடுத்த வக்கீல் வேறு மாதிரியாகச் சொன்னார் ‘‘நியாயம், தர்மம் எல்லாம் கோர்ட்லே நிக்காது சார். சட்டபூர்வமான நிரூபணம் ஏதாவது இருக்கா?'' சரிதான் போடா மயிரு என்று மனசில் பேசியபடி வெளியேறினான். எங்கும் வெயில் உறைத்து அடித்தது. ஒதுங்குவதற்கு நிழலற்ற ரோடு உருகிக் கொதித்தது.

மனம் கொதித்தான். அவன் அடிக்கப் போனதுதான் குத்தம். குடிசைகளுக்கு அவன் தீ வச்சதும் பதிமூணு பேர் செத்ததும் குத்தமில்லை. அது விபத்து. தற்செயலான விபத்து. நிரூபணம் வேணும். ஈனத்தாயளிக. கூலித்தகராறு வந்த வருஷத்திலேயே புகார் பண்ணினபோது எங்கே புடுங்கப்போனிக. சங்கம் வச்சு சட்டப்படி கேட்டதுக்கு தீயை வச்சிட்டான். இப்ப நிரூபணம் வேணும்!

இந்த புடுங்கின சட்டப்படியெல்லாம் எதுவுஞ் செய்ய வழியே இல்லையென்று சாமிநாதன் சொன்னான். சக சிப்பாய்கள் ஏன் முடியாது என்று வாதம் புரிய முன்வந்தார்கள். அப்பவும் அவன் பேச்சைத் தவிர்த்துவிட்டு தனித்துப் போய்விட்டான். ஓசையைத் தவிர வேறு சத்தமில்லை. இரவு ஏழு மணிக்குத்தான் முதல் ஜீப் திரும்பியது. பிடிபட்டுவிட்டார்கள். உடனடியாக ஆம்புலன்ஸ் தேவை. ஜீப் வழிகாட்ட ஆம்புலன்ஸ் பறந்தது.

ராஸ்கல் வரட்டும் என்று கர்னல் சாஹப் காத்திருந்தார். ஆனால் நினைவு திரும்பாத மயக்க நிலையில்தான் அவனைக் கொண்டுவந்தார்கள். அவ்வளவு லேசில் அவர்களைப் பிடித்துவிட முடியவில்லை. எந்தச் சாலையையும் பயன்படுத்தாமல் பனிப்பாறைகளின் ஊடாக உறைந்து கிடந்த ஜ்வலாமுகி நதியின் மார் மீது நடந்து சென்றார்கள். ஜ்வலாமுகி கீழே பதினாறாவது கிலோமீட்டரில் தீஸ்தாவுடன் இணைகிற இடத்தில் கொஞ்சம் சமவெளி. அங்குதான் பிடிப்பட்டுவிட்டார்கள். அதுவும் ஒருசின்ன யுத்தமே நடத்த வேண்டியிருந்தது. மூன்று சிப்பாய்கள் காயமடைய சாமிநாதன் தப்பியோடும் போது தலைகுப்புறப் பாதையில் மோதி மூர்ச்சையாக...

மறுநாள் மாலையில்தான் கண் திறந்தான். விழித்த சில நிமிஷங்களில் கர்னல் சாஹப் அவன் கண்முன் தோன்றினார். "யூ ப்ளடி ஃபூல்" என்று ஆரம்பித்து இங்கிலீஷிலும் இந்தியிலுமாக கால் மணி நேரம் சாடினார். ஆனால் அவன் எவ்விதச் சலனமுமின்றி அசையாமல் அவரையே பார்த்தபடி அமர்ந்திருந்தான். திடீரென ஆத்திரம் மேலிட அடிக்கப்போகிறவரைப் போல கையை ஓங்கிக்கொண்டு ஏதோ சொல்லியபடி அவனை நெருங்கினார். அப்போது யாரும் எதிர்பாராதபடி சாமிநாதன் குதித்தெழுந்து கையில் துப்பாக்கி இருப்பதான பாவனையில் உணர்ச்சிக் கொந்தளிப்புடன் "ச்சார்ஜ்" என்று பனிமலைகள் தகரும்படியான குரலெழுப்பி துப்பாக்கி முனையால் எதிராளியைத் தாக்கினான். துப்பாக்கி முனையிலிருந்த கூர்மையான பயோனெட்டால் மாறி மாறி எதிரியின் வயிற்றில் குத்தினான். ஒவ்வொரு குத்துக்கு முன்னும் "ச்சா..ஜ்." தடுமாறிப்போனார் கர்னல் சாஹப். நாலைந்து பேர் சேர்ந்து அமுக்கிப் பிடித்துத்தான் படுக்கவைக்க முடிந்தது. படுத்த மறு நிமிஷம் 'சார்ஜ்' என்று அலறியபடி கட்டில் மீதேறி பயோனெட்டால் எதிரியைக் குத்திக் கொல்ல ஆரம்பித்தான். வேறு வழியின்றி கட்டிலோடு சேர்த்து கையையும் காலையும் கட்டிப்போட்டு தூங்குவதற்கு ஊசியை ஏற்றினார் டாக்டர்.

யுத்த ஒத்திகைப் பயிற்சி நடந்து கொண்டிருந்தது. கையகப்பட்டுவிட்ட எதிரியை குண்டுகளை வீணாக்காமல் கொல்லும் பயிற்சி. அவனை முதலில் கதிகலங்கச் செய்ய ஒரே கூக்குரலில் சார்ஜ்... என்று அலற வேண்டும். மிரண்டு போய் அவன் நிற்கும் போது துப்பாக்கி முனையில் இணைந்திருக்கும் பயோனெட்டை அவன் வயிற்றில் பாய்சிவிட வேண்டும்.

ரெடி-இந்த பஞ்சு பொம்மைதான் துஷ்மன். கம் ஆன்-ஒன்-த்ரீ

ச்சார்ஜ்

சார்ஜ்

சார்ஜ்

புளியமரத்தில் ராசையாவைக் கட்டியிருந்தது. ஊர் கூடியிருக்க சாமிநாதனின் தம்பி முத்துராசு கதறிக்கொண்டிருந்தான்.

“நம்ம ஆத்தாவையும் அய்யாவையும் தீயை வச்சுப் பொசுக்கிட்டாண்ணே...”

ஒன்-டூ-த்ரீ

சார்ஜ் ஜ்

ச்... சார்ஜ்

ராசையாவின் வயிற்றில் சாமிநாதன் பயோனெட் பாய்ந்து பாய்ந்து மீண்டது. மறுநாள் விடியும் முன்பாக சாமிநாதனையும் இரண்டு மருத்துவ உதவியாளர்களையும் ஆயுதந்தாங்கிய மிலிடரிபோலீஸ் ஆம்புலன்ஸ் சுமந்துகொண்டு கீழ்நோக்கிப் பயணப்பட்டது. நெடுந்தொலைவிலிருந்த பேஸ் ஹாஸ்பிடலுக்கு அவனைக் கொண்டு செல்ல உத்தரவாகியிருந்தது.

மாலைச்சூரியனை தரிசித்தபோது வண்டி சமவெளியில் பிரவேசித்தது. எல்லோரும் உல்லன் ஆடைகளைக் களைந்து எறிந்தனர். ஜன்னலோரத்து இருக்கையில் சாய்ந்து அமர்ந்திருந்தான் சாமிநாதன். சமவெளி நீண்டு பரந்த சமவெளி. மரம் செடிகளற்றுத் தொடுவானம் வரை நீண்ட சமவெளி. ஆம்புலன்ஸ் விரைந்து கொண்டிருந்தது.

கைது செய்து காவலுக்கு வந்த சிவில் போலீஸ் தூங்கி விழுந்து கொண்டிருந்தனர். ரயில் விரைந்து பாய்ந்துகொண்டிருந்தது. சமவெளிப்பயணமும் நிசப்தமும், கக்கூகூகூவென்ற ரயிலின் ஓலமும் நெஞ்சைப் பிசைந்தன. சமவெளியெங்கும் கூகூகூவென்ற ரயிலின் ஓலம் மோதிச் சிதறியது. முடிவில் தொடங்கிய அடிவானில் மோதி எதிரொலித்தது. சிவந்த வானம் இன்னும் செக்கச்சிவந்து நெருப்பைப் பொழிந்தது. வானம் உருகிக் குழம்பாய்க் கொதித்துச் சமவெளியெங்கும் பாய்ந்து கரைபுரண்டு வந்தது. கூகூகுக்கூவென்ற ஓலமிட்டு மனிதர்கள் நெருப்பாற்றில் வெந்து கருகினர். முத்துராசு கதறினான். சாமிநாதன் முட்டி முட்டி அழுதான்.

ஆம்புலன்ஸ் ஜன்னல் கண்ணாடியில் ரத்தம் தெறிக்க சாமிநாதன் மூர்ச்சையானான். கூகூகூ.... வென்ற ஓலம் மட்டும் நீண்டுகொண்டே சென்று ஒரு மாயச்சுழலில் சிக்கிச் சுழன்று முன்னோக்கிப் பெரிதாகியவாறே வந்து கொண்டிருந்தது.

சாமிநாதன் கண்விழித்தபோது இளங்காலைச் சூரியனின் கதிர்கள் கண்ணாடி ஜன்னல் வழியே உள்ளே நீண்டன. ஜன்னலுக்கு வெளியே மைதானம் ஒன்று பசும்புல் பரப்புடன் நீண்டு கிடந்தது. மைதானத்தின் ஓரத்தில் நின்ற வேப்பமரத்தை வைத்து, தான் இருப்பது... ராஸ்கல்... அந்த வக்கீலின் வீடல்லவா என்பதை உணர்ந்து திடுக்கிட்டு வெளியேறப்போனான். ஆனால் அந்தச் சிறு அறையின் கதவுகள் பூட்டப்பட்டிருந்தன. கொதிப்படைந்து கதவை அறைந்தான். “தர்வாஜா கோலோ” என்று அறைந்து அறைந்து கத்தினான். அதற்குள் ஜன்னலுக்கு வெளியே படை வீரர்களின் அணிவகுப்பு ஆரம்பமாகிவிட்டது. லெப்ட் ரைட்- லெப்ட் லெப்ட்...

ஐயோ நேரமாகிவிட்டதே என்று பதறி ஓடி ஜன்னலில் முகம் புதைத்து படை வரிசையில் தன் இடத்தைத் தேடினான்.

லெப்ட் - ரைட் - லெப்ட் - லெப்ட் - லெப்ட் - ரைட் லெப்ட்.

•

7

பொன்ராசின் காதல்

வெளித்திண்ணையில் துப்பட்டியை இழுத்துப் போர்த்திப் படுத்துக் கொண்டு மானசீகமாக சந்திராவுடன் இன்பமாகப் பேசிக் கொண்டிருந்தான் பொன்ராஜ். அது ஒரு கடற்கரை. அவள் மடியில் அவன் தலையை வைத்துக்கொண்டு கிறக்கத்தோடு அவளோடு பேசிக்கொண்டிருந்தான். வீட்டுக்குள்ளே படுத்திருந்த பொன்ராசின் ஆத்தாள் வேண்டுமென்றே செய்வதுபோல் தொடர்ந்து 'கொல் கொல்' என்று கடுமையாக இருமிக்கொண்டிருந்தாள். பொன்ராசுக்கு வந்த ஆத்திரத்தில் 'அந்த மானக்கிப்போயி அவ கொதவளையை நெறிச்சுக் கொன்னுரலாமா' என்று நினைத்தான். இருமி இருமியே சந்திராவை விரட்டிவிட்டாள். திரும்ப அவளை மனசுக்குள் கொண்டுவர முடியவில்லை.

இந்த ஆத்தாள் ஒரு குணங்கெட்டவள். அவ செய்யிற காரியம் எதுவுமே அவனுக்குப் பிடிக்காது. எந்தக் காரியத்தைத்தான் அவள் ஒப்பரவாக விட்டாள்? முதலில் அவன் பெரிய பத்து வரைக்கும் படிச்சதே போதும். மேக்கொண்டு படிக்கப் போக வேண்டாம். அனுப்பமாட்டேன் என்று பிடி சாதனை பண்ணினாள். 'இவன் பி.ஏ. படிக்கணும் என்று முரண்டு பிடித்துக்கொண்டு சோறு தண்ணிவேண்டாமென்று மூலையில் படுத்துக் கொண்டான். பிறகு சரி படிக்கப்போ' என்றாள். ஆனால் அவன் இஷ்டப்படி அல்ல. விருதுநகரில் ஐடிஐயில் சேர்ந்து வயர்மேனுக்குப் படிக்கணும் என்றாள். இவன் பி.ஏ.தான் என்று ஒத்தக்காலில் நின்றான். அவனை இழுத்துக்கொண்டு போய் சுப்பிரமணி மாமாவின் முன்னால் நிறுத்தினாள் ஆத்தா. மாமா இவனுக்கு நல்ல வார்த்தைகள் சொல்லி தொழிற்கல்வியின் பயன்களையும் சொல்லி ஐடிஐ-யிலதான் சேரவேண்டும் என்று சென்னார். இவன் சரி என்று ஒத்துக்கொண்டு வயர்மேன் கோர்ஸில் சேர்ந்தான். அவர் சொன்னதுக்காக மட்டும் அவன் சரியென்று கொல்லவில்லை. மாமா அவனுடன் பேசிக்கொண்டிருந்த போது வீட்டுக்குள்ளேயிருந்து அவருடைய

மகள் சந்திரா இவனைப் பார்த்து சிநேகமாய் சிரித்தமாதிரி இருந்தது. அந்தச் சிரிப்பின் மயக்கத்திலேயே ரெண்டு வருஷத்தை ஓட்டிவிட்டான்.

படிப்பு முடித்து வந்ததும் சொந்தமா தொழில் பண்ணனும். வயக்காட்டை வித்து துட்டுக் கொடு" என்று ஆத்தாளிடம் கேட்டான். அவளா கொடுப்பாள்? 'ஆத்தாடி... அது பரம்பரைச் சொத்தல்லோ' என்று மறுத்துவிட்டாள். "சரி அப்பன்னா காதிலே கிடக்கிற பாம்படத்தையாச்சும் கழட்டிக்கொடு" என்று கேட்டான். அதுக்கும் முடியாது என்று சொல்லிவிட்டாள்.

அன்றைக்கு அவள் கழட்டி கொடுத்திருந்தால் இப்பம் இப்பிடி ராமசாமி மாமாகிட்ட இருநூறு ரூவாச் சம்பளத்துக்கு கரிமூட்டைகளை ஏற்றிக்கொண்டு லாரியில் லோடு அடித்துக் கொண்டு திரிய வேண்டியதில்லை. எது எடுத்தாலும் ஏனைக்குக் கோணையாக செய்து கொண்டு இப்ப தூங்கவும் விடாமல் நாய் மாதிரி 'வள்வள்'ளூண்டு இருமிக்கிட்டுக் கிடப்பதை நினைக்க நினைக்க இன்ன மட்டுதான் என்றில்லாமல் ஆத்திரமாய் வந்தது அவள்மேல். ச்சேய்க் கழுதைய...

ஆத்தா செய்த காரியங்களில் ஒன்றே ஒன்றுதான் அவன் சந்தோஷப்படும்படியாக இருந்தது. அது சந்திரா விஷயம்தான். ஊரில் வீட்டைவிற்றுவிட்டு சுப்பிரமணி மாமா குடும்பத்தோடு டவுனுக்கு குடிபோன பிறகு ரெண்டு மூணு தடவை ஆத்தா அங்கே போய் வந்தாள். போகிற வட்டமெல்லாம் மாமா, அத்தையிடமும் சந்திராவிடமும் பொன்ராசைப்பற்றி ரொம்ப பெருமையாகச் சொல்லி வைத்திருந்தாள். இவன் ஊரில் இப்போது வயரிங் காண்ட்ராக்ட் எடுத்து நல்ல சம்பாத்தியம் பண்ணுவதாகவும் ரொம்பவும் பொறுப்பா இருப்பதாகவும் ராமசாமி மாமாகூடச் சேர்ந்து இப்ப புதுசா லாரி வாங்கி கரிமூட்டை காண்ட்ராக்ட் எடுத்து அதிலயும் நல்ல சம்பாத்தியம் என்றும் பலவிதமாக சொல்லிவிட்டு வந்திருந்தாள்.

அதை கேள்விப்பட்டதிலிருந்து ரொம்ப பெருமையாக இருந்தது அவனுக்கு. தன்னுடைய அந்தஸ்தே மிகவும் உயர்ந்துவிட்டாற்போல இருந்தது.

ஆத்தா சொன்னதைக் கேட்டு மாமாவும் அத்தையும் குறிப்பாக சந்திராவும் தன்னைப்பற்றி என்ன நினைத்திருப்பார்கள் என்று பலவாறு கற்பனை செய்து மனக்கிளர்ச்சியடைந்தான். சந்திராவை பின்னால் ஏற்றிக்கொண்டு மோட்டார் பைக்கில் பறந்தான்.

“க. பொன்ராசு, ஐடிஐ. காண்ட்ராக்டர் அன் நிலக்கிழார்” என்று ஒரு ரப்பர் ஸ்டாம்பு செய்து வைத்துக்கொண்டான். சுப்பிரமணி மாமாவுக்கும் மாமாவின் பையன்களுக்கும் இந்த ஸ்டாம்பை பதித்து பொங்கல் வாழ்த்து அனுப்பினான். எப்படியும் அதை சந்திரா பார்க்காமலா போவாள்!

தன் ‘அந்தஸ்து’ ஞாபம் வந்துவிட்டால் லாரியில் லோடு ஏற்றுகிற ஆட்களோடு சகஜமாக பேசமாட்டான். “ம்ம்... ஆவட்டும்... சீக்கிரம்” என்று கறாரான முதலாளி மாதிரி நடந்து கொள்வான். இருபத்திநாலு பேரை வச்சு நான் வேலை வாங்குகிற பெருமையெல்லாம் ஒரு செய்தியாகவாச்சும் சுப்பிரமணி மாமாவுக்கு தெரிந்தால் நலமாயிருக்கும், டவுனில் ரொம்ப வசதியாக இருக்கும்; அவருக்கு அப்பத்தான் தன்னைப்பற்றி ஒரு நல்ல அபிப்பராயமும், ‘சரி இவனுக்கு நம்ம பெண்ணைக் குடுக்கலாம்’ என்ற எண்ணமும் ஏற்படும் என்று நினைத்தான்.

தானே ஒரு தடவை நேரில் சென்று வந்தால் தான் சரியாக இருக்கும் என்று முடிவு செய்தான். உள்ளே இருமிக்கொண்டிருக்கும் இந்தக் கிழவிதான் மசியமாட்டேங்கிறாள். ஒரு மோதிரமும் கடிகாரமும் கூட இல்லாமல் எப்படிப்போறது. பாம்படத்தை கழட்டிக்குடு என்று நேற்றிலிருந்து மல்லுக்கு நிற்கிறான். அவள் மசிய மாட்டேங்கிறாள்.

‘சோறு வேண்டாம்’ என்கிற தன் வழக்கமான ஆயுதத்தை விடிந்ததும் பிரயோகம் செய்தான். காலையிலும் மத்தியானமும் சாப்பிடாமல் படுத்தே கிடந்தான். சாயந்திரம் ஆத்தா பாம்படத்தைக் கழட்டிக் கொடுத்துவிட்டாள். ராத்திரிக் காருக்கே டவுனுக்கு கிளம்பினான். கோல்டு கவரிங் செயின் போட்ட கடிகாரமும் கனமான ஒரு மோதிரமும் வாங்கினான். விலை கூடின துணியில் பேண்ட், ஷர்ட் ‘டிஸ்கோ’ மாடலில் தைக்கப் போட்டான். ரெண்டு நாள் கழித்து பேண்ட், ஷர்ட்டோடு ஸ்டெப் கட்டிங்கும் செய்து கொண்டு கேக், பிஸ்கட், ஆப்பிள் என்று டவுன் பலகாரங்களாக முப்பது நாப்பது ரூபாய்க்கு வாங்கிக்கொண்டு திருப்தியுடன் மாமா ஊருக்கு வண்டி ஏறினான்.

பிசினஸ் விஷயமாக வந்ததாகவும் அப்படியே பார்த்துவிட்டுப் போகலாமென்று தோன்றியதால் வந்ததாகவும் மாமா அத்தையிடம் சொல்லிக்கொண்டான். தன் வயரிங் காண்ட்ராக்ட்களைப் பற்றியும் லாரி பிசினஸ் பற்றியும் அதிலுள்ள சிக்கல்கள் பற்றியும் அதையெல்லாம் சமாளிக்கும் தன் திறமையைப்

பற்றியும் நுணுக்கமாகவும் விளக்கமாகவும் ஆத்தா சொல்லிவிட்டுப் போனதுக்கு மேலே மாமாவிடம் அளந்துவிட்டான். பேச்சின் போக்கில் தன் புதுக்கடிகாரத்தையும் மோதிரத்தையும் பற்றிக் குறிப்பிட மறக்கவில்லை. அவனுடைய பேச்சு அவனுக்கே ரொம்ப திருப்தியாக இருந்தது. மாமாவுக்கு நிச்சயம் தன்னைப் பற்றி ஒரு நல்ல அபிப்ராயம் ஏற்பட்டிருக்கும் என்று நம்பிக்கை வந்தது.

மத்தியானம் சாப்பிட்டதும் ஏதோ அவசர ஜோலி இருக்கிற மாதிரி (பிஸினஸ்லே ஆயிரம் ஜோலி இருக்கும்; உக்காந்து விருந்து சாப்பிட்டுக்கிட்டு இருக்க முடியுமா) "அப்ப நான் வரட்டுமா மாமா" என்று கிளம்பினான். "அட ரெண்டு நாளைக்கி இருந்துட்டுப் போங்க மாப்ளே" என்று மாமாவோ அத்தையோ சொல்லவில்லை. "புறப்பட்டியா... சரி போயிட்டு வா" என்று சொல்லிவிட்டார்கள். அவனுக்கு ரொம்ப வேதனையாக இருந்தது. புறப்பட்டு உடனே ஊருக்கு வராமல் டவுனில் சேர்ந்தமானக்கி ரெண்டு சினிமா பார்த்து... அப்படியும் மனசு ஆறாமல் ஊர் வந்து சேர்ந்தான்.

டவுனிலிருந்து வந்ததிலிருந்து நிமிசத்துக்கொருதரம் கண்ணாடியைப் பார்க்கவும் பேண்ட்டை மாட்டவும் வீட்டுக்குள்ளேயே நடந்து பார்க்கவுமாக இருந்தான். "வேலைக்குப் போகலையாய்யா" என்று ஆத்தா கேட்டபோது 'வள்'ளென்று விழுந்தான். காட்டை வித்துக்குடு, தொழில் ஆரம்பிக்கணும் என்று மறுபடியும் சண்டையை ஆரம்பித்தான். ஒன்றும் பலிக்கவில்லை. அவன் பாம்படத்தை வித்த கொடுமையைச் சொல்லி அவள் பதில் சண்டை போட ஆரம்பித்தாள். வெறுப்படைந்து ரெண்டு நாள் பேசாமலிருந்தான்.

பிறகு ராமசாமி மாமா வந்து சத்தம் போட்டு வேலைக்கு அழைத்துப்போனார். வேலையில் மனசு ஒட்டவில்லை. மாமா ஊருக்குப் போய் வந்ததிலிருந்து மனசு லேசாய் ஆட்டம் கண்டிருந்தது. "ஏடி... இங்க பாரு. ஓம் மச்சான் வந்திருக்காரு" என்று இவன் கிளம்பியபோது அத்தை கூப்பிடவும் உள் அறையிலிருந்து வந்து சிரித்தபடி "வாங்க" என்று கேட்டுவிட்டுப்போன அந்த சந்திராவை அவனால் அடையாளம் கண்டு கொள்ள முடியவில்லை. மஞ்சள் கிழங்காய் பூரித்திருந்த அவள் உடம்பும் உயரமும், பிரகாசமாய் மின்னிய அவள் முகமும் இவன் நெஞ்சை லேசாய் நடுங்கச் செய்தன.

அவன் வருஷக்கணக்காய் கற்பனை பண்ணி வச்சிருந்த மாதிரி பாவாடை தாவணியில் புது நிறமாக மெலிந்த உருவத்தினளாக

சந்திரா இல்லை. நல்ல வளத்தியாக விலை உயர்ந்த சேலை துணிமணியில் யாரோ போல இருந்தாள்.

அவன் உடனடியாக தன் உடம்பை எப்படித் தேற்றுவது என்று கவலையில் மூழ்கியிருந்தபோது திடுக்கிடும்படியாக அடுத்த மாதமே சந்திராவின் கலியாணப் பத்திரிகை வந்துவிட்டது. மாப்பிள்ளை ஒரு இன்ஜினியர். பத்திரிகையைப் பார்த்ததும் அவன் நெஞ்சுக்கூடெல்லாம் எரிந்து போகிற மாதிரி ஏக்கமும் பெருமூச்சுமாய் வந்தது. காய்ச்சல் வந்த மாதிரி ரெண்டு நாள் படுத்துவிட்டான். சாப்பாடு இறங்கவில்லை.

கலியாணத்துக்கு அவனும் போகவில்லை. ஆத்தாளும் போகவில்லை. கலியாணத்துக்கு முதல் நாளே டவுனுக்குப் போய்விட்டான். காலை, மதியக்காட்சிகள், இரவு முதல் ஆட்டம், ரெண்டாவது ஆட்டம் என்று சோறு தண்ணிகூடக் குடிக்காமல் வெறியோடு சினிமா பார்த்துத் தள்ளினான்.

மூணுநாள் கழித்து சாயந்திர பஸ்ஸில் அவன் ஊர் வந்து இறங்கின போது கண்ணில் கருவளையம் விழுந்து போயிருந்தது. முதுகில் கூன் விழுந்து வயசானவனைப்போல தள்ளாடி நடந்து வந்தான். இவன் வந்த கோலத்தைக் கண்டு ஆத்தா அழுது கூப்பாடு போட்டாள். இவன் ஒன்றும் பேசாமல் திண்ணையிலேயே முடங்கிக்கிடந்தான். காசம் வந்தவன் கணக்கா இருமிக்கொண்டும் காரித் துப்பிக்கொண்டும் பார்க்கப் பரிதாபமாக இருந்தான்.

இதுக்குப் போய் இப்படி உருகிச் சாகலாமா என்று இவனைச் சத்தம் போட்டு வெளியே அழைத்துப்போன பால்ய சினேகிதன் வேல்சாமியோடு, தினசரி காளியம்மன் கோவிலுக்குப் பின்னால் வேலிச்செடி மறைவில் கஞ்சா அடிக்க ஆரம்பித்தான். சாப்பிட மட்டும் வீட்டுக்கு வந்தான். மடத்திலேயே படுத்துக் கிடந்தான். வேல்சாமியோடு சுற்றினான். ஆத்தாள் ராவெல்லாம் புலம்பினாள். பகலில் காணும் போதெல்லாம் வைதாள்.

ராமசாமி மாமாவின் கண்ணிலேயே படாமல் திரிந்தான். ஒருநாள் கஞ்சா அடிக்க வேலிச்செடி மறைவில் ஒதுங்கியபோது வகையா ராமசாமி மாமாவிடம் மாட்டிக்கொண்டான். “நான் ஒன்னப்பத்தி எப்படியெல்லாம் நினைச்சு வச்சிருக்கேன் நீ இப்படிக் கெட்டுக் குட்டிச்சுவரா ஆயிக்கிட்டிருக்கே” என்று பெருங்கூப்பாடாய் போட்டார். ‘தரதர’னு கையைப் பிடித்து இழுத்துக்கொண்டே போய்விட்டார்.

பழையபடி லாரியில் ஓடினான். ராமசாமி மாமா சம்பளத்தை முந்நூறாக உயர்த்தினார். நிறைய பொறுப்புகளை இவனிடம் கொடுத்தார். சரியென்று இவனும் செய்தான். தினசரி லாரியில் ஓட கணக்கு வழக்குப் பார்க்க - டவுனில் சினிமா பார்க்க - ஊர்திரும்பி, சாப்பிட்டு விட்டு திண்ணையில் முடங்க என்று இருந்தான். யாரிடமும் ஜாஸ்தி பேச்சுக்கிடையாது. யார்கிட்ட என்ன பேச இருக்கு?

சந்திரா இப்ப மாசமாயிருக்கிறாள் என்று கேள்விப்பட்ட அன்றைக்கு ராத்திரி நிறைய குடித்தான். வேல்சாமிதான் அவனை நடத்தி வீடு கொண்டு சேர்த்தான். வேல்சாமியை ஆத்தா வசவு உரித்து விட்டாள்.

இப்படியே போனால் அவன் ஒண்ணுக்குமத்தவனாப் போயிருவானே என்று ஆத்தா ரொம்ப கவலைப்பட்டாள். ஒருநாள் ராத்திரி ராமசாமி மாமாவிடம் போய் புலம்பினாள். அவர் இதற்குத்தான் காத்திருந்த மாதிரி ஒரு யோசனையை அவளிடம் சொன்னார்.

அந்த யோசனைப்படி அவருடைய மகள் செண்பகவல்லிக்கும் பொன்ராசுக்கும் கலியாணப் பேச்சு நடந்தது. ஆனால் அந்த பேச்சை எடுத்தாலே பொன்ராசு ஆத்தாளைக் கடித்துக் குதறினான். கலியாணம் இல்லன்னு இப்ப யாரு அழுதாக. கலியாணம் பேசறாளாம் கலியாணம். வீட்டுக்கே வராமல் அலைந்தான் மறுபடியும்.

வேலுசாமிதான் அவனை வழிக்குக் கொண்டுவந்தான். சின்னப்புள்ளையிலிருந்தே செண்பகவல்லி அவனையே நினைச்சுக்கிட்டிருப்பதாகவும், ‘கட்டினால் பொன்ராசு மச்சானைத்தான்’ கட்டுவேன்; இல்லாட்டி காலம் பூரா இப்பிடியே இருந்திர்றேன்' என்று அவள் சொல்லிவிட்டதையும் இன்னம் பலதையும் சொல்லி வேல்சாமி அவனைக் கரைத்துவிட்டான்.

கலியாணம் நடந்தது.

கலியாணம் முடிந்த பிறகுதான் பொன்ராசுக்கு செண்பகவல்லியின் அருமை தெரிந்தது. ராமசாமி மாமா தனக்கு இதுவரை உறுத்தாக உதவிகள் செய்ததற்கெல்லாம் காரணம் அவள்தான் என்பது தெரிந்தது. ச்சே... இவளைப்பத்தி இதுநாள் வரைக்கும் நினைக்காமலே இருந்துட்டமே என்று ரொம்ப வருத்தப்பட்டான். செண்பகவல்லியின் மீது புதுசாக பிரியம் சுரந்தது.

இன்னொரு முக்கிய காரணம், இவள் சந்திராவைப்போல அல்லாமல் இவனைவிட கருத்துப்போய் மெலிந்த திரேகத்துடன்

இவனுடைய பிடிக்குள் முற்றிலும் அடங்குகிறவளாய் இருந்தாள். அதுவே இவனை மேலும் கிளர்ச்சியுறச் செய்து கொண்டிருந்தது. ஒருவித வெறியுடனே அவளை அணுகினான். அவளோ ஒரு குழந்தையைப் போல அவனை ஆதரித்தாள். அது இன்னும் அவனுள் வெறி கிளப்பியது.

பிஸினஸ் முழுக்க இப்போது அவனுடைய கவனிப்பில்தான். அவளை அணுகுவது போலவே வேலைகளிலும் வெறியாகத்தான் இருந்தான். சோறு தண்ணியை நினைக்காமல் லாரியில் ஓடவும் கணக்கு வழக்கு பார்க்கவுமாக இருந்தான். சினிமா பார்ப்பதையே நிறுத்திவிட்டான். அது என்ன தண்டச்செலவு? அந்த ரூவாயிக்கு ஒரு நாள் காய்கறி செலவை சரிக்கட்டலாமே!

அவனுடைய வேகமும் செயல்களிலிருந்த வெறியும் எதனால் என்று மாமாவுக்கோ ஆத்தாவுக்கோ புரியவில்லை. எல்லாம் நல்லதுக்குத்தான் என்று நினைத்துக் கொண்டார்கள். ஆனால் தன் மனசுக்குள் நெருப்பாய் கனன்று கொண்டிருந்த சவாலை அவன் மட்டும் உணராமலில்லை.

‘அவன் என்ன பெரிய இன்ஜினியருன்னா ஆயிரம் ரூவா சம்பாரிப்பானா... நாம் பாரு எவ்வளவு கொண்டாந்து குமிக்கிறேன்னு...’

●

8

வார்த்தை

அநேகமாய் எல்லாம் தயார் பண்ணியாச்சு. சோலையப்பனுக்கு ரொம்ப சந்தோஷமும் திருப்தியும் இருப்பதில் நல்லதாக - குண்டிக்கு நேரே கிழியாததாக இரண்டு டவுசரும், எல்லாப் பித்தானும் இருக்கிற ஒரு சட்டையும், துவைத்து, மடித்து - மடிப்பு நல்லா விழுவதற்காக 'டிரங்'குப் பெட்டிக்கு அடியில் வைத்தாயிற்று. டிரைவர் மாமா வீட்டிலிருந்து ஒரு சின்ன பிளாஸ்டிக் பையும் வாங்கி வந்து தூசியெல்லாம் தட்டி ஈரத்துணியால் துடைத்து ஓடியிருந்த அழுக்கெல்லாம் நீக்கியாச்சு. இனி போவதற்கு முதல் நாள் இந்தப் பையைக் கொஞ்சம் எண்ணெயில் முக்கிய துணியால் துடைத்துவிட்டால் போதும் புதுசு மாதிரியாகி விடும்.

இதில் கொஞ்சம் அவனுக்கு மனக்குறைதான். தோளில் தொங்கப்போடுகிற மாதிரி பளபளன்னு ஒரு 'ஏர் பேக்' டிரைவர் மாமா வீட்டில் இருக்கத்தான் செய்கிறது. தூசி படாமலிருக்க அதைத் துணியால் சுற்றி வீட்டில் குறுக்குவிட்டத்தில் ஒரு கம்பியில் தொங்கவிட்டுத்தான் வைத்திருந்தார்கள். ஆனால், அதை அவர் தரவில்லை. இவன் கேட்டுக் கூடப்பார்த்துவிட்டான். "ச்சே அதத் தரப்படும்? இன்னைக்கு ஒனக்கு குடுத்தம்னா நாளைக்கு ஆள் ஆளுக்கு கேக்க ஆரம்பிச்சிருவாக. நீ சும்மா இதவே கொண்டு போ..." என்று சொல்லி பரண் மேலே ஏறித் தேடி எடுத்து இந்தப் பையைக் கொடுத்துவிட்டார். அதில் இவனுக்கு அவர் மேலே வருத்தம்தான். அவர் இந்தப் பையைக் கொடுத்ததும் அவனுக்கு லேசாய் அழுகைகூட வந்துவிட்டது.

அப்புறம் ஒரு பழைய மண்டையடித் தைல பாட்டிலையும் கழுவித் துடைத்து துப்புரவு பண்ணி வைத்துக்கொண்டான். அது தேங்காய் எண்ணெய் கொண்டு போக எண்ணெய் தேய்க்காவிட்டால் அவனுக்கு மேலெல்லாம் சொங்குவத்திப் போய் சொறிசொறியாய் தெரியும்; அதுதான். போகிற இடத்தில் இவனுக்கும் கண்ணாடியும்

சீப்பும் தருவதாக செவன்த் ‘பி’ மாரிச்சாமி உறுதியளித்திருக்கிறான். அது போதும். கணக்கு வாத்தியார் வீட்டுக்குப்போய் ‘நியூஸ்பேப்பர்’ மூன்று வாங்கி வந்து விட்டான். கட்டுச்சோறு கட்ட. ஆறு பொட்டணம் போடணுமே. ரெண்டு நாளைக்கில்ல வேணும்.

இந்தப் பை ஆறு பொட்டணமும் சட்டை டவுசரும் வைக்கப் போதுமா என்றொரு சந்தேகம் இவனுக்கு வந்து கொண்டேயிருந்தது. பத்துத் தடவையாவது ஆத்தாவிடம் கேட்டிருப்பான். அவளென்னமோ கொஞ்சங்கூட சந்தேகமில்லாமல் “ஏ... யப்பா... இதுல வைக்கலாமே எம்புட்டுச் சாமான்” என்று ரொம்ப உறுதியாகச் சொல்லிக்கொண்டிருந்தாள்.

இப்போது நாலைந்து தரமாக, காலேஜ் படித்துவிட்டு சும்மாயிருக்கிற முருகேச அண்ணன் வீட்டுக்கு நடையாக நடந்து கொண்டிருந்தான். அந்த அண்ணனிடம் ‘கூலிங் கிளாஸ்’ இருக்கு. அதுக்காகத்தான். தாரேன்னு தான் சொல்லியிருக்கு. இருந்தாலும் கையிலே வாங்குகிற வரைக்கும் மனசு நிக்குமா. இந்தத் தடவை “ஏய்... சத்தியமா தாரேம்ப்பா... போற அன்னைக்கு காலையிலேயே வேணுமின்னாலும் வாங்கிக்கோ” என்று இவன் தலையிலே அடித்துச்சொல்லிவிட்டதும் ரொம்ப திருப்தியுடன் திரும்பினான் சோலை. முருகேச அண்ணன் ரொம்ப நல்ல குணம். அவனுக்கு அப்பப்போ இங்கிலீஷ், கணக்கு சொல்லித் தருவதும் அதுதான். அதுகிட்ட படிக்கிறதுனாலே தான் இப்ப இவன் ஒவ்வொரு மாசமும் எல்லாப் பாடத்திலேயும் பாஸ் பண்ணி விடுவதோடு ஆறு அல்லது ஏழாவது ரேங்க்கிலேயே இருந்து கொண்டுமிருக்கிறான். ரொம்ப முக்கியமாக அந்த குருநாதனை ‘பீட்’ பண்ணிவிட்டான்.

டவுனில் தீப்பெட்டி வேலைக்குப் போன பிள்ளைகளைத் திருப்பிக் கொண்டு வந்து விடுகிற ‘தீப்பெட்டி ஆபீஸ் கார்’ வருகிற வரைக்கும் சிம்னி விளக்கின் முன்னால் காலை மடித்து வாகாய் உட்கார்ந்து கொண்டு தெருப்பூரா கேட்கும்படியாக சத்தம் போட்டு ஒவ்வொரு பாடமாக படிக்கிற அவனுடைய குரல் இன்றைக்குக் கேட்கவில்லை. புஸ்தகம் விரித்திருக்க, பார்வை அதில் நிலைத்திருக்க, நினைவு மட்டும் எங்கெங்கோ சுற்றிக்கொண்டிருந்தது. கொஞ்ச நேரத்தில் புத்தகத்தை மூடிவிட்டு விளக்கையும் அணைத்துவிட்டு வெளித்திண்டில் காற்றாட படுத்திருந்த அய்யாவோடு சேர்ந்து ஒட்டிப்படுத்துக் கொண்டான். ஆனால் தூக்கமும் வரவில்லை.

“கன்னியாகுமரியிலே வேறே என்ன சார் இருக்கு?”

“காந்தி மண்டபம் இருக்கு. அது மேலே ஏறி நின்னு பார்த்தா மூணு கடலும் சங்கமமாகிறது தெரியும். மண்டபத்துக்குள்ளே காந்தி நின்ன இடம் ஒரு பீடம் மாதிரி இருக்கும். காந்தி ஜெயந்தியன்னிக்கு மாத்திரம் அதுமேலே சூரிய ஒளி விழுகும்.”

“அதெப்பிடி சார் அன்னிக்கு மட்டும் விழுகும்?”

“அது அப்பிடித்தாம்லே மூதி... சரி சரி பாடத்தக் கவனி. மிச்ச மெல்லாம் நாளைக்கி...”

சோலையப்பன் கண்களைத் திறந்தபடியே கனவு கண்டு கொண்டிருந்தான். பள்ளிக்கூடத்தில் ஒரு வாரமாக இதே பேச்சுத்தான். பள்ளிக்கூடத்தில் மட்டுமில்லை ஊருக்கு வந்தும் பல பேரிடம் பலமுறை திரும்பத் திரும்ப இதே பேச்சுதான். கன்னியாகுமரி, திருவனந்தபுரம், கொல்லம், புனலூர், குற்றாலம் என்று.

இன்னும் ஒரே ஒரு நாள்தான் இடையில் இருக்கிறது. யப்பா! நினைத்தாலே சோலைக்கு எப்படியோ இருந்தது. நாளைக் கழிச்சு இந்நேரம் உல்லாசப் பயணம். நாளைக்கு கழிச்சு சாயந்தரமே சாப்பிட்டுட்டு சாப்பாடு, துணிமணியோடு பள்ளிக்கூடத்திலே போய் படுத்துக்கிறணுமாம். ஒரு மணிக்குள்ள பஸ் வந்திரும். உடனே கிளம்பி அதிகாலை சூரிய உதயம் பாக்க கன்னியாகுமரி போயிறணுமாம். பிறகு அங்கே எல்லாம் சுற்றிப்பார்த்துவிட்டு சுசீந்திரம் போய்விட்டு திருவனந்தபுரம். அங்கே மிருகக்காட்சி சாலை, மீன்காட்சி மூசியம், கோவளம், பத்மநாபசாமி கோயில் எல்லாம் பாக்கணும். கோயிலுக்குள்ளே சட்டை போடாமத்தான் போகணுமாம். சட்டை போடாட்ட மேலே இருக்கிற சொங்கும் சொறியும் வெளியே தெரியுமே என்று சோலை கவலைப்பட்டுக் கொண்டான். அதற்கென்ன உள்ளே போகாமல் இருந்துவிட்டு போகிறது என்று சமாதானமும் சொல்லிக்கொண்டான்.

சோலை இதுவரை கடல் பார்த்ததில்லை. அதை நினைக்கும்போதே கற்பனையிலேயே பிரமிப்பாக இருந்தது. அய்யாவிடம் நூறு வாட்டமாவது கேட்டிருப்பான். கையை விரித்து விரித்து காட்டி இவ்வளவு பெரிசு இருக்குமா இவ்வளவு பெரிசு இருக்குமா என்று.

அப்புறம் கேரளாவிலே மலையாளம்தான் பேசுவார்களாம். அங்கே யாரிடமாவது பேச வேண்டி வந்தால் என்ன செய்வதென்று யோசித்து பலமுறை மனசுக்குள் பலவிதமாக இங்கிலீஷில் பேசிப் பார்த்துக் கொண்டான். “வாட் இஸ் யுவர் நேம்? வாட் ஆர் யூ டூயிங்?” “மை நேம் இஸ் எல். சோலையப்பன் சிக்ஸ்த்

ஸ்டாண்டர்டு ஏ கவர்ன்மெண்ட் ஹைஸ்கூல், மேட்டுப்பட்டி மை நேடிவ் ப்ளேஸ் இஸ் கே. சிவந்தியாபுரம் இட் இஸ் எ ப்யூட்டிபுல் வில்லேஜ். மை பாதர் இஸ் எ ஒர்க்கர்''

இது மட்டுமல்லாமல் முருகேச அண்ணனிடம் கேட்டு விசாரித்து "வேர் இஸ் ஓட்டல்?" "வாட் ப்ரைஸ் இஸ்திஸ்?" "எண்ட பேரு சோலையப்பன்" என்பது மாதிரி சில புது விஷயங்களையும் மனசில் தயார் பண்ணிக்கொண்டான்.

அப்புறம் திடீரென்று - கொண்டு போக வேண்டிய சாமான்கள் எல்லாம் தயாராகிவிட்டதா என்று மனசில் சரிபார்க்க ஆரம்பித்துவிட்டான். பல்பொடி தாளில் மடித்து வைக்கணும். மறந்துவிடக்கூடாது. ஐயாவிடம் துண்டை வாங்கி துவைத்து விடணும். நாளை சோறு கட்டுவதற்கு இலை அய்யா வாங்கிட்டு வந்திருவார். கட்டுச்சோற்றை நினைத்தால் இப்பவே நாக்கில் எச்சில் ஊறி 'கிளுகிளுப்பாய்' இருந்தது.

காலையின் ஏறு வெயிலில் பள்ளிக்கூடத்திலிருந்து தன் ஊரை நோக்கி 'லொங்கு லொங்கு' என்று தலைதெறிக்க ஓடிவந்து கொண்டிருந்தான் சோலை. முதல் பீரியடுதான் முடிந்திருந்தது. வந்த உடனேயே கிளாஸ் 'டீச்சர்' சொல்லிவிட்டார். 'உல்லாசப் பயணத்துக்கு இன்னும் ரூவா குடுக்காதவனெல்லாம் எந்திரி. இன்னைக்கு மத்தியானம் ஒரு மணிக்குள் எல்லாம் ரூவாயை பிகே. சார்வாள் கிட்ட குடுத்திடணும். அப்பிடிக் குடுக்காதவன் சாயந்தரம் டூர் கிளம்பையில் வரவேண்டியதில்லை."

ரூபாய் கொடுக்காத மற்ற ஏழெட்டுப் பையன்களைப் போல சோலையும் ஊரைப் பார்த்து ஓடிக்கொண்டிருந்தான். சோலை பத்து ரூபாய் ஏற்கெனவே கொடுத்துவிட்டான். இன்னும் முப்பது ரூபாய் தரவேண்டும். ராத்திரி கிளம்பு முன்னே கொடுத்துவிடலாம் என்று அய்யா சொல்லியிருந்தார்.

வேர்க்க விறுவிறுக்க மேல்மூச்சு கீழ்மூச்சு வாங்க ஓடிவந்து "யாத்தோவ்..." என்று கத்தியபடி வீட்டுப்படி ஏறினான். வீடு நாராங்கி போட்டுப் பூட்டியிருந்தது. கதவை ஒரு எத்து எத்திவிட்டு தெருவில் இறங்கி ஓடினான். செல்லையா நாயக்கரின் ஓடைப் பிஞ்சைக்கு களையெடுக்க அவள் போயிருப்பதாக முத்துப்பாட்டி சொன்னதும் விழுந்தடித்துக் கொண்டு ஓடினான் ஓடைப்பிஞ்சைக்கு.

இவன் ஓடி வருவதைக் கண்டதும் ஆத்தாள் வேலையை விட்டு எழுந்து எதிர்கொண்டு "என்னய்யா வந்துட்டே..." என்று கேட்டாள். ஆத்தாளைக் கண்டதும் முதலில் அவனுக்கு அழுகைதான்

உடைத்துக் கொண்டு வந்தது. ஆத்தா அவனை இழுத்து ஆதரவாக அணைத்துக்கொண்டு "ஏன்யா... எதுக்குய்யா, அழுவுதே... என்று கேட்டாள். அழுகையினூடே விக்கிவிக்கி, மத்தியானத்துக்குள் ரூபாய் கொடுக்க வேண்டிய விஷயத்தைச் சொன்னான். ஆத்தாள் அவனை அணைத்தபடி முதுகைத்தடவிக் கொடுத்து "சரி அதுக்காக அழுகாதய்யா... ராசால்ல! மத்தியானத்துக்குள்ள மொதலாளி நாய்க்கரிட்டேயிருந்து ரூவா வாங்கிட்டு வந்துருதேன்னு அய்யா சொல்லிட்டு போயிருக்காக... அழுவாதேய்யா" என்று அவனைத் தேற்றினாள்.

சற்று நேரத்தில் அழுகையை அவன் நிறுத்திவிட்டாலும் "இப்பவே வந்து ரூவா வாங்கிக் கொண்டு" என்று அவளை அனத்த ஆரம்பித்துவிட்டான். அவளோ கொஞ்சம்கூட இது இல்லாமல் இவனை வரப்பு மேட்டில் இருத்திவிட்டு வேகமாய் களை எடுக்க ஆரம்பித்துவிட்டாள். தன் நிரையை வேகமாக முடித்துவிட்டு மத்தியானத்துக்குள்ளே மகனோடு கிளம்பினாள் மொதலாளி நாய்க்கர் வீட்டுக்கு. அங்கேதான் அய்யா கூலிக்கு நிற்கிறார்.

போன நேரத்தில் சோலையின் அய்யாவும் அங்கே இல்லை. நாய்க்கரும் இல்லை. நெல் அரைக்க வண்டியைப் போட்டு அவனை டவுனுக்கு அனுப்பியிருப்பதாகவும் ரூபாய் விஷயமெல்லாம் தனக்கொன்றும் தெரியாதென்றும் அதெல்லாம் நாயக்கரிடம்தான் கேட்க வேண்டுமென்றும் நாயக்கரம்மா சொன்னபோது ஆத்தாளின் சேலையை பிடித்தபடி அவள் பின்னால் நின்றுகொண்டிருந்த சோலை மறுபடியும் விக்கி விக்கி அழ ஆரம்பித்துவிட்டான். நாய்க்கரம்மா அவனைப் பார்த்து இரக்கப்பட்டு குடிப்பதற்கு 'மோர் தரட்டுமா' என்று கேட்டது. அவன் அழுதுகொண்டே மறுத்தான்.

வீடு திரும்பியதும் ஆத்தா தெரிந்த வீடுகளிலெல்லாம் ஏறி இறங்கிக் கொண்டிருந்தாள். அவ்வளவு பெரிய தொகையை அவளால் எங்கிருந்து புரட்ட முடியும்? முடியவில்லை. வீட்டு வாசலில் உட்கார்ந்து உடைந்து உடைந்து சோலை ஏற்கெனவே அழ ஆரம்பித்திருந்தான். ஆத்தாளும் தவியாய்த் தவித்தாள். இருந்தாலும் அவளால் என்ன செய்துவிடமுடியும்?

நேரம் ஆக ஆக அழுகை பெரிதாகி ராத்திரி உல்லாசப் பயணம் போகிற பயல்களெல்லாம் "டேய் சோலை வல்லியாடா..." என்று கேட்டுப்போனதும் வெடித்துக் கதறினான். கண்ணெல்லாம் வீங்கி தொண்டை கட்டிப்போன பிறகும் கூட அவன் விசும்பிக் கொண்டுதான் இருந்தான்.

ஆத்தாளும் முதலில் பலவாறு அவனைத் தேற்றிப் பார்த்துவிட்டு "என் ராசா அழுவாதய்யா. இங்கரு... கண்ணெல்லாம் வீங்கிப்போச்சு பாரு... வேண்டாய்யா... நம்ம விசாகத் திருவிழாக்கு திருச்செந்தூர் போவமில்ல... என்ன அழுவாதே..." என்று தேற்றிப்பார்த்து முடியாமல் கொஞ்ச நேரத்தில் அவளுக்கும் அழுகை உடைத்துக் கொண்டு வந்தது. அவனை இழுத்து தன் வயிற்றோடு கட்டிக்கொண்டு விசும்பி விசும்பி சத்தமில்லாமல் அழுதாள். சாப்பிடாமலே ரெண்டு பேரும் ராத்திரி படுத்துவிட்டனர். தூங்குகிற அவனை அணைத்தபடி அவள் அழுது கொண்டிருந்தாள்.

ராத்திரி வீட்டுக்கு வராமல் நாய்க்கமார் தெரு மடத்திலேயே அய்யா படுத்துக்கொண்டான். எல்லா வேலையும் முடித்த பிறகு சாயந்திரமாக "இப்ப இவ்வளவுதான் இருக்கப்பா. இத வச்சி சமாளிச்சிக்க... இன்னும் ரெண்டு நாள் கழிச்சி பாப்பம்" என்று மொதலாளி நாய்க்கர் அவனிடம் ஒரு பத்து ரூபாயை மட்டும் கொடுத்திருந்தார். பழைய பாக்கியையும் அவர் ஞாபகப்படுத்தினார். இத்தோடு வருகிற வழியிலேயே சோலை அழுது புரளுவதைக் கேள்விப்பட்டு வீட்டுக்குப் போகாமல் அப்படியே திரும்பி அவனும் பலபேரிடம் கேட்டுப் பார்த்தான். எல்லாரும் கையை விரித்தார்கள். அல்லது 'நாளைத் தாரேன்' என்றார்கள். எப்படி சோலையின் மூஞ்சியைப் போய்ப் பார்ப்பது என்று மனம் வெதும்பி மடத்தில் முடங்கிக்கிடந்தான். வயிறு பசித்தது. இருந்தாலும் சோலையின் முகத்தைப் பார்க்கிற தைரியத்தையும் பார்த்தும் சமாதானமாகச் சொல்வதற்கு ஒரு வார்த்தையையும் கண்டுபிடித்த பிறகுதான் அவன் வீட்டுக்குத் திரும்ப முடியும்.

●

9

பிரக்ஞை

புத்தகத்தை தூக்கி எறிந்தான்.

அவ்வளவுதான் இனிமேல் படிக்க முடியாது. ஆபீஸ் நினைப்பு வந்திருச்சு. என்ன வேலை செய்து கொண்டிருந்தாலும் சரி. எங்கே உட்கார்ந்திருந்தாலும் சரி, யாரோட இருந்தாலும் சரி, ஆபீஸைப்பற்றி நினைப்பு வந்துட்டா போச்சு. அவனால் அப்புறம் எதையும் ஒழுங்காகச் செய்ய முடியாது. கொஞ்ச நாளாகத்தான் இப்படி. நண்பர்களோடு உற்சாகமாப் பேசியபடி ஆற்றங்கரையில் உட்கார்ந்திருப்பான். பேச்சின் போக்கில் எங்காவது ஆபீஸ் நினைவு வந்துவிடும். போச்சு, அப்புறம் சம்பந்தா சம்பந்தமில்லாமல் பேச ஆரம்பித்துவிடுவான். 'திடும் திடும்' என கிணற்றில் ஆட்கள் குதிக்கிற மாதிரி ஒரு சத்தம் மனசுக்குள் கேட்கும். சமயத்தில் லேசாய் நெஞ்சை வலிக்கும்.

வீட்டில் உட்கார்ந்து எவளையாவது நினைத்து உருகிக் கொண்டிருப்பான். எந்த நண்பனைப் பற்றியாவது எண்ணி மனம் நெகிழ்ந்து கொண்டிருப்பான். பால்யத்து நினைவுகளில் ஆழ்ந்து போயிருப்பான். திடீரென கிணற்றின் ஒரு கல் விழும் - திடுமென ஆபீஸ். அப்புறம் தொடர்ந்து 'திடும் திடும்' தான்!

இப்போதும் அப்படித்தான். இனிமேல் படிக்க முடியாது. ஏன்தான் இப்படி ஆகிறது? எப்போதிருந்து இப்படி ஆனது? என்று இவனுக்குப் புரியவில்லை. ஒவ்வொரு முறையும் யோசித்துப் பார்க்கும்போது ஆபீஸ் ஹெட்கிளார்க்தான் கடைசியில் நிற்பார். அந்த ஆள்கூட தகராறு பண்ணின நாளில் இருந்துதான் இப்படி ஆச்சோ என்று தோன்றும்.

அதுகூட இவனாக வேண்டுமென்று இழுத்த தகராறில்லை. இந்த ஹெட்கிளார்க் வந்ததிலிருந்தே ஒரு மாதிரியாகத்தான் நடந்து கொண்டார். வேலை பார்க்கிற யாரையும் மனுஷனாகவே மதிக்கிறதில்லை. ஒவ்வொருத்தரையும் அவன் வீட்டு

சேவகனாகத்தான் நினைத்துக் கொண்டான். ஒரு மட்டு மரியாதை இல்லாமல் தான் பேசுவது. ஆபீஸ்லேயே சீனியர் கோபால்சாமி. அவரைக்கூட "என்ன மிஸ்டர்' என்று தான் கூப்பிடுவது. ப்யூன்களைப் பற்றி கேட்க வேண்டுமா. "ஏய்.. வா... போ"தான்.

எல்லாரும் மனசில் கறுவிக்கொண்டுதான் இருந்தார்கள். அவன் மூக்குப்பொடியைப் போட்டுக் கொண்டு விடைத்த மூக்கோடு அலட்சியமாய் யாரையும் பாக்கிறத நினைத்தாலே பற்றிக்கொண்டு வரும்.

கேண்டீனிலோ ரெக்ரியேஷன் கிளப்பிலோ நாலு பேர் சேர்ந்து விட்டால் போதும், ஹெட்கிளார்க் புராணம்தான்

"இவனெல்லாம் என்னய்யா மனுஷன்!" "அவனும் அவன் மண்டையும்... தீயை வை" "இவனையெல்லாம் செருப்பைக் கொண்டே அடிக்கணுமய்யா."

"குஷ்டம் வந்துதான் சாவான்."

இப்படியாக தங்கள் ஆசைகளை பரஸ்பரம் வெளியிட்டுக் கொள்வார்கள். ஆனால், ஆபீசுக்குள்ளே நுழைந்துவிட்டால் மூச்சுக்காட்ட மாட்டார்கள். ஹி ஹி... என்று ஹெட்கிளார்க்கிடம் பல்லை இளித்துக்கொண்டு நிற்பார்கள். இவனுக்குப் பற்றிக் கொண்டு வரும். முதுகெலும்பில்லாத பிராணிகள்.

அன்றைக்கு இவனுடைய வீரத்தையும் இளமை வேகத்தையும் காட்ட ஒரு சந்தர்ப்பம் கிடைத்தது. இவனுடைய பிரிவிலிருந்து ஒரு ஸ்டேட்மெண்ட் அனுப்ப வேண்டியிருந்தது. போன மாதமே அனுப்ப வேண்டியது. ஹெட்கிளார்க் தன் சீட்டிலிருந்தபடியே இவனிடம் விசாரித்தார்.

"என்ன மிஸ்டர், எப்பத்தான் அதப் போடதா உத்தேசம்?" கையில் பிரம்புடன் பையனை மிரட்டுகிற வாத்தியாரின் தோரணை இவனுக்கு 'சுருக்' கென்றது. உட்கார்ந்தபடியே இங்கிருந்து இவனும் பேசினான். "எல்லாம் போட்ருவம் சார்..."

"ஒரு மாசத்தான் போடுறிக... பாத்துக்கிட்டுதான் இருக்கன்."

"போடுவம், போடுவம்... ரெண்டு மாசமா ரெண்டு செக்ஷன் சேர்த்துல்லா பாத்திருக்கேன்..."

"அது போன வருஷமில்ல... இன்னம் எத்தனை நாளக்கித்தான் அதையே சொல்லிக்கிட்டிருப்பீக..."

"எத்தன வருஷமானாலும் அந்த பெண்டிங்" எல்லாம் நாந்தானே பாக்கணும். பதில் ஆளா குடுத்திருக்கீ..."

“ஓவர் டைம் போட்டு பாக்க வேண்டியதுதானே மிஸ்டர்”

“இன்ஸ்பெக்ஷன் ஒர்க் பாக்கவா? பெண்டிங் ஒர்க் பாக்கவா? எத்தனையைத்தான் ஓவர் டயத்திலே பாக்க? இல்லாட்டாலும் ஓவர் டயம் பார்த்தா அந்தமானக்கி கை மேலே காசைக் குடுக்கப் போறிகளாக்கும். போன வருஷம் ஜனவரியிலே பார்த்த வேலைக்கே இன்னும் காசைக் காணோம்...”

“இப்ப அதெல்லாம் எதுக்கு மிஸ்டர், இந்த ஸ்டேட்மெண்டை நாளைக்குள்ள போட்றணும் அவ்வளவுதான்...”

“நாளைக்கெல்லாம் போட முடியாது!”

“போட... முடியாதா... நான் ஆர்டர் புக்கிலே எழுதி வைக்கிறேன். நீர் சொல்றதை அதில் எழுதிக் கொடும். பாப்பம்...”

“நீரு எதிலே வேணாலும் எழுதிவய்யும்.”

பேச்சு அதோடு முடிந்து போயிற்று. வேலை நடக்கத்தான் செய்தது. ஆனால் இவன் ஆபீஸில் “ஹீரோ” ஆகிவிட்டான். ஹெட்கிளார்க்கிடம் பேசுவது போலவே இவனிடமும் எல்லோரும் மரியாதையுடன் பேச ஆரம்பித்துவிட்டார்கள். இவனுக்கு பெரிய கஷ்டமாயிருந்தது.

இப்படி ஆபீசில் பெரிய மனுஷனாகிவிட்டது தான் மனசைச் சங்கடப்படுத்துகிறதோ? அல்லது ஹெட் கிளார்க்கிடம் மோதிக் கொண்டதுதான் காரணமோ? எதுவென்று புரியவில்லை. ஆபீஸ் என்றதும் மனம் கலவரப்படுகிறதற்கான காரணம் தெளிவாகப் புரியவில்லை. எத்தனையோ தடவை யோசித்துப் பார்த்து விட்டான்.

எழுந்து லுங்கியை உதறிக்கொண்டு எறிந்த புத்தகத்தை எடுத்து மேஜையில் போட்டு மணி பார்த்தான். ஒன்பது. ஆபீஸ் பத்து மணிக்குத்தான். இனிமேல் படிக்கவும் ஓடாது. ஒரு வேலையும் ஓடாது. பேசாமல் கிளம்பலாம். ஆபீசுக்கே போய் வேலை பார்த்து விட்டு மதியம் அரை நாள் லீவு போடணும். திருநெல்வேலிபோய் மாமாவைப் பார்த்து பணம் விஷயமாக கேட்டு விட்டு அப்படியே ராமலிங்கத்தையும் பார்த்து... மண்டைக்குள் ஒரு அவசரம் ஏறியது. உடையை மாற்றிக் கிளம்பினான்.

ஆபீசுக்குள் நுழையவும் ஹெட்கிளார்க் நிமிர்ந்து இவனைப் பார்த்தார். இவன் கண்டுக்காத மாதிரி நேராகப்பார்த்தபடி நெஞ்சை விறைத்துக் கொண்டு நடந்தான். அவரைக் கடந்த போது ‘மக்கும்’ என்று செருமினார். இவன் ‘குட்மார்னிங்’ சொல்லவில்லையாம். (போடா மனசுக்குள் திட்டிக் கொண்டான்) சீட்டில் உட்கார்ந்த

பிறகும் ஹெட்கிளார்க் இவனையே முறைத்துக் கொண்டிருந்தார். (சர்த்தான் போடா நாயே) தினமும் நாம்தான் முதலில் ‘குட்மார்னிங்’ சொல்லி சலாம் போடணுமாம். இவன் என்ன பெரிய இவனா? கிடக்கிறான். அரைநாள் லீவுக்கு அப்ளிகேஷனை எழுதிக் கொடுத்து விட்டு வேலையில் மூழ்கினான். ஒண்ணரை மணி பஸ்ஸைப் பிடித்தால் மதியச் சாப்பாட்டுக்கு மாமா வீட்டுக்கே போயிறலாம். இன்னக்கி எப்பிடியும் இந்த வேலையை முடிச்சாகணும்.

மணி ஒன்று. எல்லோரும் சாப்பிடக் கிளம்பிவிட்டார்கள். லீவு அப்ளிகேஷன் என்னவாயிற்று? ஹெட் கிளார்க்கிடமிருந்து ஃபைல் வரவேயில்லை. ப்யூனைக் கூப்பிட்டு “லீவு ஃபைல் என்ன ஆச்சென்று” கேட்டான். “உங்க லீவு ஃபைல் உள்ளே போயிருக்கு சார்...” என்று சூப்பிரண்டின் அறையைக் காட்டினான்.

ஆத்திரம் பொங்கியது. ‘அடேய்! ஹெட்கிளார்க்கா! பழிவாங்கறியா... இரு உன்னை... நீ போட வேண்டியதை உள்ளேயா அனுப்பிட்டே.’ இப்போ என்ன செய்வது? மணி ஒண்ணாச்சு.

நேரடியாக உள்ளே போய் சூப்பிரண்டிடமே கேட்டுவிட்டுப் போகவேண்டியதுதான். அவசியமின்றி அவர் அறைக்குள் யாரும் போவதுமில்லை. இப்போது வேறு வழியில்லை.

லேசாய் கதவில் தட்டி “மே ஐ கம் இன் சார்...” ‘கிரீச்’ என்ற நாற்காலி சத்தத்தோடு “யெஸ்...” என்ற மிடுக்கான பதில் வந்தது. ‘புஷ் பேக் கதவை சத்தம் எழாதபடி மெதுவாகத் தள்ளி உள்ளே நுழைந்தான். நீண்ட அறை. மிகப்பெரிய மேஜை. டெலிபோன்கள். கீழே நீண்டு செல்லும் மெத்தென்ற பெரிய கார்பெட் எல்லாம் ஒரு மன்னனின் தர்பார் மண்டபத்துக்குள் நுழைகிற பிரமையை ஏற்படுத்தின. மனசில் ‘திடும் திடும்’ பவ்யமாய் நின்றான்.

“யெஸ்?”

“சார்... ஒரு அரைநாள் லீவு கேட்டிருந்தேன்...” “லீவா?” சட்டென கூர்மையாக இவனை நோக்கினார். ஒரு பிரபு தன் அடிமையை நோக்குகிற அருவருப்பான அலட்சியமான பார்வை. புகை சூழ்கிற மாதிரி கண்ணில் ஒரு தோற்றம் இவனுக்கு.

“அவசரமாக திருநெல்வேலி வரைக்கும்...”

“அது சரி மிஸ்டர் ரெக்ரூட்மெண்ட் ஃபைலிலே ஒரு லெட்டர் எழுதச் சொன்னேனே...” திடீரென புகை நடுவிலிருந்து ஒரு சிம்மாசனம் கிளம்பி வந்தது. அதில் கையில் சவுக்குடன் பிரபுவாக சூப்பிரண்டண்ட். கீழே கைகட்டி வாய் பொத்தி இவன்.

“என்ன மிஸ்டர்... அந்த லெட்டரை எழுதினீங்களா இல்லையா” (என்னடா குதிரை லாயத்தைக் கழுவி சுத்தம் பண்ணிட்டியா - இவன் காதில் இப்படி ஒலித்தது)

“எழுதி டெஸ்பாட்ச் கூட பண்ணிட்டேன் சார்” (கழுவிவிட்டு சாம்பிராணி புகை கூட காட்டிட்டேன் பிரபு)

“ம்... ஹெட் கிளார்க் கோட ஸ்மூத் ரிலேஷன் வச்சுக்கிறதில்லையாமே அப்படியா...” (சின்ன துரையோட உள்ளாடைகள் கச்சைகள் எல்லாம் நீ சரியாகத் துவைக்கிறதில்லையாமே அப்படியா...)

“நோ நோ. அப்படி ஒண்ணுமில்லே சார்” (ஐயையோ... அப்படியெல்லாம் இல்லை பிரபோ...)

“அதென்னமோ மிஸ்டர், உங்க ஒர்க் பற்றி எனக்கு திருப்தியில்லை.” (“நீங்க அப்படிச் சொல்லக்கூடாது பிரபோ. தவறான தகவல் யாரோ தங்களிடம் கொடுத்திருக்கிறார்கள்...”)

“உங்க சூபர்வைசர் ஏதாச்சும் சொன்னா உடனே அவரை எதிர்த்து சண்டையா போடறது மிஸ்டர்?” (மேஸ்திரி லேசாய் ஒரு சவுக்கடி கொடுத்தால் எதிர்த்து நிமிரவா செய்யிறே நீ...)

(அடி தாங்க மாட்டாமல் லேசாய் முனகினேன். அதைப் போயி பெரிய சண்டைன்னு தப்பாய் நினைச்சு...”)

“சரி சரி. ரிப்போர்ட் எதுவும் வராம வேலையைப்பாரும். எங்கள் வீட்டு உத்தியோகமா பார்க்கிறீர்... சர்க்கார் வேலைதானே...”

“..............”

“என்ன?”

“இந்த... லீவு விஷயம்...”

“லீவா... போட்ருவோம்... போரும்... போரும்...”

(போய்த் தொலை சனியனே)

“தேங்க்ஸ்... சார்."

கட்டி வைத்து சவுக்கால் ‘செமையடி’ வாங்கிய களைப்பு உடம்பெல்லாம். மெல்லத் திரும்பினான். ‘புஷ் பேக்’ கதவை சத்தம் எழாமல் மெல்லத் திறந்தான். வெளியே ஓரடி எடுத்து வைத்தான். ‘சரக்’ கென்று ஒரு சத்தம். கால்களில் இரும்புச் சங்கிலி விலங்கு இழுபடுகிற ஓசை. பதறித் திடுக்கிட்டு குனிந்து பார்த்தான். ஒன்றுமில்லை.

●

10

வேறு ஊர்

“நான் ரொம்ப நல்லா யோசனை பண்ணித்தான் சொல்றேன் பேசாம ரெண்டு பேரும் எங்க கூட வந்திருங்க. அங்கன வந்து ஒண்ணுமண்ணா இருந்து உள்ளதைச் சாப்பிட்டுட்டு இருக்கலாம். வயசான காலத்திலே அங்க கிடந்து ஏன் சங்கடப்படுதிக...”

சுற்றிலும் உறைந்திருந்த மௌனத்தைக் கிழித்தபடி சந்திரனின் குரல் வந்து கொண்டிருந்தது. வீட்டுக்குள் சிம்னி விளக்கு காற்றுடன் போராடியது. மங்கலான நிலவொளி தெருவெங்கும் பரவிக்கிடந்தது.

வெளித்திண்ணையில் உட்கார்ந்து சந்திரன் பேசிக்கொண்டிருந்தான். திண்ணையை ஒட்டி வாசலில் கிடந்த கயிற்றுக் கட்டிலில் ராமுக் கிழவனும், வாசல் படியில் முழங்காலைக் கட்டியபடி அமர்ந்து ஆத்தாள் சுப்பிக் கிழவியும், மகன் பேசுவதை மௌனமாய்க் கேட்டுக் கொண்டிருந்தார்கள். இடையிடையே அவன் பேச்சை நிறுத்திய போது பஞ்சாயத்து போர்டுரேடியோவின் தெளிவற்ற ‘கரகர’ சத்தம் செவிகளில் விழுந்தது.

“மண்டையடி காய்ச்சல்னு ஒரு நாளைக்கு நீங்க விழுந்துக்கிட்டாலும் பாக்கிறதுக்கு இங்க யாரு இருக்கா?”

கொஞ்ச நேர மௌனத்துக்குப்பின் தொண்டையைச் செருமிக்கொண்ட ராமுக் கிழவன் மெல்ல ஆரம்பித்தான்.

“அதெல்லாம் சரிதாம்ப்பா... இனிமே என்னத்துக்கு சாகப்போற நாளையிலே அங்கன வந்துக்கிட்டு மருமகளுக்கும் பிள்ளைகளுக்கும் தொந்தரவா. கஷ்டமோ நஷ்டமோ இனி இருக்கிற நாளையும் இப்பிடியே இங்கன ஓட்டிர்றோம்...”

இதைக் கேட்டதும் கொஞ்சம் நிமிர்ந்து வேகமாய்க் கேட்டான் சந்திரன். “அப்பிடி என்னதான் இருக்கு இந்தப் பட்டிக்காட்டுலு... தலைவச்சுப்படுக்க ஒருகையகல இடம் உண்டுமா... சும்மா இங்கனயே கிடக்கம் கிடக்கம்னு சொல்லிக்கிட்டிருக்கிகளே...”

ராமுக் கிழவன் வாயடைத்துப் போனான். இனி அவன் பேச மாட்டான். இந்தக் கேள்விக்கு அவனிடம் பதில் கிடையாது.

ஒவ்வொரு மாசமும் வரும்போது சந்திரன் ரெண்டு பேரையும் தன் கூட வந்துவிடும்படி அழைப்பான். பேச்சு நீண்டு வளர்ந்து இந்தக் கேள்வியோடு முடிந்துவிடும். விடிந்ததும் அவன் பஸ் ஏறிப்போய்விடுவான்.

ராமுக் கிழவனின் மனம் பலவாறு ஓடியது. என்ன இருக்கு நமக்கு இங்கே என்று நினைத்தாலே மனம் துக்கப்பட்டது. ஊர்க் கண்மாயில் அம்மணமாய்க் கும்மாளத்துடன் குதியாட்டம் போட்டுக் கழித்த இளம் பிராயத்து நினைவுகள் மனசில் குமிழிட்டன. ஆத்தாளுக்குத் தெரியாமல் வீட்டில் பருத்தி களவாண்டு கொண்டு போய் கடைகளில் போட்டு வாங்கித் தின்னுவிட்டு, தெருமண்ணில் உருண்டு புரண்டு விளையாடி உடம்பெல்லாம் தெருப் புழுதி அப்பி கண்மாயில் குளித்து பிறகு எல்லாத்துக்கும் சேர்த்து ஆத்தாளிடம் முதுகுத் தோசை வாங்கி... அது ஒரு காலம்; விவரந் தெரியுமுன்னே ஆத்தா போய்ச் சேர்ந்து விட்டாள். அவள் கொடுத்த பூசைகள் தான் பசுமையாக நினைவிலிருந்தன. ராமுவின் ஐயாதான் அவன் ஆத்தா செத்த பிறகு அவளை நினைத்துக் கண் கலங்கியபடி அவளோடு தெற்கே ரொம்பத் தொலைவிலிருந்து இந்த ஊருக்கு பஞ்சம்பிழைக்க வந்ததையும் பட்ட கஷ்டங்களையும் கதை கதையாய்ச் சொல்லிக்கொண்டிருப்பான். ஐயாவும் செத்துப் போனார். அப்போது ராமுவுக்கு பதிமூணு வயசு.

அன்றைக்கு மண்வெட்டியைத் தோளில் தூக்கியவன் தான். போனவருஷம் உடம்புக்கு முடியாமல் விழுந்து இனி வேலைக்குப் போக முடியாது என்று ஆன வரைக்கம் உழைத்தான். கடுமையான உழைப்பாளி. மேலத்தெரு முதலாளிமார் எத்தனையோ பேருடைய காடு கரைகள் அவன் உழைப்பால் பொன்னாய்க் கொட்டியிருக்கின்றன. அவன் பண்ணையாளாக இருந்து வேலை பார்க்காத வீடு உண்டுமா மேலத்தெருவில் எல்லாம் நினைக்க நினைக்க பெருமூச்சாகத்தான் மிஞ்சியது.

“என்னய்யா... சத்தத்தையே காணம். நாஞ் சொல்றது சரிதானே...” என்று மறுபடி சந்திரன் கேட்டான்.

தொண்டையைக் கனைத்துக்கொண்டு ராமுக் கிழவன், “ம்... சொல்றதுக்கு என்னப்பா இருக்கு...” என்று மெல்ல முனகிவிட்டு மீண்டும் மௌனமானான்.

இந்தத் தடவையாவது மகனிடம் கேட்டுவிட வேண்டும் என்று மறுபடி தீர்மானித்திருந்தும் அதை கேட்கவிடாமல்

இப்படி வாயடைக்கப் பண்ணிவிட்டானே வழக்கம்போல என்று வருத்தமாயிருந்தது.

"என்ன... பெரியா... இப்பல்லாம் கடைப்பக்கமே தலையைக் காட்றதில்லே..." என்று அடிக்கடி கேட்கும் கடைக்கார சீனி நாய்க்கரின் முகம் நினைவிலாடியது. வாடிக்கையான ஆள் ஒன்று போச்சே என்று அவருக்கு வருத்தம் இருக்காதா பிறகு. கூலியாகக் கிடைக்கிற தானியம் தவசத்தில் பாதியை சீனி நாயக்கர் கடையில் போட்டுவிட்டுத்தானே வருவான் ராமு.

சீனிக்கிழங்கு, அவித்த மொச்சைப் பயிறு, சேவு என்று அந்தக் கடையைக் கடந்து போகும் போதெல்லாம் என்னத்தையாச்சும் வாங்கிப் போட்டு அரைத்துக் கொண்டே தான் இருப்பான் ராமு. சின்னப்புள்ளையில் பருத்தி களவாண்ட நாளிலிருந்து இந்த நச்சுத்தீனிப் பழக்கம். அதிலும் குறிப்பாக பட்டாணி சுண்டல் என்றால் போதும். ஒரு மரக்கால் பயிறு என்றாலும் அசராமல் உட்கார்ந்து அரைத்து விடுவான். சீனி நாயக்கரின் சம்சாரம் அப்பிடிப் பக்குவமாய் அவிச்சு தாளிதம் பண்ணி கடையில் கொண்டு வைக்குமே... இப்ப நினைச்சாலும் எச்சில் ஊறும்.

போன வருசம் படுக்கையிலே விழுந்தான். காடுகரைகளுக்குப் போறது நின்றது. முழுக்க முழுக்க மகன் மாசா மாசம் வந்து கொடுக்கிற நூறு ரூபாயை வச்சித்தான் பிழைக்க வேண்டியதாச்சு. பிறகெங்கே சீனி நாயக்கர் கடைக்குப் போக?

என்னைக்காச்சும் சுப்பியாகப் பார்த்து 'ஐயோ பாவம் கிழவன்' என்று மனமிரங்கி கம்பரிசியோடு இம்புட்டுக் கருப்பட்டியைக் கலந்து இடிச்சு மாவுருண்டை பிடிச்சுக் குடுத்தா உண்டும். இல்லாட்டி ஆடிக்கிட்டிருக்கும் ரெண்டு பல்லை மென்று சப்பிக்கொண்டு திண்ணையில் சாய்ந்து கிடக்க வேண்டியதுதான். முன்னாலேயெல்லாம் சந்திரன் வரும்போது எதனாச்சும் லட்டு, பூந்தி அது இதுன்னு டவுன் பலகாரங்கள் வாங்கிட்டு வருவான். என்னமோ தெரியல, இப்ப ஒண்ணுமே வாங்கிட்டு வாரதில்ல.

சிறுசாயிருக்கையில் சந்திரன் டவுன் பள்ளிக்கூடத்தில் தங்கிப்படிச்சுட்டு லீவுல வந்தான்னா ஆத்தாளுக்கும் அய்யாவுக்கும் என்று கருப்பட்டி மிட்டாய், காரா பூந்தி அப்பிடி இப்பிடின்னு கொட்டான் கொட்டானாக வாங்கிட்டு வந்து குவிப்பான். சுப்பியும் அவன் லீவுக்கு வந்துவிட்டால் நிலை கொள்ளாமல் தான் தவிப்பாள்.

சுப்பியை நினைத்தாலும் பாவமாத்தான் இருக்கு. இவனைப் படிக்கப்போட அவ பட்ட பாடு! அடேய்யப்பா, மேலத்தெரு சுப்பா

நாயக்கர் மகன் டவுன்லே படிச்சிட்டு வடக்கே போய் வியாபாரம் பண்ணி ஆயிரம் ஆயிரமா அனுப்ப இங்கே காடு கரையின்னு வாங்கிப்போட்ட மாதிரி இவனும் டவுன்லே படிச்சுப்போட்டான்னா ஊரையே விலைக்கு வாங்கிறலாம்னுதான் கனாக்கண்டாள். இருந்த ரெண்டு மூக்குத்தி, கம்மலை வித்ததுதான் கண்டது.

அவனைக் குத்தம் சொல்ல ஒண்ணுமில்லே. நல்லாத்தான் படிச்சான். பாஸ் பண்ணினான். படிச்சதுக்கு ஏதோ ஒரு உத்தியோகம் அங்கனயே கிடச்சது. பிராமணத்தி கணக்கா ஒரு மகராசியை கலியாணமும் கட்டி பிள்ளகுட்டிகளோடு இருக்கான்.

வேலை வெட்டிக்குப் போக முடியாம கிழவன் விழுந்தான். வந்தது வினை அவன் கொடுத்த அம்பது ரூபாயில் காலந்தள்ள முடியாமல் திணறியது. நிலைமையைப் புரிஞ்சுகிட்டு அவனாக கொடுப்பான்னு நாலைஞ்சு மாசம் பொறுத்துப் பாத்தும் ஒண்ணும் நடக்கலை. சுப்பிக் கிழவி வாய் திறந்து ஒரு நாள் கேட்டுவிட்டாள்.

“தங்கம்... அய்யா வேலை வெட்டிக்குப் போகாததுல இருந்து நீ குடுக்கிறத வச்சுத்தான் எல்லாமே நடக்கு... அம்பது ரூவாயை வச்சு ஒண்ணும் முடியல... கூட என்னத்தையும் போட்டுக்குடுய்யா...”

அப்போதுதான் சந்திரன் சொன்னான், அங்கே அவன் கொடுக்கிற ஐநூறு ரூபா காசிலே மூணு பிள்ளைகளையும் வச்சிக்கிட்டு வார போற விருந்தாளிகளையும் கவனிச்சுக்கிட்டு இவுகளுக்கும் மாசம் அம்பது ரூவா கொடுத்துக்கிட்டு தான்படற கஷ்டங்களை எல்லாம் எடுத்துச் சொன்னான். அவன் சொல்லிக்கொண்டிருந்த போதே சுப்பிக்கிழவி ஏங்கி ஏங்கி அழ ஆரம்பித்துவிட்டாள்.

“கண்காணாத இடத்தில் இப்பிடி நீ கஷ்டப்பட வா ஒன்னைய அந்தப் பாடுபட்டுப் படிக்க வச்சேன் என் ராசா.” என்று கைகளை ஆட்டியபடி நடுங்கும் குரலில் அழுகையை நீட்டினாள்.

“நாங்க கெழடு கட்டைக நாளக்கிச் செத்துப்போறவுக. எப்பிடிக் கஷ்டப்பட்டாலும் ஒண்ணுமில்ல. என் மகராசன் நீயாச்சும் நல்லாப் பொளச்சாப் போதுமின்னுல்லா நினைச்சேன்... இப்பிடி நீயும் கஷ்டப்படணுமின்னா எழுதியிருக்கு...” என்று கண்ணீருக்கும் விசும்பலுக்கும் இடையே சொல்லிச் சொல்லி அழுதாள்.

ராமுக் கிழவனோ மகன் சொன்னதையும் சுப்பி அழுததையும் கேட்டு மனம் உடைந்து போனான். உண்மையில் மகன் டவுனில் ரொம்ப நல்லா பிழைப்பதாகத்தான் ரெண்டு பேரும் பெருமிதப்பட்டுக் கொண்டிருந்தார்கள்.

கண்களைத் துடைத்துக்கொண்டு, “நீ எங்களுக்கு ரூவாயே தரவேண்டாமிய்யா. நாங்க எப்பிடியும் பிழைச்சிக்கிடுவம்... நீ நல்லாயிருந்தாப் போதும்” என்று சுப்பி சொன்னபோது கரகரத்த குரலில் “ஆமய்யா” என்று மட்டும் தான் அவனால் சொல்ல முடிந்தது.

எல்லாம் நினைக்க நினைக்க ராமுக் கிழவனுக்கு மனம் வெம்பி, விழிக்கடையில் கண்ணீர் முட்டி நின்றது. நல்லவேளை, கேட்க வேண்டுமென்று மனசில் நினைத்ததை மகனிடம் இதுவரை கேட்டுவிடவில்லை. கேட்டிருந்தா... சேச்சே, பிள்ளை தன் கஷ்டத்தோடு கஷ்டமா நூறு ரூவா கொடுக்கான். அது போக எனக்கு பலகாரம் வாங்கித் திங்க துண்டாக அஞ்சு பத்து குடுய்யான்னு கேட்டிருந்தா என்ன நினைப்பான் நம்மளப் பத்தி... என்று மனசுக்குள் எழுந்த நினைப்பை மனசிலேயே அழித்தான். இருந்தாலும் அந்தப் பட்டாணி சுண்டலை ஒரு கணம் நினைத்தால் பெருஞ் சோகம் வந்து மனசை அழுத்தியது.

“இப்பிடி பேசாம இருந்தா என்னய்யா... ஆத்தா நீ சொல்லு...”
“இம்புட்டுக் காலம் இருந்துட்டு இனிமேக் கொண்டு எதுக்குய்யா... அங்க போயிக்கிட்டு...” என்று இழுத்தாள் சுப்பி.

அவளுக்கு என்னவென்றால்... நம்ம கதைதான் இப்பிடி ஆயிப்போச்சு. கண்ணேகண்ணுன்னு ஒண்ணு பெத்தும் புள்ளைய நல்லா வச்சுப்பாக்க முடியலே. எம்புட்டோ நினைச்சு என்னமோ நடந்து ஒண்ணும் ஆகாமப் போச்சு. இனி அவன் கூடவே போயி இருந்து அவன் கஷ்டப்படுறதை வேறே கண் கொண்டு பாக்கணுமா... அதுவும் தவிர அங்கன நாலு படிச்ச மனுசருக வார இடத்துல கொறத்தி கணக்கா நாந்தான் இவளப் பெத்தவன்னு முன்னாலே போயி நின்னா நம்ம புள்ளைக்கு மருவாதியா இருக்குமா...

இருவருடைய நீண்ட மௌனங்கள் சந்திரனுக்கு எரிச்சலூட்டின.

“இத பாருங்கள்... நான் வளவளன்னு சொல்லலை. உள்ளதை உடைச்சுச் சொல்லிர்றேன். வாங்குற சம்பளம் என்னைக்கும் போதாமத்தான் இருக்கு பிள்ளைகளுக்கு படிப்புச் செலவு துணிமணி. வைத்தியச் செலவுன்னு ஒண்ணும் கட்டுப்படியாகலே. வீட்டுச் சோலிகளையும் பார்த்து ராவா பகலா தீப்பெட்டி ஒட்டி அவளும் மாசம் பத்து நூறு வாங்கிப்போட்டும் கடனில்லாம் காலம் தள்ள முடியலே. இப்ப நீங்க அங்கன வந்து இருந்திகன்னா பிள்ளைகளையாச்சும் பாத்துக்கிடுவீக. அவளுக்கும் கொஞ்சம் ஒத்தாசையா இருக்கும். கைப்பிள்ளையை வச்சுக்கிட்டு ஒத்தையில்

ரொம்பச் சங்கடப்படுதா... செலவும் ஒரே செலவாப் போகும். தவிரவும் இங்கு நமக்கு என்ன இருக்கு சொத்தா... சுகமா... எல்லாம் நல்லா யோசனை பண்ணித்தான் சொல்றேன். பேசாம கிளம்புங்க..."

ராமுக் கிழவனின் மனச்சுமை இன்னும் கூடி வலித்தது. உடனே இருக்கிறதில் நாலு குறுக்கம் காட்டை வித்து பணத்தை மகன் கையில் குடுத்து "வச்சு நல்லா செலவழிச்சுக்கோய்யா"ன்னு கொடுக்க வக்கில்லாம நாமளே அவனுக்குப் பாரமா இருக்கும்படியாச்சே என்று மனசு துடித்தது. இத்தன காலம் பொழச்சு நாம் இந்த பொழப்புத்தானே பொழச்சிருக்கம் என்று நினைக்க நினைக்க மனசு வெந்தது.

மறுநாள் மூட்டையைக் கட்டிக் கொண்டு மகனுடன் கிளம்பி நடந்த போது ராமுக்கிழவனுக்கு தன் அய்யாவின் ஞாபகம் வந்தது. தெற்கே எங்கேயோ இருந்து சொந்த மண் கஞ்சி ஊத்தவில்லை என்று இங்கு வந்தான். இப்ப நமக்கும் அதே கதியாகிப் போச்சே என்று கண்கலங்கியபடி தான் பிறந்து வளர்ந்து உருண்டு புரண்ட மண்ணை திரும்பித் திரும்பிப் பார்த்தான். "உன்னை விட்டுட்டுப் போறனே" என்று மனசுக்குள் அழுகை வெடித்து வந்தது.

நடையை நிறுத்தி பின்னால் திரும்பி, "எட்டிப் போடுங்க நடையை" என்கிற மாதிரி இவர்களைப் பார்த்தான் சந்திரன்.

●

11

அப்பாவின் பிள்ளை

அழகை ரசிக்கத் தெரியணும்

ரசிக்கிற மனசு வேணும்.

எத்தனைதான் கஷ்டங்களும் பிரச்சனைகளும் மலையாய் வந்து அழுத்தினாலும் - ரசிக்கிற ஒருமனசு இருந்துவிட்டால் எல்லாம் அழகாய்த்தான் படும். என்ன மனிதர்கள் இவர்கள்!

ஒரு நிமிஷம் இந்தக் குலுங்கிச் சிரிக்கும் மலர்களை ரசிக்க முடியாமல், குளுமையான அதிகாலைப் பொழுதில் மெல்ல மெல்லப் பரவும் வெம்மையையும் சற்றேனும் உணர முடியாமல், வண்ண வண்ண மலர்களாய் வீதியெங்கும் சிரிப்பையும் ஒளியையும் சிந்திப்போகும் இந்தப் பெண்களிடம் மனசைப் பறிகொடுக்கத் தெரியாமல் எல்லாமே ஒரு அவசரமாய் எந்திர கதியில் வாழும் இவர்களின் வாழ்வு ஒரு வாழ்வா?

பூகோளப் புஸ்தகத்தில் தான் நேற்று வைத்த மயிலிறகு இன்று போட்ட குட்டியைப் பார்த்துக் குதூகலிக்கிற கடைக்குட்டித் தங்கையோடு சேர்ந்து தானும் சந்தோஷிக்க முடியாத அப்பா என்ன அப்பா! அப்பா அழகின் எதிரி. இதில் அவனுக்குப் பிடித்தது அம்மாதான். அவள் எதைச் செய்தாலும் அதில் ஒரு ஒழுங்கு இருக்கும். எதைச் சொல்வதானாலும் ரொம்ப நிதானித்து சொற்களைச் செதுக்கி அழகாகச் சொல்வாள். அப்பாவுக்கு இதெல்லாம் சுட்டுப்போட்டாலும் வராது. இப்போதுதான் பேச்சைக் கண்டுபிடித்த ஆதிவாசி போல வார்த்தைகள் தடித்து கரடுமுரடான ஒரு சந்தக்குவியலாக வரும். நேற்று ராத்திரி அவர் உதிர்த்த சந்தக்கலவை மனசில் ஓடியது. ‘சரட்’ என்று மூக்குச் சிந்தலுக்குப்பின்,

“ஏலே... நாளக்கிப் போயி ஒழுங்கா அன்ன ரத்னா மேச் பாக்டரியிலே வேலைக்குச் சே... எல்லாம் சொல்லி வச்சிருக்கேன். விடியக் காலமே போயிரு... உன் கலைக்டர் உத்தியோகத்துக்கு காத்துக் கெடந்தது போதும் - சர்ரட்”

இவனுக்கொன்றும் வருத்தமில்லை. வாங்கின பட்டம் ட்ரெங்குப்பெட்டிக்குள் தூசியடைந்து கிடக்கிறது. இவ்வளவு கஷ்டப்பட்டுப் படிக்கப் போட்டு கடைசிக்கி ஒரு தீப்பெட்டி ஆபீஸ் வேலைக்குத்தானா அனுப்பணும் என்று அம்மாவுக்குத்தான் ரொம்ப வருத்தம். இவனுக்கு ஒன்றுமில்லை. சொல்லப் போனால் இவனுக்கு ரொம்ப சந்தோஷம்.

முன்பு கல்லூரிக்குப் போகிற காலை வேளைகளில் கையில் தூக்கு வாளியுடனும் முகத்தில் சிரிப்புடனும் எதிரே வரும் - தீப்பெட்டி கம்பெனிகளுக்கு வேலைக்குப் போகிற - சில அழகான முகங்கள் இவன் மனதில் பதிந்திருந்தன. அதில் ஏதேனும் ஒருமுகம் இந்தக் கட்டிடத்துக்குள் வேலை பார்க்கலாம். திடீரென எதிர்பட்டு அதிர்ச்சியூட்டலாம். நினைக்கவே நெஞ்சு அதிர்ந்தது.

“எதுவரைக்கும் படிச்சிருக்கேன்னு சொன்னே…”

“பி.எஸ்ஸிங்க.”

“ம்…. டைப்ரைட்டிங் தெரியுமா?”

“ஹையர் பாஸ் பண்ணியிருக்கேன்.”

முதலாளியின் பற்களுக்கிடையில் ஒரே ஒரு தங்கப்பல் மின்னல் வெட்டுப் போல பளீரிட்டது. ‘முருகேசா…’ என்று பக்கத்து அறையிலிருந்தவரை அழைத்து அவரோடு இவனை அனுப்பி வைத்தார்.

“நீ வேலாயுதம் அண்ணாச்சி மகந்தானே…” என்று ரொம்ப பிரியமாகவும் சினேகமாகவும் பேசியபடி அவனை அழைத்துச் சென்றார் முருகேசன். அந்த நிமிஷமே அவரோடு ஒரு நெருக்கம் ஏற்பட்டுவிட்டதை உணர்ந்தான். பிரியமாய் ரொம்ப நேரம் அவரோடு பேசிக்கொண்டிருக்கணும் போலத் தோன்றியது.

முருகேசன் டைப் பண்ணிக்கொண்டிருந்தார். டைப்ரைட்டரைச் சுற்றிலும் பேரேடுகள், நோட்டுகள், லெட்ஜர்கள் இறைந்து கிடந்தன. அடுத்த மேஜைகளிலும் அதேபோல. சுவரில் தங்க பிரேம் போட்ட பெரிய சைஸ் புகைப்படம். சட்டையில்லாத கருத்த பெரியவர். சுவருக்குப் பின்னால் சளசளவென்ற பேச்சுச் சத்தம். ஆம், அவர்கள் தான், பெண்கள்தான். திகுதிகுவென்று நெஞ்சுக்குள்ளும் வயிற்றிலும் ஒரு இளம் தீ தளிர்த்தது. மனசில் பதிந்த ஏதாவது ஒரு முகம் எதிர்ப்பட்டு இன்பமாய் அதிர்ச்சியூட்டலாம். அந்தப்பக்கமாய் ஒரு ‘ரவுண்ட்’ போய் வரணும். இப்போ வேண்டாம். ஒருவேளை முருகேசனே கூட்டிக் கொண்டு போய் சுற்றிக்காட்டலாம்.

“தம்பி... இப்பிடி வா. இந்த பேலன்ஸ் ஷீட்டை அடிச்சுவை. நான் முதலாளி வீட்டு வரைக்கும் போயிட்டு வர்ரேன்...”

“பழைய மிஷின். டைப் பண்ண சுகமாய் இருந்தது. விசை மேடையில் விரல்களின் நர்த்தனம். நிரந்தரமான ஒரு பின்னணி இசைபோல சுவருக்குப் பின்னால் பெண்களின் பேச்சும் சிரிப்பும் ஒரே லயத்துடன். ‘முருகேசா...’ என்று முதலாளி திடீர்க் குரல் எழுப்பினார்.

இவன் எழுந்து போனான். “இன்னும் வல்லியா அவன் ம்... சரி... நீதான் பி.ஏ. படிச்சிருக்கியே, இந்த லெட்டருக்கு ஒரு பதில் டைப் பண்ணிக்கொண்டா பாப்பாம்... முப்பதாம் தேதிக்குள்ள சரக்கை அனுப்பிறலாமுன்னு எழுதணும்.”

“சரிங்க.”

“ஆங்’. கல்பனா மேச் ஒர்க்ஸ் ‘லெட்டர் ஹெட்டி’லேதான் எழுதணும்.”

நிதானமாக ஒரு தாளில் பதிலை எழுதி திருத்தி எழுதி டைப் பண்ணி முதலாளியிடம் கொடுத்து அவர் படித்து முடிந்து புன்னகைக்கவும்தான் மறுபடி மூச்சு வந்தது. திரும்பி வந்து பேலன்ஸ் ஷீட்டை தொடர்ந்தான். செவியும் மனசும் சுவருக்குப் பின்னால் லயித்திருக்க, கையும் கண்ணும் கருத்தாயிருந்தன. முதலாளிக்கு தன்னுடைய இங்கிலீஷ் ஸ்டாண்டர்டு புரிந்திருக்குமா? அவர் எதுவரைக்கும் படித்திருப்பார்? முகத்தைப் பார்த்தால் அவ்வளவு படித்தவராகத் தெரியவில்லை. “முருகேஷா" என்ற வித்தியாசமான கட்டைக்குரல் இவன் தலையை நிமிர்த்தியது. ஒரு கண்ணாடிக்காரப் பெரியவர்.

“தம்பி, நீதான் புதுசா வந்தவனா?” “ஆமாங்க.” “அவன் இன்னும் வல்லியா?” “இல்லிங்க.” “சரி அவன் வரட்டும். தம்பி இத பாரு இன்னிக்கு சம்பளம் போடணும். இந்த நோட்டிலே ஒவ்வொரு பிள்ளையும் எத்தனை கட்டு தீப்பெட்டி ஒட்டியிருக்குதுன்னு நாள் வாரியா எழுதியிருக்கு. ஒவ்வொரு பிள்ளைக்கும் என்ன வருதுன்னு தனித்தனியா டோட்டல் பண்ணி பென்சிலாலே கீழே எழுதணும்.”

மாதிரிக்கு ஒரு பக்கம் செய்து காட்டினார். “முருகேசண்ணன் இதை டைப் பண்ணச் சொன்னாரு” என்று இழுத்தான்.

“அவங் கிடக்கான். வந்து அடிப்பான். நீ இதப் பாரு. இதான் இப்ப அவசரம்.”

முத்துலட்சுமி, ஜெகதா, சுப்பம்மாள் என்று நோட்டின் பக்கத்துக்கு ஒரு பெயராக இருந்தது. கொஞ்சம் நாகரிகமான பெயருக்கு அழகான எடுப்பான முகத்தையும் சுப்பம்மாள் மாதிரி பெயர்களுக்கு சுமாரான முகத்தையுமாக மனசில் கற்பனை பண்ணி ரசித்தபடி கூட்டிக் கொண்டிருந்தான். கூட்டக்கூட்ட வந்துகொண்டேயிருந்தன பக்கங்கள். ஒருவழியாய் கூட்டி முடித்துவிட்டு எழுந்து வேட்டியை உதறிக்கட்டி உடம்பை முறித்துக் கொண்டபோது, "முருகேசா" என்று மறுபடி முதலாளி.

"இன்னுமா வல்ல அவன்?" கையில் சிகரெட் புகைந்து கொண்டிருந்தது.

"சரி தம்பி... இன்னிக்கு சம்பளம் போடணும் பேங்கில போயி இந்த செக்கை கேஷ் பண்ணிட்டு வரணும்."

"சரிங்க" "வெளியே சைக்கிள் இருக்கும் எடுத்துக்க வெயில்ல நடந்து போவேணாம்."

"சரிங்க" "அண்டிராயர்ல பை இருக்கா?" "இல்லிங்க" "பிறகு?" "சட்டையில் உள் பை வச்சிருக்கேன்." "ம்... சரி பணம் பத்திரம்."

க்யூ நீண்டிருந்தது பளபளக்கும் மொஸைக்தரையும் குளுமையான ஃபேன் காற்றும் கவுண்டரில் இருந்த கவர்ச்சியான முகமும் காத்திருத்தலை சுகமாக்கின. பணத்தோடு சைக்கிளை எடுத்தபோது நெருப்பாய் வயிற்றில் பசி.

திரும்பிய போது மணி மூன்று. பசியின் பிடியில் உடம்பு துவண்டு வந்தது; முதலாளியின் அறை பூட்டியிருந்தது. பணத்தை வாங்கிக் கொண்ட முருகேசன், "காலையிலே 'டோட்டல்' போட்டு குடுத்தியாமே, அதே போல இந்த மூணு நோட்டிலேயு..." சொல்ல ஆரம்பித்தவர் சட்டென நிறுத்தி இவனை நிமிர்ந்து பார்த்து கொஞ்சம் பதறிய குரலில் "நீ இன்னும் சாப்பிடலியா?"

தலையசைத்தான். "போ போ முதல்ல போயி சாப்பிட்டு வா. சைக்கிள் எடுத்துட்டுப்போ" கொஞ்சம் குற்ற உணர்வும் நிறைய பரிவும் கூடிய குரலில் அவர் சொன்னதும் இவனுக்கு மனம் நெகிழ்ந்து கண்ணீர் துளிர்த்துவிட்டது.

சாப்பிட்டு வந்து மறுபடி கூட்டலைத் துவங்கினான். இடையிடையில் சுவருக்குப் பின்னால் மனசு முகங்களைத் தேடும். ஜகதா - சுப்புலஷ்மி எல்லா நோட்டுகளையும் கூட்டி முடித்து உடம்பை நெளிக்கவும், முதலாளி ரூமிலிருந்து சில கவர்களை எடுத்து வந்த முருகேசன், "தம்பி இதையெல்லாம் கொண்டு

ஹெட்போஸ்டாபீஸ் பெட்டியிலே சேக்கணும். ஆறு மணிக்கு எடுத்துருவான். இன்னும் அரை மணிதான் இருக்கு. சைக்கிள்ள போயிட்டு வந்துரு பாப்பம்” என்று சொல்லி கவர்களைக் கொடுத்தார். இதைப் போட்டுட்டு வந்துட்டா அதோட இன்னைக்கு வேலை முடிஞ்சது என்கிற தொனி அவருடைய குரலில் இருந்தது.

சைக்கிளில் போய் போஸ்ட் பண்ணிவிட்டுத் திரும்பியபோது குளுமையான காற்று முகத்திலடித்தது. ஆனந்தமாயிருந்தது. இனி தினசரி செய்கிற கடைசி வேலை இது. இந்தப்பாதையின் ஒவ்வொரு இடுக்கும் பரிச்சயமாகிப்போகும். தினமும் சந்திக்கப்போகிற புதுப்புது முகங்கள் மனசில் பதியும். அடையாளம் கண்டு எப்போதாகிலும் புன்னகையைப் பரிமாறிக் கொள்ளவும் செய்யலாம். நினைவுகள் பின்னலிட்டன. இதமாயிருந்தது, நினைக்க.

ஸ்கூட்டரில் போவதான ஒரு கற்பனையில் சர்ரென்று சைக்கிளை ஒடித்து ஒடித்து திருப்பி வேகமாக வந்து இறங்கினான். இவனுக்காகவே காத்திருந்த முருகேசன் கையில் ஒரு டப்பாவைத் தூக்கிக்கொண்டு, “இந்த நோட்டுகளைத் தூக்கிட்டு எம் பின்னாடி வா, சம்பளம் போட்ருவம்” என்றபடி நகர்ந்தார்.

நொறுங்கிய மனசுடன் அவர் பின்னால் போனான். இவன் பெயர் வாசிக்க, முருகேசன் டப்பாவிலிருந்து பணத்தை எண்ணிக்கொடுக்க வரிசை நீண்டு கொண்டே போனது. பெண்கள் பக்கத்தில் வந்து நின்று சம்பளம் வாங்கினார்கள். திகுதிகுவென எரியும் ஆவலுடன் ஒவ்வொரு முகத்தையும் நோக்கினான். மனம் அவிந்து போனான். மலர்ச்சியில்லாத எண்ணெய் வழிகிற முகங்கள். ஒவ்வொரு முகமும் வறண்டிருந்தது. ஒவ்வொரு பெண்ணும் மேஜையருகே வந்ததும் குப்பென்று ஒரு நெடி மூக்கிலடித்தது. தீப்பெட்டிக் கருமருந்து வாடையுடன் எண்ணெய்ச் சிக்கு வாசனை, என்றைக்கோ தலையில் வைத்த பூவின் மிச்சவாசம், குளிக்காத பெண்ணுக்குரிய கவிச்சியென எல்லாமாய்ச் சேர்ந்த ஒரு நெடி கூடவே ‘சளபுளா’ ‘சளபுளா’ வென்று ஆம்பிளைக்கு சமதையான கிண்டல் பேச்சுகள் வேறெ.

இவன் மனசின் சித்திரங்கள் ஒவ்வொன்றாய் அழிந்து வழிந்தன. திடீரென உடம்பெல்லாம் அசதி கவ்விக்கொண்டது. தலைவலித்தது.

பட்டுவாடா முடிந்து மறுபடி அறைக்குள் வந்து கூட்டல் கழித்தல் பார்த்து மிச்சப்பணத்தை சரிபார்த்து முடித்து கணக்கை லெட்ஜர்களில் எழுதி முடிக்கையில் வெளியே ஸ்கூட்டர் சத்தம் கேட்டது. இவனை இருக்கச் சொல்லிவிட்டு முருகேசன் பணத்தை எடுத்துக் கொண்டு போனார்.

இவன் மேஜையில் சோர்ந்து சரிந்தான். நெற்றி தெறித்தது. ரொம்ப நேரமாகியும் முருகேசன் திரும்பாததால் மெல்ல வெளியே வந்தான். முதலாளி தூங்கி எழுந்து பவுடர் போட்டு கைலியுடன் சிகரெட் பிடித்துக் கொண்டிருந்தார். தற்செயலாக இவன் பக்கம் திரும்பிய முதலாளி "நீ வேணுன்னா போயேன் தம்பி" என்றார். குபுக்கென்று அழுகை வந்தது. வணக்கம் சொல்லிவிட்டு கிளம்பினான்.

"காலையில் ஏழு மணிக்கு வந்திருப்பா" என்று முருகேசன் ஞாபகப்படுத்தினார்.

தெரு வெறிச்சோடிக் கிடந்தது. தெருவிளக்கும் இல்லாமல் ஆள் நடமாட்டமும் இல்லாமல் இவனுடைய செருப்புச்சத்தம் மட்டும் பயங்கரமாகக் கேட்டது. பயந்தபடியே ஒரு நாய் விழித்துக்கொண்டு "வள்ள்" என்று குரலெழுப்பியது. நா வறண்டு கைகால்கள் விளங்காமல் போனது போல நடந்து நாயிடமிருந்து நல்ல வேளையாக தப்பி வீட்டையடைந்தான்.

விளக்கணைத்து கதவைப்பூட்டி எல்லாரும் எனக்கென்ன என்று நிம்மதியாகப் படுத்திருந்தார்கள். அம்மாகூடப் படுத்துவிட்டாள்.

கதவைத் தட்டினான், மறுபடி தட்டினான். "யம்மா..." தட்டினான். "கதவைத் திறம்மா" என்று தட்டினான். லேசான முனகலாக "ம்ம்..." என்ற சத்தம் கேட்டது. "யம்மா - கதவைத் தொறந்து தொலை" என்று தடதடவென்று முரட்டுத்தனமாக கதவைத் தட்டினான்.

திடீரென ஒரு கணம் தட்டுவதை நிறுத்தினான். ச்சே... அப்பா மாதிரியே தட்டுகிறோமே! உடம்பு முழுசாய் ஒருமுறை அதிர்ந்து குலுங்கியது.

•

12

சுப்புத்தாய்

தம்பிப்பயலை சேலை முந்தானைக்குள் சுற்றி மூடிக்கொண்டு ஆத்தாளும் ஏறிவந்து பஸ்ஸில் உக்கார்ந்த பிறகுதான் சுப்புத்தாய்க்கு மனசு கொஞ்சம் நிலை கொண்டது. எந்த நேரத்திலும் ஆத்தாளை பஸ்ஸில் ஏறக்கூடாதுன்னு ரத்தினம் தடுத்து விடுவானோ என்று பயந்து கொண்டேயிருந்தாள். நேத்து ராத்திரி ஊருக்குத் திரும்பும் போதே ரத்தினத்துக்கிட்டே சுப்புத்தாயி கேட்டிருந்தாள்.

"எங்க ஆத்தாளுக்கு மேலுக்குச் சுகமில்ல. ஆஸ்பத்திரிக்கி கூட்டிட்டுப் போகணும். நாள ஒரு நாளக்கி எங்க ஆத்தாவையும் நம்ம பஸ்ஸிலே ஏத்திக்கிற மாட்டியாண்ணே..."

முதல்ல மாட்டேன்னுதான் சொன்னான். கூட வந்த பிள்ளைகளும் பாப்பக்கா மாதிரி பெரிய பிள்ளைகளும் கெஞ்சப் போயி கடைசியில் "சரி வரட்டும்னு" சொல்லியிருந்தான். இருந்தாலும் ரத்தினத்தை நம்பமுடியாது. நேரத்துக்கு ஒண்ணு பேசக்கூடியவன் அவன்.

"தீப்பெட்டியாபீசிலே வேலை பாக்குறவுகளை ஏத்திட்டுப் போகத்தான் முதலாளி இந்த வண்டிய விட்ருக்காரு. ஒங்க வீட்ல இருக்கறவுகள ஏத்திக்கிட்டு டவுனுக்கு சண்டிங் அடிக்கதுக்கில்ல..." என்று சமயத்தில் சட்டம் பேசி விடவும் செய்வான். அப்படி எத்தனையோ சட்டம் பேசியும் இருக்கான்.

அதனால் ஆத்தா ஏறி உட்கார்ந்த பிறகுகூட சுப்புத்தாயிக்கு மனசு 'திக்திக்' கென்று தானிருந்தது. பஸ் கிளம்பி வடபட்டி விலக்கை தாண்டின பிறகுதான் பயமில்லாமல் ஜன்னல் வழியே வேடிக்கை பார்த்தாள். தூரத்தில் வானம் ரொம்ப சிகப்பாய் இருந்தது. இன்னும் சூரியன் வரவில்லை. குளுந்த காத்து மூஞ்சியிலடித்தது. வாடையடிக்காமல் தம்பிப்பயலை ஆத்தா நல்லா பொத்தியிருக்காளா என்று ஒரு வட்டம் பார்த்துக் கொண்டாள். நல்லவேளை முதல் 'திரிப்பில்' போற பஸ்ஸில் போகவில்லை. அது

விட்டுன்னு விடியமின்னயே ஊருக்குள்ள வந்துரும். பனியோடயும் குளுரோடயும் போகணும். ஆத்தாளுக்கு சன்னியே வந்துரும். மாரித்தாயே.... எங்க ஆத்தாளுக்கு காச்சல் சரியாப் போகணும் தாயே என்று மனமுருகி ஒரு முறை மனசுக்குள் கும்பிட்டாள்.

இப்ப வண்டி டவுனுக்குள்ளே போகவும் வெயில் வரவும் சரியாக இருந்தது. ஆனா வெயில் வந்து ரொம்ப நேரங் கழிச்சுத்தான் பெரியாஸ்பத்திரி தொறக்கும். அதுவரைக்கும் ஆத்தாளையும் தீப்பெட்டிக் கம்பெனியிலதான் உக்கார வச்சிருக்கணும். கணக்கன் வஞ்சாலும் வைவான். கணக்கனை நினைச்சதும் பழையபடிக்கி மனசு 'கெதக்கெதக்' குன்னு அடிச்சது. பயம்மாய் இருந்தது. பாப்பக்காதான் "சும்மா கூட்டியாடி, கணக்கன் ஒண்ணுஞ் சொல்லமாட்டான்னு" தைரியம் சொன்னாள்.

ஆத்தாளை தம்பிப்பயலுடன் மருந்து அரைக்கிற ரூம்புக்கு அடுத்த தட்டி மறைசலில் உட்கார வைத்தாள். அந்த இடத்திலதான் வாடக்காத்து அடியாமல் இருக்கும். லேசாக கருமருந்து வீச்சம்தான் எடுக்கும். உள்ளே வந்ததும் கணக்கன் ஒருமாதிரி ஆத்தாளை முறைத்துப் பார்த்தான். "இங்கன உட்காரப்புடாது"ன்னு சொல்லிருவானோ என்று சுப்புத்தாயி பயந்தாள். கணக்கன் ரொம்ப மோசமானவன். எல்லாப் பிள்ளைகளையும் தினம் கெட்ட வார்த்தையில் வைவான். அவன் இருந்தால் ஒருத்தரும் பேசக்கூட மாட்டார்கள். நல்லவேளை அவன் ஆத்தாளை ஒண்ணும் சொல்லவில்லை. மக்கும் கும்... என்று கனைத்துவிட்டு பேசாமலிருந்து விட்டான்.

ஆத்தாளை அங்கே உட்காரவைத்துவிட்டு மத்த பிள்ளைகளோடு தீப்பெட்டி ஒட்ட வந்துவிட்டாள். மேலுக்கு சேட்டமில்லாமல் போனதிலிருந்து ஆத்தா வேலைக்குப் போகவில்லை. இவ ஒட்டிக்கொண்டு போற துட்டுத்தான்; இன்னைக்குகூட கணக்கரிடம் அஞ்சு ரூவா அட்வான்ஸ் வேணுமின்னு கேட்டாள். ஆத்தாளுக்கு குளுகோஸ் பொடி தண்ணியில் கலந்து கொடுத்தால் நல்லதென்று எல்லோரும் சொன்னார்கள். அத வாங்கிட்டு ஆத்தா டவுன் பஸ் ஏறிப்போகணுமே என்று அட்வான்ஸ் கேட்டாள். "அதெல்லாம் மொதலாளி வந்தப்பெறகு கேட்டுத் தான் சொல்ல முடியும்" என்று கணக்கன் கறாராகச் சொல்லிவிட்டான். துட்டு கிடையாமல் போயிருமோ என்று நினைச்சாலே அவளுக்கு தொண்டையை அடைச்சது. அதெல்லாம் முதலாளி குடுப்பாரு பாரேன் என்று கூட இருந்த பிள்ளைகள் தைரியம் சொன்னார்கள்.

முதலாளி குடுப்பார். அவர் கணக்கன் மாதிரி அசிங்கப் பேச்சே பேச மாட்டார். சில்க் வேட்டியும் சில்க் சட்டையும் போட்டுக்கிட்டு ஜம்முன்னு இருப்பார். எந்நேரமும் அவர் சட்டைப்பைக்குள் ரூவாத்தாள் இருந்துக்கிட்டே இருக்கும். ஆனா அவர் பத்து மணிக்குத்தான் மோட்ரிபைக்கில் வருவார். அதுவரைக்கும் சும்மா இருக்கிறதுக்கு என்னத்தையாச்சும் ஒட்டலாமே என்றுதான் ஒட்ட வந்தாள். ஆனால் நொட்டாங்கையில் பெரிசு பெரிசாக சிரங்கு வெடிச்சிருந்ததால் எப்பயும் போல வேகமாக ஒட்ட முடியவில்லை. பசை சிரங்கில் பட்டாலே தீயாய் காந்தியது. பஸ்ஸில் வரும்போதும் குளிந்த காத்து வீசியடிச்சபோதும் சிரங்கு 'விண்விண்'னென்று எரிந்தது.

ஊடே ஊடே தம்பிப்பயல் அழுகிற சத்தம் கேட்டது. அவனுக்கு பசிச்சிருக்கும். ஆத்தாளுக்கு காச்சல் வந்ததிலிருந்து அவனுக்கு பால் கிடையாது. கேப்பை மாவுதான் கரைச்சுக் குடுத்தார்கள். ஆத்தா பால் கொடுத்தால் அவனுக்கும் காச்சல் வந்துரும் என்று பயந்தார்கள். சிணுங்கிச் சிணுங்கி பிறகு ஒரேயடியாக அழுதான் தம்பி. ஒட்டுவதை நிறுத்தி விட்டு எழுந்திரிச்சுப் போய் எட்டிப்பார்த்தாள். அழுகையை அமர்த்திப் பார்த்து முடியாமல் ஆத்தாள் அவனுக்குப் பால் கொடுத்து விட்டாள். 'ஆவ் ஆவ்' என்று அவன் பாலைக் குடிக்கிறதைப் பார்க்க பாவமாயிருந்தது. அதப் பார்த்ததும் சுப்புத்தாயிக்கு அழுகை வந்துவிட்டது.

கண்ணைத் துடைத்துக்கொண்டு மறுபடி ஒட்ட வந்தாள். இனிமே தம்பிப்பயலுக்கும் காச்சல் வந்துருமே என்று மனசுக்குள் அழுகை முட்டி வந்தது. இப்ப அவன் அழுகிற சத்தம் கேட்கவில்லை. அவன் ரொம்ப நல்லவன். கெட்டிக்காரன் தங்கக்கட்டி ரொம்ப அறிவுள்ளவன் பசிச்சா மட்டுந்தான் அழுவான். அமத்திட்டா பிறகு சிரிச்சுக்கிட்டு ஆ... ஊ..ன்னு பேசுவான். மத்த பிள்ளைகளை மாதிரி சும்மா ஓயாம நைய் நைய்யினு... அழமாட்டான். பாலைக்குடுத்து தொட்டில்ல போட்டுட்டு ஆத்தா காட்டுக்குப் போனாலும் திரும்பி வர வரைக்கும் பேசாம படுத்துக்கிடப்பான். அவனப்பத்தி நினைக்க நினைக்க அழுகையில் தொண்டை அடைத்தது. திடீரென்று ஆத்தா யார் கூடவோ சண்டை போடுகிற மாதிரி கூப்பாடு கேட்கவும் ஒட்டுவதைப் போட்டுவிட்டு பதறிக்கொண்டு அவளும் மத்த சில பிள்ளைகளும் ஓடினார்கள். எழுந்து நின்று அவிழ்ந்த தலையைக்கூட அள்ளி முடியாமல் ஒரு கையால் பால் கொடுத்த ரவிக்கையை அவசரமாய் இழுத்து இழுத்து மூடியபடி அழுகையும் ஆத்திரமுமாக

கணக்கனை வைதுகொண்டிருந்தாள். பாப்பாக்காளும் ஆத்தாளோடு சேர்ந்து கொண்டு கணக்கனை தாறுமாறாக வைதாள். கணக்கன் தப்பு எதுமே செய்யாத நல்லவன் மாதிரி “மொதல்ல நீ இடத்தைக் காலி பண்ணு. இங்கன யாரும் ஒக்காரக் கூடாது” என்று பதிலுக்கு விரட்டினான். “ச்சீ மானங்கெட்ட பயலே..” என்று ஆத்தா அவனை வைது காரித்துப்பினாள். சுப்புத்தாய் திகிலடைந்து நின்றாள்.

அந்நேரம் முதலாளி ஸ்கூட்டர் வண்டியில் வந்து விட்டார். வந்ததும் வராததுமாக பாப்பாக்கா அவரிடம் முறையீடு செய்தாள். ஆத்தாள் எதுவும் போசமல் கண்ணீர் உகுத்தப்படிக்கு நின்றாள். சுப்புத்தாயிக்கு அவள் நின்ற கோலத்தைப் பார்க்க சகியாமல் நெஞ்சுக்கூடு வெந்து விடும் போல் பெருமூச்சும் அழுகையுமாய் வந்தது. எல்லாத்தையும் கேட்டுவிட்டு முதலாளி கணக்கனைப் பார்த்து “ஏ... காலங்காத்தால... போயி வேலையைப் பாருப்பா” என்று சொல்லிவிட்டு சுப்புத்தாயைக் கூப்பிட்டு அஞ்சு ரூபாயக் குடுத்து “கூப்பிட்டு போம்மா” என்று அனுப்பிவிட்டார். ஆத்தாளை பஜார் வழியே வெயில் படாமல் ஓரமாக பார்த்து கூட்டிக்கொண்டு பெரியாஸ்பத்திரி போனாள். சீட்டு வாங்காமல் வரிசையில் நின்னதுக்காக நர்ஸம்மா கண்டமானக்கி வைதாள். பிறகு சீட்டு வாங்கிக்கொண்டு வரிசையில் நின்றார்கள். சத்தம் வெளியே கேட்டுவிடாமல் ஆத்தா ஏங்கி ஏங்கி அழுது கொண்டேயிருந்தாள்; அய்யாவை நினைச்சுத்தான் அவள் அழுகிறாள் என்பது தெரிந்துவிட்டது. அய்யாவை நினைச்சதும் சுப்புத்தாயிக்கும் அழுகை வெடித்துக் கொண்டு வந்தது.

பல்லைக்கடித்து எச்சிலைக்கூட்டி விழுங்கி மனசை அடக்கிக் கொண்ட ஆத்தாளின் கையை ஆதரவாகப் பற்றி “வேண்டாந்த்தே... அழுகாதே... அழுகாதத்தே” என்று தேற்றினபடி சிரங்குக்கையை யாரும் இடித்து விடாமல் வரிசையோடு நகர்ந்து கொண்டிருந்தாள்.

●

13

குரல்கள்

கடைசியாக அவர் போட்டோ பிடிக்க வேண்டும் என்று சொன்னார். உடனே எல்லா பிள்ளைகளுக்கும் ஒரே சந்தோஷமாகிப் போச்சு. நான் நீ என்று முந்திக்கொண்டும் இடித்துக் கொண்டும் தள்ளிக்கொண்டும் "இந்தா... இடிக்காதபிள்ளே... ஏ வள்ளி கொள்ளி, எதுக்கு என்னய இடிக்கே" என்கிற மாதிரி ஒருத்ரை ஒருத்தர் திட்டிக் கொண்டும் அந்த சாரின் கழுத்தில் தொங்கிய கேமிராவுக்கு முன்னால் நின்றனர். சுற்றி நின்று வேடிக்கை பார்த்துக் கொண்டிருந்த ஊர் பெரியவர்கள் "அவயம் போடாம நில்லுங்க, கழுதைகளா" என்று சிறுவர்களை அதட்டினார்கள்.

ஆனால் அந்த சார் "எல்லோரும் வேண்டாம். இந்த மூணு பேர் மட்டும் நின்னாப் போதும்" என்று சொல்லியதும் பிள்ளைகளுக்கெல்லாம் ஏமாற்றமாகிப் போச்சு. நிராசையோடும் பொறாமையோடும் இந்த மூணு பேரையும் - காளியப்பன், ரங்கசாமி, மாரியைப் பார்த்தபடி பெரியவர்களின் அதட்டல்களுக்குப் பணிந்து விலகி நின்றனர். காளியப்பனும் ரங்கனும் வீட்டுக்கு ஓடிப்போய் சட்டை போட்டுக்கொண்டு வந்துவிடுவதாய்ச் சொன்னபோது அந்த சார் மறுத்து விட்டார். சட்டையில்லாமல் தான் இருக்கணும் என்று சொல்லிவிட்டார். அந்த மூணுபேரில் சின்னவனான (போன வருசந்தான் ஆறாம் வகுப்பை பாதியில் விட்டிருந்த) மாரிக்கு ரொம்ப ஆச்சரியமாகவும் அதிசயமாகவும் இருந்தது. "என்னடா இது இந்த பத்து நாளா இதே மாதிரி வந்து போன மூணு சார்களுமே சொல்லி வச்சாப்பிலே சட்டை இல்லாமத்தான் போட்டோவுக்கு நிக்கணுமிங்காக!"

இவர்கள் போட்டாப் பிடித்த பிறகு அந்த சார் என்ன நினைத்தாரோ ஒதுங்கி நின்ற பிள்ளைகளையும் கூட்டமாய் நிற்க வைத்து ஒரு படம் எடுத்துக்கொண்டார்.

கையிலிருந்த சாமான்களை தோளில் தொங்கின "பள்ளிக்கூடத்துப்பைக்குள் வைத்துக் கொண்டு "அப்ப கிளம்புவமா" என்று கூட வந்தவரிடம் கேட்டார். அந்த கூட வந்தவரை மாரி முன்னமே பார்த்திருக்கிறான். அவன் வேலை பார்த்த பயர் ஆபீசுக்கு மோட்டார் பைக்கில் அடிக்கடி வந்திருக்கிறார்.

அவர்கள் கிளம்பிக் கொண்டிருந்தபோது கூட்டத்திலிருந்து "பொறப்புட்டாகளா... ரூவா கீவா ஒண்ணுந் தரமாட்டாகளா..." என்ற மாடத்தியின் குரல் பலத்த சிரிப்பைக் கிளப்பியது. மாரிக்கும் கூட சிரிப்பு வந்துவிட்டது. மாடத்தி எப்பவும் இப்படித்தான். எக்குத் தப்பா என்னத்தையாச்சம் கேட்டு வைப்பா. எல்லோரும் சிரிச்சிக்கிட்டு கிடப்பாக.

எல்லோருக்கும் பொதுவாய் ஒரு கும்பிடு போட்டுவிட்டு மோட்டார் பைக்கின் பின்னால் ஏறி 'தடதட'வென்று சார் கிளம்பிவிட்டார். சில பையன்கள் மட்டும் பின்னாலேயே கொஞ்ச தூரம் ஓடிவிட்டுத் திரும்பினார்கள்.

வேறொரு சமயமாக இருந்தால் மாரியும் கூட அப்படி ஓடியிருப்பான். ஆனால் இந்தப் பத்து நாளாய் ஆட்டபாட்டம் எல்லாம் அடங்கிப்போயிருந்தான். மனசில் 'திக்திக்' என்று ஒரு பயம் எந்நேரமும் இருந்து கொண்டிருந்தது. அதோடு, மாற்றி மாற்றி காரிலும் பைக்கிலுமாக பெரிய ஆள்கள் வந்து அவனைப் பார்த்து கேள்விகள் கேட்டுப் பேசிக்கொண்டிருந்துவிட்டுப் போவதால் 'நாம அப்பிடியெல்லாம் ஆடிக்கிட்டு திரியக்கூடாது' என்கிற மாதிரியும் அவனுக்குப் பட்டது.

பைக் போன பிறகு வீடுகளுக்குத் திரும்பிக்கொண்டிருந்த பொம்பிளையாளுகளும் பெரியாளுகளும் மாடத்தி கேட்ட அதே கேள்வியை வேறு மாதிரி தங்களுக்குள் விசாரித்துக் கொண்டனர். "எழுதிவிட்டுப் போறாகளே... போயி இன்னிமே ரூவாயிக்கு எதுனாச்சும் ஏற்பாடு செய்வாகளா" என்கிற மாதிரி. ஏளனச் சிரிப்புடன் "அட நீ ஒண்ணு இவுகள்ளாம் பேப்பர்காரங்க. எழுதிட்டுப்போயி அவம் பேப்பர்ல போடுவான். அம்புட்டுத்தான். காசாவது, பணமாவது..." என்று சில பேர் பதிலும் சொல்லிக்கொண்டார்கள்.

மாரிகூட நினைக்கத்தான் செய்தான். "வந்திருக்காளே பைக்கிலே. என்னமும் குடுப்பாகளா" என்று. ஆனால் வந்த சாரும் நேத்து முந்தாநாள் வந்தவுக மாதிரியே நோட்டைத் திறந்து வச்சிக்கிட்டு கேள்வி கேட்க ஆரம்பிக்கவும்தான் "சரி, இது ஒண்ணும் ஒப்பேறாது" என்று புரிந்துகொண்டான்.

எல்லாரும் இப்படி ரூவாயைப் பற்றி பேசுறதுக்குக் காரணமும் உண்டு. இதுவரைக்கும் ஒரு அஞ்சாறு தடவையாச்சும் கார்களும் பைக்குகளும் ஊருக்குள் வந்திருக்கும். இந்தப் பத்து நாளையிலே. அதிலே நாலு தரமாச்சம் ஊருக்குள்ளே பணம் பட்டுவாடா ஆகியிருக்கும். அதனால் தான் கார் மோட்டார் பைக்கைக் கண்டதும் என்னமும் குடுப்பாகளோன்னு நினைக்க வேண்டியிருந்தது.

பத்து நாளைக்கு முன்னே முதல் முதலாக ஊருக்குள்ளே கார்கள் வந்தது. நாலு கார் சேர்ந்தமானக்கி வந்தது. அப்ப ராத்திரி மூணு மணியிருக்கும் இருட்டு கசமாயிருந்தது. வீ... வீ... என்று காற்று பலமாய் அடித்துப் பயங்காட்டியது. இப்ப நினைச்சாலும் மாரிக்குப் பயமாயிருந்தது. அந்தக் காரிலேதான் காளி, ரங்கன், மாரி மூணு பேரும் வந்து இறங்கினது. அந்தக் கார்குள்ளேயிருந்து அவன் வேலை பார்த்த பயர் ஒர்க்ஸ் முதலாளியும் இன்னஞ் சில தீப்பெட்டியாபீஸ் முதலாளிகளும் நம் ஊர் பெரியாளுகள் சில பேரும் ஓட்டுக் கேக்கவாற சில ஆளுகளும் இறங்கினாக. வந்து இறங்கியதுமே மாரியின் ஆத்தா ஓடி வந்து அவனைத் தூக்கி நெஞ்சோடு கட்டிக் கொண்டு ‘மூசு மூசு’ என்று அழுதாள். ஒன்றும் பேசவோ எதுவும் சொல்லி அழவோ அவளால் முடியவில்லை. ஆனால் காளியப்பனின் ஆத்தா. “என்னப் பெத்த அய்யா...” என்று காளியைக் கட்டிக் கொண்டு ஒப்பாரியே வைத்துவிட்டாள். இன்னும் சில பொம்பிளைகள் நெஞ்சிலும் வயித்திலும் அடித்துக்கொண்டு கதறி அழுதார்கள். அவுக பிள்ளைகள் யாரும் காரில் வந்து இறங்கவில்லை. அந்தப் பொம்பிளைகளையெல்லாம் ஏற்றிக் கொண்டு இரண்டு கார்மட்டும் உடனே டவுனுக்குத் திரும்பியது. வந்த பெரியாட்களெல்லாம் மடத்திலே உட்கார்ந்தார்கள். ஊர்க்கூட்டத்தை அந்நேரமே கூட்டினார்கள்.

மாரிக்கு ஒன்றுமே விளங்கவில்லை. அவன் பயத்திலே நாக்கு ஒட்டிப்போய் மிரண்டு போயிருந்தான். ஆத்தாளைக் கட்டிக்கொண்டு ஒரு ஓரத்தில் ஒடுங்கிப் போயிருந்தான்.

ரொம்ப நேரம் பேசினார்கள். ஊரிலுள்ள முந்நூறு வீடுகளுக்கும் வீட்டுக்கு நூறு ரூபாயும், பாதிக்கப்பட்ட பதினாறு வீடுகளுக்கு வீட்டுக்கு இரண்டாயிரம் கணக்குப் போட்டுப் பணத்தை எண்ணிக் கையில் கொடுத்துவிட்டு பாதிக்கப்பட்டவர்களுக்கு இன்னமும் செய்வதாகவும் ஊர் குடி தண்ணிக் கிணற்றை ஆழப்படுத்தி ‘டேங்க்’ கட்டித் தருவதாகவும் வாக்குறுதி கொடுத்துவிட்டுப் பதிலுக்கு “யார் வந்து கேட்டாலும் விபத்துலே இறந்ததிலே மூணே மூணு

பேர்தான் எங்க ஊர்க்காரங்க; நைட் வேலைக்குப் போன மத்தமூணு பையன்களும் இந்தா காயமே படாம தப்பிச்சு வந்துட்டாங்கன்னு தான் பெரியவர்கள் சொல்லணும்'' என்று சத்தியம் வாங்கிக்கொண்டு டவுன் பெரியவர்கள் காரில் கிளம்பினார்கள்.

அவர்கள் சொன்ன மாதிரியே அந்த பதினாறு வீடுகளுக்கும் மேற்கொண்டு மூவாயிரம் அடுத்த நாலு நாளிலேயே கொடுத்தும் விட்டார்கள். நல்ல தண்ணிக் கிணற்றில், இந்தா - வேட்டுப்போட்டுக் கொண்டிருக்கிறார்கள். பிள்ளைகளைப் பறிகொடுத்த பதினாறு வீட்டுக்கும் 'இன்னும் உதவி செய்வோம்' என்று வேறு சொல்லிக்கிட்டுப் போனார்கள்.

“அவனுக்கென்னய்யா... குடுக்கிறதுக்கு ரெண்டு லோடு பட்டாசு வடக்கே ஏத்திட்டான்னா செத்துது லட்சம்... பாரிமாருக்குத் துட்டுக்கா பஞ்சம்...'' என்று ஊரில் பேசிக்கொண்டார்கள்

எந்தக் காயமும் இல்லாமல் தப்பி வந்ததால் மாரியின் வீட்டுக்கு நூறு ரூபாய்தான் கிடைத்தது. அதில் மாரிக்கு வருத்தம்தான்.

ஆனால் போன வாரம் மந்திரி வந்திருந்தபோது அவனுக்குப் புதுச்சட்டை டவுசர் கிடைத்தது. இரண்டுமே பாலிஸ்டர்தான். அதில் சந்தோஷம். 'ஊர்ப்பங்குனிப் பொங்கலுக்கு போட்டுக்கிடலாம்' என்று அதைப் பத்திரப்படுத்தி வைத்திருக்கிறான். 'காசு பணம் ஒண்ணும் வேண்டாம் சாமி...' நீ கைகால் சொகத்தோட எங்கூட இருந்தாலே போதுமய்யா...'' என்று ஆத்தாதான் அடிக்கடி அவனைச் சேர்த்துக் கட்டிக் கொண்டு அழுகிறாள்.

இப்ப போட்டா எடுத்த மாதிரியே இதுவரைக்கும் அவனை பத்து போட்டாவாச்சும் எடுத்திருப்பாக. ஆனா ஒருத்தராவது போட்டோவைக் கண்ணிலே காட்டலை. தன் போட்டாவைப் பார்த்து விட மாரிக்கு ஆசையாய்த் தானிருந்தது. வந்த பேப்பர்காரனெல்லாம் வாரப் பத்திரிக்கைகாரனென்று சொன்னார்கள். எப்பிடியும் பாத்திரணும் என்று மட்டும் மனசில் நினைத்துக்கொண்டான்.

இப்போதே வீட்டுக்குப் போக அவனுக்கு மனசில்லை. இப்படியே கொஞ்ச நேரம் மடத்தில் இருந்துவிட்டு அல்லது கிணற்றில் வேட்டுப்போடுவதை வேடிக்கை பார்த்துக் கொண்டிருந்துவிட்டுக் காட்டுக்குப் போயிருக்கிற ஆத்தா திரும்பி வந்த பிறகு போனாப் போதுமென்று நினைத்தான்.

இப்பமே போனா வீட்டிலே ஒத்தையிலே உட்கார்ந்திருக்கணும். ஒத்தையிலிருக்கப் பயமாயிருந்தது. தனியா இருந்தா நடந்ததெல்லாம்

திருப்பித்திருப்பி யேவுகத்துக்கு வரும். ஒவ்வொண்ணா மனசில வந்து-அன்னைக்கு நைட் வேலைக்கு டவுணுக்குப் போனது- போற வழியில் சேவு வாங்கித் தின்னது-பயர் ஆபீசில் பாதி வேலையில் எல்லோருக்கும் முந்தி இவனும் காளியும் தூக்குவாளிச் சோத்தை காலி பண்ணினது-கை கழுவ பைப்படிக்குப் போனது - பைப்பின் வாயில் விரலை வைத்து காளி இவன் மேல் தண்ணியைப் பீச்சி அடித்தது. அப்போ படார் படார்னு தட்டிக்குப் பின்னாலே வெடிச்சத்தமும் கூப்பாடும் கேட்டது - இவர்கள் உள்ளே ஓடினது- புகையும் நெருப்பும் கூக்குரலும் வெடிச்சத்தமும் - 'ச்சேய்' தலையை உதறிக்கொண்டான். அழுகை வந்தது. வீட்டுக்கே போனான். ஆத்தா வருகிற வரைக்கும் வீட்டு வாசலில் கிடந்த உரலில் உடகார்ந்து காலை ஆட்டிக்கொண்டு கண்டதைக் கடியதை நினைத்துக் கொண்டிருந்தான். ஆத்தா வந்து சோறாக்கிச் சாப்பிட்டுவிட்டு படுத்தார்கள். படுக்குமுன் பூசாரி கொடுத்த விபூதியை மாரியின் நெஞ்சிலும் தடவிவிட்டு சாமி கும்பிட்டாள் ஆத்தா.

எந்தச் சத்தமுமில்லாமல் அமைதியாயிருந்தது. எங்கும் இருட்டாயிருந்தது.

திடீரென காளியப்பன் பைப்பில் விரலை வைத்து மாரியின் மேல் தண்ணியைப் பீச்சியடித்தான். "ஏ... சும்மாரு... சொன்னாக் கேளு... பெறகு நான் ஒம்மேலே எச்சிக்கையை ஒதறிருவேன் சொன்னாக் கேளு. தண்ணி அடிக்காதே எச்சியத் துப்பிருவேன்."

ஆனால் காளியப்பன் நிறுத்தவேயில்லை. தண்ணியைப் பீய்ச்சிக் கொண்டேயிருந்தான். மாரிபுரண்டு படுத்தான். புகையாய் வந்தது. இருட்டுப்புகையும் 'கக்கக்' என்ற இருமலோடு ஓங்காரமான கூப்பாடும் அழுகுரலும் கேட்டன. கழுத்தை அறுக்கும் போது ஆடு கதறுகிற மாதிரி மனிதக் குரல்கள் பயங்கரமாகக் கேட்டன. மாரி ஓடினான்.

பதைத்தான். பதறியடித்து ஓடித் தவித்தான். திரும்பவும் புரண்டு படுத்தான். எந்தவிதத் தடையுமில்லாத சுத்தமான நீண்ட ரோட்டில் ஓடிக்கொண்டிருந்த மாரிக்கு திடீரென கைகால்கள் விளங்காமல் போய் தடுமாறி விழுந்தான். எழுந்து பார்த்தான் முடியவில்லை.

எதுவோ யாரோ கீழே பிடித்து இழுப்பது தெரிந்தது. உதறினான். முடியவில்லை. உடம்போடு ஒட்டி வந்தது அது - சதைப் பிண்டம். பாதி வெந்தும் வேகாமலும் குதறிப்பழுத்த வெளிறிய சதை. யாரோ வந்து அவனிடமிருந்து அந்த வெந்த பிணத்தை பிய்த்து சதை சதையாக எடுத்து மாரி பயந்து அலறினான்.

பக்கத்தில் படுத்திருந்த ஆத்தா அலறியடித்து எழுந்து அவனைத் தூக்கி அமர்த்தி உலுக்கி, "அய்யா... ராசா... எங்கண்ணு" என்றபடி அவனைக் கட்டிக்கொண்டு தடவிக் கொடுத்தாள். அவன் கண்களை இறுக மூடிக் கொண்டு பல்லைக் கடித்தபடி கை கால்கள் நடுங்க ஸ்...ஊ... ஊஊ... என்று ஊளையிட்டுக் கொண்டிருந்தான். அவனைக் கட்டிக் கொண்டு பத்து வருஷத்துக்கு முன் மஞ்சள் காமாலையில் செத்துப்போன மாரியின் அய்யாவை நினைத்தபடி "தெய்வமே என்னை ஏன் இப்படிக் கொல்லுதே"ன்னு கூக்குரலிட்டு அழுதாள் ஆத்தா.

இப்பவெல்லாம் தினம் ராத்திரி இப்படித்தான் நடக்கிறது. கொஞ்ச நாள் போனால் மாரியின் பயம் தெளிந்துவிடும் என்று சொன்னார்கள். அதெல்லாம் போகாதென்றும் சிலர் சொன்னார்கள். ஆரம்பத்தில் அவன் அலறல் கேட்டு பக்கத்து வீட்டுக்காரர்கள் எழுந்து வந்து சித்த நேரம் இருந்து தேற்றிவிட்டுப் போனார்கள். இப்போது அவன் குரல் கேட்டதும் புரண்டு படுத்து தூக்கச் சடவில் 'பாவம்' என்று முனகிக்கொண்டார்கள். ஆத்தாதான் பாவம். அவன் நடுங்கி அலறும் போதெல்லாம் விபூதி பூசினாள். புலம்பினாள். அழுதாள் மாரியாத்தாவுக்கு மொட்டை போடுவதாக நேத்தி கடன் போட்டாள். வேண்டாத சாமியையெல்லாம் வேண்டிக்கொண்டாள். ஒண்ணு ரெண்டு தடவை டவுன் கவர்மெண்டு ஆஸ்பத்திரிக்கும் கூட்டிப்போய் அந்த நர்சுமார்களிடமும் கம்பவுண்டர்மார்களிடமும் வசவு வாங்கிக்கொண்டு திரும்பினார்கள்.

இருப்பினும் இரவைக் கிழித்துக் கொண்டு அவனது ஊளையும், தொடர்ந்து அவளது ஒப்பாரியும் தினமும் கேட்கத்தான் செய்கிறது. இன்னும்-அந்த ஊரின் எல்லை வரைகூட அந்தக் குரல்கள் எட்டுவதில்லை என்றாலும்.

●

14

26ஆம் பக்கத்து மடிப்பு

தூசி தணிந்திருந்தது. பெட்டியைத் திறக்கவும் மறுபடி லேசாக கிளம்பியது. உள்ளே நோட்டுகளும் புத்தகங்களும் டைரிகளும் பழைய கடிதங்களுமெனப் பழுப்பேறிக் கிடந்தன. நாலைந்து டைரிகளைச் சேர்த்து எடுக்கவும் பொது பொதுவென தாள் துகள்கள் பொடிப்பொடியாகப் போன தூசியுமாக உதிர்ந்து விழுந்தன. இப்படி விட்டுட்டோமே என மனம் பதறியது. ஓரங்களிலெல்லாம் கறையான் அரித்திருந்தது. உயிரினும் மேலாகப் போற்றி வைத்திருந்த பொக்கிஷத்தை இப்படிப் விட்டுட்டோமே...

...கோபத்தில் உடம்பு ஆடியது. மூச்சிரைத்தது. "அறைஞ்சேன்னா பல்லுக்கில்லெல்லாம் உதுந்து போகும் ராஸ்கல்."

சின்னவன் பாரதி அப்படியே அரண்டு போய் நின்றான். "நான் இல்லேப்பா அம்மாதான்..."

அடுக்களையிலிருந்து பார்வதி வந்தாள். இப்ப என்ன ஆயிட்டு துன்னு இந்தக் கூப்பாடு போடுறீக என்று கேட்கிற தோரணையில் வந்தாள்.

"இதையெல்லாம் பழைய பேப்பரோட சேர்த்து கடையில் போடச் சொன்னியா நீ ..ம்?"

"சும்மா இடத்தை அடச்சுக்கிட்டுக் கிடக்கேன்னு நாந்தாம் போடச் சொன்னேன். என்ன இப்ப?"

ஓங்கி ஓங்கித் தலையில் அடித்துக்கொண்டார். "போங்க அப்பாலே" என்று எல்லோரையும் விரட்டிவிட்டு அவற்றை எடுத்து அலமாரியிலும் மேஜையிலுமாக மறுபடி அடுக்கி வைத்தார்.

ஆனால் மூத்தமகள் கண்ணம்மாவின் கல்யாணம் வந்தபோது மீண்டும் எல்லாவற்றையும் மறந்து பணத்துக்காக அலைந்து கொண்டிருந்தார். தினசரி வெயிலைத் தின்று உதடுகள் வெடிக்க புழுதி அப்பிய கால்களுடன் பணம் புரளாமல் மனம் சுருண்டு

திரும்பிக் கொண்டிருந்தார். அந்தச் சமயம் வீட்டை ஒழித்துத் துப்புரவு செய்து வெள்ளை அடிக்கும் வேலையை பிள்ளைகளைக் கொண்டு தடபுடலாய் நடத்திக் கொண்டிருந்தாள் பார்வதி. மேஜையையும் அலமாரியையும் அடைத்துக் கொண்டிருந்த அந்தப் பழங்குப்பைகளை 'அந்த மனுஷன் கூப்பாடு போடுவாரே' என்று அஞ்சி ஒரு பழைய டிரெங்க் பெட்டிக்குள் பத்திரமாக அள்ளிப்போட்டு மூடி பழைய பூட்டு ஒன்றையும் மாட்டி பரண்மேல் போட்டு வைத்தாள். பணத்துக்கு அலைந்து - மண்டபத்துக்கு அலைந்து - சமையல்காரனுக்கு அலைந்து பாத்திரங்களுக்கு அலைந்து - என ஆலாய்ப் பறந்து கொண்டிருந்தபோதும் 'சண்டாளி... பழைய தகரப்பெட்டிக்குள் அள்ளிப்போட்டு அடைத்து விட்டாளே' என்று மனசில் ஒரு மூலையில் இருந்து கொண்டேதானிருந்தது. இந்த கல்யாண அலைச்சல் எல்லாம் ஓயட்டும். கொஞ்சம் ஒழிந்த நேரத்தில் உட்கார்ந்து எல்லாம் சரி செய்துவிடலாம் என நினைத்தார். அப்புறம் எங்கே ஒழிந்தது? மெதுவாகத் தூசு தட்டி ஒரு டைரியைப் பதனமாகப் பிரித்தார்... மூர்த்தியைப் போலீஸ் தேடுகிறது. அவன் வீடு மயானம் போலக் கொடூரமான மௌனத்தில் மூழ்கிக் கிடக்கிறது. அவன் அம்மா அழுது கொண்டே இருக்கிறார்கள். என்ன ஆறுதல் சொல்வதென்று எனக்குத் தெரியவில்லை. வெள்ளைக்காரன் போய் ரெண்டு வருஷம் ஆகிவிட்டாலும் அந்தக் கெடுபிடியும் இறுகின சூழலும் போனது போல போய் திரும்பவும் வந்துவிட்டது. ஆனால், ஜனங்கள் என்னவோ ரொம்பத் திருப்தியுடன் இருப்பதுபோல கிராமபோன் பாட்டுக் கேட்டுக் கொண்டும் கூட்டம் கூட்டமாய் டாக்கி சினிமா பார்த்துக் கொண்டும் நிம்மதியாய் இருக்கிறார்கள். அப்பா ரொம்பவும் என்னைக் கண்காணிக்கிறார். அந்த மூர்த்தி பையனோட போகாதே என்று அம்மா நித்தமும் எச்சரிக்கிறாள். மூர்த்தி... எ நீ எங்கேடா இருக்கே? எங்கிட்ட கூட சொல்லாம போயிட்டே...

அவர்கள் ரெண்டு பேரும் உயிர்த்தோழர்களாக இருந்தாலும் ரெண்டு பேரின் குடும்பச் சூழ்நிலையும் மனநிலையும் வேறுவேறு. அது ஒரு தறுதலை என்று மூர்த்தியின் அப்பா அவனை எப்பவோ கை கழுவி விட்டிருந்தார். ஆனால் மணியின் அப்பா அப்படியல்ல; மிகப் பெரிய நம்பிக்கைகளை அவன் மீது வைத்திருந்தார்.

"இருக்கிற வேலையைக் காப்பாத்திக்காம ஏண்டா இப்படி அலையிறே" என்கிற மூர்த்தியின் அம்மாவைக்கூட 'பச்சு' என்று

லேசாய் அவனால் ஒதுக்கிவிட முடியும். ஆனால் மணிக்கு அப்படி முடியாது. அதிர்ந்து பேசக்கூடத் தெரியாது. ஒருத்தர் மனம் வருந்தும்படி நடந்து கொள்ள முடியவே முடியாது. மூர்த்தியை போலீஸ் தேடுவதாகக் கேள்விப்பட்ட மறுநாளே மணியின் அப்பா பெண் பார்க்க ஆரம்பித்துவிட்டார். அடுத்த மாதமே பட்டுப்புடவை சரசரக்க மெட்டி ஒலி இசைக்க கையில் பால் தம்ளருடன் பார்வதி வந்துவிட்டாள்.

...ஜெயிலிலிருந்து மூர்த்தி வந்துவிட்டான். நேரே என்னைப் பார்க்கத்தான் வந்தான். ரொம்ப மெலிந்து விட்டான். முகமெல்லாம் தாடி ஆனால் கண்களும் முகமும் முன்னைவிடவும் பிரகாசமாய் - பேச்சு முன்னைவிடவும் உற்சாகமாய் இருக்கிறான். கவிதைக்கு முழுக்குப் போட்டுவிட்டு நேரடி அரசியலில் குதிக்கப் போவதாகச் சொல்கிறான். அவன் செய்வான். எதிலும் சீக்கிரம் முடிவெடுக்கவும் அதை செயல்படுத்தவும் அவனால் முடியும். சிறையில் இருந்த நாலு மாதத்தில் சந்தித்துப் பழகிய பெரிய பெரிய தலைவர்களை யெல்லாம் தோழர் எஸ்.பி., தோழர் கே.வி. என்று ரொம்ப உரிமையுடன் குறிப்பிட்டுப் பேசினான். எனக்குப் பொறாமையாக இருந்தது. பேசிக்கொண்டிருந்த போது பார்வதி இருவருக்கும் காபி கொண்டு வந்தாள். பேச்சை நிறுத்திவிட்டு அவன் அர்த்தமுடன் என்னைப் பார்த்துச் சிரித்தான். கேள்விப்பட்டேன் என்று சொல்லிவிட்டு என் முதுகை செல்லமாகத் தட்டினான். எனக்கு உடம்பெல்லாம் கூசிற்று; உயர்ந்த லட்சியங்களுக்காக நிற்கும் அவன் எங்கே? நான் எங்கே?

அன்றைக்கு மூர்த்தி போனதும் மணியை அப்பா கூப்பிட்டு ரகசியமாகச் சொன்னார். "அப்பிடி பலதையும் மனசில் வச்சித்தான் சொல்றேன். அவன் சகவாசத்தை இன்னியோட விட்டுடு. உனக்குன்னு குடும்பம் வந்தாச்சி. உன்னை நம்பி ஒரு உயிர் இருக்கு" அவர் சொன்ன விஷயத்தைவிட அவர் சொன்ன விதம் - தவிர சின்ன வயதிலிருந்தே கஷ்டங்களில் உழன்று மெலிந்து வற்றிய உடம்பும் முகமும் - அருகாமையில் நின்று ரொம்ப அக்கறையுடனும் அவர் சொன்னபோது அவனால் எதையும் மறுத்துப் பேச முடியவில்லை.

ஆனால் மறுநாள் சாயந்திரம் "மணி, மணி இருக்கானா..." என்று மூர்த்தி வந்தபோது மறுபேச்சுப் பேசாமல் சட்டையை மாட்டியும் மாட்டாதபடிக்கே உற்சாகத்துடன் வெளியே கிளம்பிவிட்டான். உயர்ந்த லட்சியங்களின் - உயர்ந்த எண்ணங்களின் - மகத்தான

உணர்வுகளின் சின்னமாக மூர்த்தி, மணியின் நெஞ்சில் நின்றான்.

"மணி.. இந்தத் தலைவர்கள் மேலே எவ்வளவு நம்பிக்கை வச்சிருக்காங்க ஜனங்க. கயவாளித்தனம் பண்றாங்களேடா... ஜனங்களுக்கு நம்பிக்கைத் துரோகம் பண்றாங்களேடா பாவிங்க..."

தினசரி ராப்பாடி மாதிரி நேர காலம் இல்லாமல் மூர்த்தியோடு ரயில்வே ஸ்டேஷன் சிமிண்டு பெஞ்சிலும் அங்கும் இங்கும் என பேசிக்கொண்டிருந்துவிட்டு வந்து கதவைத் தட்டுவது பற்றி பார்வதி நித்தமும் வழக்குப் பண்ணினாள். அழுதாள். குமுறினாள். வெறுத்துப் பேசினாள். என்னை ஏன் கட்டிக்கிட்டே, தாலியை அறுத்து வீட்டுக்கு அனுப்பு என்றாள். இது பற்றி மூர்த்தியுடன் பேச வேண்டும் என தினமும் நினைப்பான். ஆனால் அவனிடம் பேச ஆரம்பித்ததும் "இதெல்லாம் நாட்டில் ஒரு பிரச்சினையா" என்று தோன்றிவிடும். ஆனால் பார்வதி உயிரைக் கொடுத்துப் போராடிக்கொண்டிருந்தாள். அவளுக்கு இது வாழ்வா சாவா என்கிற பிரச்சனை என்று எப்படியோ பிடிப்பட்டிருந்தது. "நாங்க சொல்றதெல்லாம் சொல்லிப் பார்த்துட்டோம். இனி உன் பாடு உன் புருசன் பாடு" என்று மணியின் அப்பா அம்மாவும் வேறு இது ரொம்பப் பெரிய சிக்கல் போல அவளைப் பயமுறுத்தி வைத்திருந்தார்கள். எனவே அவள் ரொம்ப தீவிரமாக சண்டை போட்டாள். தனக்குப் போட்டியாக வந்திருக்கும் எதிரிகளாகவே மூர்த்தியையும் புத்தகக் குப்பைகளையும் நினைத்தாள். தன் ஒவ்வொரு அசைவையும் ஒவ்வொரு வார்த்தையையும் மணியைத் தன் வசப்படுத்துவதற்காகவே பயன்படுத்தினாள்.

மணி,

உன் கடிதம் எனக்கு வருத்தமளிக்கிறது. உன் மனைவி அன்று என்னை விரட்டி விட்டது குறித்து ரொம்பவும் மனம் உடைந்து எழுதியிருக்கிறாய். அது ஏன்? உன்னை எனக்குத் தெரியாதாடா? நான் இங்கு வந்து குடியேறிவிட்டேன். இனி இதுதான் என் இடம். அடிக்கடி கடிதம் எழுது. அடிக்கடி வந்து போ. உன் மனைவியுடன் நம் விஷயங்களை பற்றி நிறைய பேசு. நாம் பேசுகிற - படிக்கிற - எழுதுகிற - செய்கிற விஷயங்கள் எல்லாம் ரொம்ப அவசியமானவை என்று அவர்களைப் புரிந்து கொள்ளச் செய். இல்லாது போனால் நரகம்தான்...

ரொம்பச் சரியாக மூர்த்தி எழுதியிருந்தான். அப்புறம் கடிதம் எழுதக் கூட முடியாது போய் விட்டது. அவனுக்கு. மணிக்கும்தான்.

தினமும் ஒரே வட்டப்பாதையில் ஓடிச் சலிக்கிற வாழ்க்கையாய் இருக்கிறது. ராத்திரிப் படிப்பு என்பது அறவே போச்சு. தூக்கம் தூக்கம்...

இன்று காலை 9 மணிக்கே ஆபீஸ் போய்விட்டேன் வருடாந்திர இன்ஸ்பெக்ஷன் இன்று. பரீட்சைக்குப் போகிற மனநிலைதான் இன்று பூராவும். வேலையில் குற்றம் கண்டுபிடிக்கவில்லை என்றாலும் ஆபீஸர் பாராட்டுதலாக ஒரு வார்த்தை கூட சொல்லாமல் போனது வருத்தம்தான்.

மகள் கண்ணம்மா பெரிய மனுஷியாகிவிட்டாள். ஒன்றுமே புரியவில்லை. வாழ்க்கை இப்படி ஓடிக்கொண்டிருக்கிறது. அவளுக்கு தலைக்குத் தண்ணீர்விட எல்லோரும் வந்திருக்கும் போது பார்வதி வயிற்றைத் தள்ளிக்கொண்டு அங்கும் இங்கும் அலைந்தது எனக்கு ரொம்பக் கூச்சமாக இருந்தது. இதுதான் கடைசி என்று மனதில் உறுதி செய்து கொண்டேன்.

மூன்றாவதாக பையன் நேற்று சுகமாய் பிறந்துவிட்டான். என்னை அப்படியே உரித்து வைத்தது போல இருக்கிறான். பாரதியின் பெயர்தான் அவனுக்கு. இந்த முறை ஆணாக இருந்தாலும் பெண்ணாக இருந்தாலும் பாரதிதான் பெயர் என்று முன்பே முடிவு செய்திருந்தேன்.

இன்று சரியான மழை. நனைந்து கொண்டே வீடு வந்தது மூக்கு அடைத்துக்கொண்டு மூச்சு இரைக்கிறது.

சேலை	–	**3**
ஜம்பர்	–	**4**
சராய்	–	**2**
சி.சர்ட்	–	**6**
அண்டிராயர்	–	**2**
தாவணி	–	**3**

குற்ற உணர்வு மனசைக் கவ்வ அத்துடன் டைரிகளை ஒதுக்கிவிட்டு கவிதை நோட்டுக்களை எடுத்தார். முழங்கால் மூட்டில் வலி கண்டது. இவ்வளவு நேரம் மடக்கியே இருந்ததில் பிடித்துக் கொண்டது. நீவி விட்டபடி கவிதைகளைப் புரட்டினார்.

பிரசுரமாகிய சில கவிதைகள், பிரசுரமாகாத கவிதைகள் நூற்றுக்கணக்கில் சுத்தமான கையெழுத்தில்... பக்கங்கள் புரண்டன. புரளப்புரள காலமும் புரண்டது. மனம் பலப்பலவான உணர்வுகளில்

ஆட்பட்டுத் தவித்தது. கவிதைகள் மட்டுமின்றி கவிதைப் பாணியிலான கோஷங்களும் நிறைய இருந்தன. உணர்ச்சிக் கொந்தளிப்பாய் வெடித்த கவிதைகளும் கோஷங்களும்.

"கீழைப்பறவைகள் சிறகுகளசைத்தன

செக்கர்வானில் கதிரவன் உதித்தான்

நோக்குக நோக்குக

நிமிர்ந்து நேராய் நெஞ்சினையுயர்த்தி

ஒளி மிகு விடியலை நோக்குக நோக்குக

பனிக்குகை இருட்டு விலங்குகள் தகர்ந்தன

தீயை அணிவோம் தீயை அணிவோம்.

...

March on, *March on*, லெப்ட் ரைட், லெப்ட் ரைட், தீம் தக தீம்தக. இப்போது தான் எழுதி முடித்த கவிதையை வாசிப்பது போல திரும்பத்திரும்ப உணர்ச்சியுடனும் பாவத்துடனும் உரக்கச் சத்தமிட்டு வாசித்தார். அவர் அறியாமலேயே வலது கை முஷ்டி முறுகியது.

... அந்தக் கவிதையை மணி எழுதி முடித்தபோது இரவு ரொம்ப நேரமாகிவிட்டிருந்தது. கீச்கீச் என்று பூச்சிகளின் ஓசையின்றி வேறு சத்தமில்லை. கவிதையே எழுதி முடித்ததும் கூட மனசில் பொங்கிய உணர்வலைகள் அடங்கவில்லை. அந்தக் கவிதை போதவில்லை. எழுந்து அறையில் அங்குமிங்குமாக ஒரு படைவீரனைப் போல அந்த கோஷங்களைச் சொல்லியபடி மிதித்து நொறுக்கிக் கொண்டு நடந்தான்.

அன்றைக்கு மாலையில் இருட்டுகிற நேரத்தில்தான் ரொம்ப பரபரப்புடன் மூர்த்தி மூச்சிரைக்க ஓடிவந்து மணியிடம் சொன்னான். கப்பல் படையில் புரட்சி வெடித்துவிட்டது. பம்பாய் துறைமுகத்தில் நமது வீரர்களின் பீரங்கிகள் வெள்ளைக்காரனை அடித்துத் தகர்த்துக் கொண்டிருக்கின்றன. நகரங்கள் தோறும் வேலை நிறுத்தங்களும் பிரமாண்டமான பேரணிகளும் ஆர்ப்பாட்டங்களும் முழங்கிக் கொண்டிருக்கின்றன.

மூர்த்தி சொல்லி முடிப்பதற்குள் அடக்க முடியாத சிரிப்பு, நெஞ்சு வெடித்துவிடும் போல இடியெனக் கிளம்பியது. ஹாஹ் ஹாஹ் ஹாஹா என்று கண்ணில் நீர் வழியச் சிரித்தார்கள். என்னமோ ஏதோ என்று பயந்து போய் மணியின் அப்பாவும்

அம்மாவும் அறைக்கு ஓடி வந்தார்கள். 'கபக்' என்று சிரிப்பை அடக்கிக் கொண்ட கண்களில் சிரிப்பு மின்ன ஒருத்தரை ஒருத்தர் பார்த்துக் கொண்டனர். மூர்த்தியின் மாடிக்குக் கிளம்பினார்கள். இச்செய்தியை கனல்கக்கும் கவிதை வரிகளாக மாற்றி மணி நடந்து கொண்டே சொல்லச் சொல்ல சிகப்பு மையினால் வெள்ளைத்தாளில் - சுவரில் ஒட்டுவதற்காக - மூர்த்தியும் மற்ற தோழர்களும் எழுதித் தள்ளினார்கள். அதே வேகத்தோடு பசை வாளியைத் தூக்கிக் கொண்டு இருட்டில் பதுங்கிப் பதுங்கி தானாக்காரன் பார்வையில் படாமல் வேக வேகமாய் போஸ்டர்களை ஊரெங்கும் ஒட்டி விட்டு எல்லோரும் கடைசியாக ஒரு பீடி அடித்துவிட்டு - நாளை ஊர்வலத்திற்கு ஏற்பாடு செய்ய முடிவு செய்து பிரிந்தார்கள். அப்புறம் அறைக்கு வந்த பிறகும் பொங்கி வந்த உணர்வுகள் அடங்காமல் தீம்தக தீம்தக என்று மனம் குதித்துக்கொண்டிருந்தது மணிக்கு.

ஊர்வலத்திற்கு கோஷங்கள் எழுதி முடித்த பிறகும் நாடி நரம்புகளெங்கும் மின்னல் பாய்ந்து கொண்டிருந்தது.

எவ்வளவு நாள் போச்சு! எவ்வளவு நாள் போச்சு என்று மனம் பதறப்பதற பக்கங்களைப் புரட்டினார். எத்தனை உணர்ச்சிகரமான மணியை இப்படித் தூசு படிய - பழுப்பேறித் துகளாகத் தகரப் பெட்டியில் போட்டுப் பூட்டிவிட்டார்கள். மணி... என் இளம் கவிஞனே என மனம் அரற்றியது.

டிரங்குப் பெட்டியை முழு மூச்சாகக் குடைந்தபோது எல்லாத்துக்கும் அடியில் இன்னும் புத்தம் புதுசாக ஒருபுத்தகம் கிடந்தது. மூர்த்தியின் கவிதைத் தொகுப்பு. 'பாதியைப் போல வீறு கொண்டு எழப்போகும் என் உயிர்த்தோழன் ராஜாமணிக்கு' என்று முதற்பக்கத்தில் சமர்ப்பணம் செய்திருந்தான். கூடவே சிறு கடிதம் - என்னை அவ்வப்போது கவிதை எழுதத் தூண்டி உணர்வூட்டியது நீதான். சில தேவைகள் கருதி நான் எழுதியவற்றைத் தொகுப்பாக்கியிருக்கிறேன். இத்தொகுப்பு உன்னை மீண்டும் எழுத்துக்கு இழுத்துவர ஒரு தூண்டுகோலாக அமைய வேண்டும். அதுவே என் மகிழ்ச்சி. மணி - என் உயிர் நண்பனே. நீ எத்தனை பெரிய கவிஞன். ஒரு புயற்பறவை சிறகொடுக்கி அடுப்படியில் குளிர் காய எப்படியடா முடியும்? உடனே - இப்பவே அவனுக்கு பதில் எழுத மனம் துடித்தது. மூர்த்தி - நான் எழுதுகிறேன். நிச்சயம் எழுதுகிறேன். ஆனால்... விரல்கள் கவிதைத் தொகுப்பின் பக்கங்களைப் புரட்டின. படபடக்கும் நெஞ்சுடன் ஒவ்வொரு

கவிதையையும் மூர்த்தி எழுதியபோது நிகழ்ந்த சம்பவங்களை நினைவு கூர்ந்தபடி வாசித்துக் கொண்டிருந்தபோது - 26ஆம் பக்கத்து முனையில் ஒரு ஞாபக மடிப்பு.

சுரீரென நினைவில் தட்டியது. மணி உட்கார்ந்து படித்த கடைசி புத்தகம் அதுதான். அதை வாசித்துக் கொண்டிருக்கும் போது வெளித்திண்ணையில் ஏறி விழுந்து சின்னவன் பாரதி மண்டையை உடைத்துக்கொண்டு அலறினான். "உங்க கிட்டயா மனுஷன் படிக்க..." என்று கடும் எரிச்சலுடன் அந்தப் பக்கத்து முனையை மடித்து மூடிவைத்துவிட்டு வாசலுக்கு ஓடியது.

இப்பவும் அதே 26ஆம் பக்கம்! பார்வதி அழைக்கிறாள். "எத்தனை தரம்தான் கூப்பாடு போடறது. வந்து சாப்பிட்டு போயித்தான் அதை புரட்டுங்களேன்." அதே மடிப்பை திரும்பவும்... மூடி வைத்துவிட்டு அவசரமாக எழுந்து போய் சாப்பிட்டார். ஆனால் வழக்கமான நிதானத்துடன் அல்ல. முன்பு மூர்த்தியைச் சந்திப்பதற்காக ஓடும்போது அந்த மணி சாப்பிடுவானே அப்படி உட்கார்ந்தும் உட்காரமல் உருட்டி உருட்டி நாலுவாய் எறிந்துவிட்டு மறுபடி அறைக்கு ஓடிவந்தார்.

கவிதைத் தொகுதியை எடுத்து மடியில் விரித்து அன்றைக்கு மடித்த 26ம் பக்கத்து மடிப்பை - ஆழமாய் விழுந்துவிட்ட மடிப்பை நிமிர்த்தி விட்டு அந்தப் பக்கத்தை வாஞ்சையுடன் - கண்ணில் நீர் பனிக்க - நீவி நீவிவிட்ட போது பதற்றத்தில் விரல்கள் நடுங்கின.

●

15

வாளின் தனிமை

வாளின் ரீங்காரம் தூக்கத்திலிருந்து என்னை எழுப்பியது. பஸ்ஸிலிருந்த பலரையும்.

லக்கேஜ் வைக்கும் இடத்தில் சூட்கேஸ்களுக்கிடையே அது கிடந்தது. பஸ்ஸின் அதிர்வோடு ஒத்திசைந்து 'கிர்... கிரர் கிர'ரென்ற மொழியில் வாள் பேசத் துவங்கியது. முதலில் எனக்கு அதன் பாஷை புரியாததால் அது கிடந்த இடத்தை வெறுமனே ஒருமுறை எட்டிப்பார்த்துவிட்டு வயோதிகத்துக்கே உரிய பெரும் அலுப்புடன் மீண்டும் கண்ணை மூடினேன் விட்ட இடத்தில் தூக்கத்தைப் பிடிக்க முற்பட்டேன்.

இருட்டில் 'கிர்... சுப்பையா... கிர்ர்... சுப்பையா' என வாள் மெதுவாக என்னை அழைப்பது கேட்டது. ஆத்தாவும் அப்பத்தாளும் வெளியே திண்ணையில் தூங்கியிருந்தார்கள். மச்சு வீட்டு இருட்டுக்குள்ளிருந்து வாள் அழைத்துக் கொண்டிருந்தது. இன்று பகலில் தான் என் நச்சரிப்பு தாங்க முடியாமல் அய்யா அதை வெளியே எடுத்து துருவும் களிம்பும் போக சுத்தம் செய்து தந்திருந்தார். பள்ளிக்கூட நாடகத்துக்காக.... அய்யா வயக்காட்டுக் காவலுக்குப் போன பிறகு வாளை இன்னும் பளபளப்பாக்க வேண்டி அப்பத்தாவின் யோசனைப்படி விபூதி கொண்டு துலக்க ஆரம்பித்தேன். துலக்கத் துலக்க அதன் வெண்கலப்பிடியும் நீண்ட கூர் நுனியும் சுடர்விட ஆரம்பித்தன.

“இது புலித்தேவன் காலத்து வாள்டா. அய்யா... தலைமுறை தலைமுறையா உங்க பாட்டன் பூட்டன் எல்லாம் இதை வச்சுத்தான் குல தெய்வத்தக் கும்பிடுவாக” மாட்டுத் தொழுப்பக்கம் பெரிய கல் உரலின் மீது வாளைச் சாய்த்து நான் தேய்த்துக் கொண்டிருக்க முருங்கைக் கீரையை ஆய்ந்தபடி அப்பத்தா சொல்லிக்கொண்டிருந்தாள்.

அவள் போனதும் நானும் வாளும் மட்டும் தனியானோம். விபூதிக்கையைத் தூசி தட்டிவிட்டு கிழிந்த வேட்டித் துணி கொண்டு வாளை மினுக்கினேன். ஆனால் ஒரு கையால் தூக்குவது சிரமமாயிருந்தது. வாள் இன்னும் கேலியுடன் "ப்..ர்ர்..." என்று சிரித்தது. தம்கூட்டித் தூக்கி ஒரு சுழற்று சுழற்றினேன். காற்றில் விஸ்ஸென்ற சத்தம் கேட்டது. சுழற்றி நிறுத்தினேன். கைப்பிடி என் நெஞ்சுக்கு வந்து நின்றது. விஸ்ஸென்ற சத்தம் மீண்டும் கேட்டது. வாளின் விசும்பல்.

ராத்திரி எல்லோரும் தூங்கிய பிறகு நைஸாக மச்சு வீட்டுக்குள் போய் வாளை எடுத்து மெல்ல என் மடியில் கிடத்தினேன். டவுசர் பையிலிருந்த துணியை எடுத்து அன்புடன் தடவிக்கொடுத்தபடி துடைக்கத் துவங்கினேன். வாள் விம்மிப் பெருமூச்சுவிட்டபடி புரண்டு படுத்தது.

"எதுக்கு அழுதே சாயந்திரம்?" அப்பத்தா என் தலையை வருடிக் கொடுப்பதுபோல வாளின் கைப்பிடியை வருடினேன். செல்லமாக மறுபடி கேட்டேன் "எதுக்கு அழுதே? சொல்லு."

வருடிக்கொண்டிருந்த என் கையைத் தட்டிவிட்டது வாள். "இதெல்லாம் எனக்குப் பிடிக்காது" என்றது.

ரொம்ப கரடுதட்டிப்போயிருந்தது அதன் குரல். ஒரு சாடைக்கு அது அப்பத்தாளின் குரல்போலவும் எப்பவோ செத்துப்போன ஒரு பூட்டனின் குரல் போலவும் தெரிந்தது.

"சரி" என்று உடனே என் கையைப் பிரித்துக்கொண்டேன். "இப்ப சொல்லு, சாயந்திரம் எதுக்கு அழுதே?"

"முதல்ல நீ என் பிடியில் வச்சிருக்கிறே சந்தனம் குங்குமப் பொட்டு. அதை உடனே அழி" என்றது கோபமாக.

"ஏன்? ஏன்? எங்க அய்யா வருஷாவருஷம் ஆயுத பூஜைக்கு உன்னைக் கழுவி இப்படித்தானே பொட்டுவப்பார்!"

"இதெல்லாம் எனக்குப் பிடிக்கவே பிடிக்காது."

வேகமாகப் பொட்டை அழித்தேன். "உனக்கு என்னதான் பிடிக்கும் பிறகு?"

"முதல்ல உனக்கு என்ன பிடிக்கும்னு சொல்லு" என்றது.

"எனக்கு... எனக்கு எல்லாமே பிடிக்கும் விளையாடறது ரொம்ப பிடிக்கும்."

"சின்ன பிள்ளைக்கு அழகு விளையாடறது."

"அய்யாவுக்கு அழகு கம்பெடுத்து காட்டுக்கு காவலுக்குப் போறது."

"அப்பத்தாளுக்கு அழகு கதை சொல்றது."

"வாளுக்கு அழகு நியாயத்துக்கான சண்டையில் ஒருவீரன் கையில் சுழல்றது."

"உனக்கு அழகு இப்படி பஸ்ஸில் எச்சில் வழியத் தூங்கறது ஹிஹி..."

சடன் பிரேக் ஒரு ஊர்வலத்தில் முட்டி நின்றது. ஊர்வலம் முடிய இன்னும் ஒரு மணி நேரமாவது ஆகும் போலத் தோன்றியது. இறங்கி நடத்தால் பதினைஞ்சு நிமிஷத்தில் வீடு போய்ச் சேர்ந்துவிடலாம். வேட்டியை மடித்துக்கட்டினேன்.

வெயில் பட்டு வாள் மினுங்கியது. அதைச் சுற்றியிருந்த துணியை இன்னும் சரியாக இழுத்து மூடினேன் "யோவ் பெரியவரே..." என்று மூன்று இடத்தில் என்னை நிறுத்தி போலீஸ்காரன் வாள் பற்றி கோபத்துடனும் சந்தேகத்துடனும் விசாரித்தான். "சரி.. சரி.. சீக்கிரம் இடத்தைக் காலி பண்ணும். மந்திரி வர்ற நேரமாச்சு" என விரட்டினான்.

ஜிப் கிழிந்த ரெக்ஸின் பையை இடது கைக்கு மாற்றினேன். அதற்குள்ளே ஊரில் விற்றது போக எஞ்சியிருந்த சில பழைய வெண்கல விளக்குகளும் கும்பாக்களும் பிதுங்கின. வாளை வலதுகைக்கு மாற்றி கக்கத்துக்குள் நெட்டு வசமாக வைத்து மறைத்தபடி வேகமாக நடந்தேன்.

துணியை விட்டுத் திமிறித் திமிறி முகம் நீட்டித் தன் கடும் எதிர்ப்பைச் சொல்லிக்கொண்டே வந்தது வாள். "பேசாம வா" என்று ஒரே அமுக்காகக் கக்கத்தில் இறுக்கிக்கொண்டு நடந்தேன்.

வேகமாக நடந்து வந்ததில் மூச்சு வாங்கியது. மெயின் கேட் அருகில் சக வாட்ச்மேன் அற்புதம் என் வருகையை எதிர்பார்த்து நின்று கொண்டிருந்தது சோடியம் விளக்கொளியில் மஞ்சளாகத் தெரிந்தது.

பனிக்காலமாதலால் ஸ்வெட்டரும் பனிக்குல்லாவும் அணிந்திருந்தான். என்னிடம் ஸ்வெட்டர் இல்லை. மப்ளரை இறுக்கிக் கொண்டேன். மேலே போர்த்தியிருந்த கறுப்புக் கம்பளியை விலக்கி உள்ளே மறைத்துக்கொண்டு வந்திருந்த வாளை வெளியே எடுத்தேன். வேகமாக ஒரு சுழற்று சுழற்றிக்கீழே இறக்கி இடக்கையை இடுப்பில் வைத்து ஸ்டைலாக நின்றேன்.

அற்புதம் சிரித்தான். "கொன்னுட்டே தலைவா" என்று வாளை வாங்கி சுழற்றிப் பார்த்துவிட்டுக் கொடுத்தான். "டூட்டி முடிஞ்சி போகும் போது காலையிலே ஆபீஸிலே போய் மேனேஜரைப் பாத்துட்டுப்போ. சாயந்திரம் சொன்னான்."

அற்புதம் போனதும் நானும் வாளும் தனியானோம்.

வாட்ச்மேன் கூண்டுக்குள் கம்பளியையும் வாளையும் வைத்தேன். "கொஞ்சம் இரு வந்திட்டேன்" என்று வாளிடம் சொல்லிவிட்டு டார்ச் எடுத்துக்கொண்டு காம்பவுண்டு சுவரைச் சுற்றி ஒரு ரவுண்டு அடித்து விட்டு வந்தேன். டார்ச்சை கீழே வைத்துவிட்டு வாளைப் பார்த்துச் சிரித்தேன் சுற்றும் முற்றும் யாரும் இல்லையே என்று ஒரு பார்வை விட்டேன். இடுப்பு பெல்ட்டை இன்னும் இறுக்கிக்கட்டினேன். வாள் அடக்க முடியாத சந்தோஷத்தில் அதிர ஆரம்பித்தது.

சடாரென்று பாய்ந்து வாளைக் கையிலேந்தி விர்ர்விர்ரென்று சுழற்றினேன். புளுகாண்டித் தேவனிடம் சிறு வயசில் கற்ற சிலம்படி முறைகள் கால்களின் கெண்டைச் சதையில் திரண்டு திமிறின. வேகமான வாள்வீச்சில் காற்றின் அடுக்குகள் சிதறின. சடுதியில் நான் காத்து நின்ற கம்பெனி மெயின் கேட் பகுதி போர்க்களமாயிற்று. முரசம் அதிர்கிறது. யானைகளின் பிளிறல். குதிரைகளின் குளம்பொலி.

எதிரிகளின் பரங்கித் தலைகள் சரிகின்றன. கம்மந்தான் சாகிபு தலைமையில் வந்த பரங்கிப்படைகள் சுப்புத்தேவனின் வாள் வீச்சில் பதறிச் சிதறுகின்றன. நெல்கட்டும் செவல் கோட்டை வாசலில் கேட்ட வாளின் வீச்சொலி மதுரை அரியாசனத்தை நடுக்கிற்று. பீரங்கிகளுக்குப் பின்னால் ஒளிந்தபடி புதிய பரங்கிப்படைகள் வந்தன. ஒளிந்து வந்த கோழைகளின் பீரங்கிகளுக்குத் தப்பிய புலித்தேவனின் குதிரைக்கு முன்னால் பாதுகாப்பு அரண் அமைத்தபடி பாய்ந்து கொண்டிருந்தது சுப்புத்தேவனின் வாள். குதிரைகளின் குளம்பொலியை மீறி வாளின் வீச்சொலி சேதுபதி சீமை வரை கேட்டது.

வீசிய கைகள் ஓய்ந்து கீழே சரிந்தபோது ராமநாதபுரம் கோட்டை வர, வாசலில் நழுவி விழுந்தது வாள். கைவிட்டுப் பிரிந்த வாள் கம்பெனி கேட்டில் மோதி 'ணங்' கென்ற சத்தத்துடன் விழுந்துகிடந்தது.

மூச்சிரைக்க, வியர்வை வழிந்து கண்ணை மறைக்க இடுப்பைப் பிடித்து நின்றேன். தூரக்கிடந்த வாளையே பார்த்து நின்றேன்.

“பதிமூணு நாள் இப்படிக் கிடந்தேன்” என்றது வாள்.

மறவர் சீமையின் மன்னன் சேதுபதி இருபத்தோரு வருஷங்களாக மலைக்கோட்டையில் சிறையிருக்க வெள்ளைக் கும்பினியாரை எதிர்த்து வெஞ்சினத்துடன் கிளம்பிய சித்திரங்குடி மயிலப்பனின் படையில் சேர ஆப்ப நாட்டிலிருந்து படை திரட்டி வாள் வீசி வந்தான் அதே சுப்புத்தேவன் - சுப்புக் கிழவனாக. பரங்கியர் சரக்கு மண்டிகளைக் கொள்ளையிட்டு ஆயுதங்களைக் கைப்பற்றி காடல்குடிச் சீமை வரை பரவிச் சென்று ஜெயக்கொடி நாட்டி வந்தது வாள்.

காளையார் கோயில் இறுதிச் சண்டையில் மயிலப்பன் மாறுவேடமிட்டுத் தஞ்சாவூருக்குத் தப்பிச் செல்ல குன்றின் அடியில் ரத்தக்கறையுடன் சுப்புத்தேவன் கையை விட்டகலாமல் வீழ்ந்து கிடந்தது வாள். சுற்றிலும் பரங்கியர் பிணங்களும் பரங்கிக்குத் துணை போன துரோகிகள் பிணங்களுமாகக் கிடக்க - பெய்த மழையில் குருதி கலைந்து கண் கூசச் சுடர்ந்து கிடந்தது வாள்,

பதிமூணு நாள் கழித்து இடம் அறிந்து நெஞ்சிலும் வயிற்றிலும் அடித்தபடி ஆப்ப நாட்டு மறத்திகள் வந்து சேர்ந்தார்கள்.

துயரத்தின் சின்னமாக - தோல்விக்காக அல்லாமல் - தலைவன் கை பிரிந்த தனிமைக்காக வாடிய வாள் கை மாறிக் கைமாறி ஆப்பநாடு வந்து சேர்ந்தது.

“அன்று தான் எனக்கு முதல் தடவையாக பூச்சூடி சந்தன குங்குமப் பொட்டு வைத்தார்கள்” என்று பெருமூச்சுடன் சொல்லிக் கிடந்தது வாள்.

“இப்படி வாளையே பாத்துக்கிட்டிருந்தா அடுப்பில் உலை கொதிக்காது” என்று பின்னாலிருந்து மனைவி உறுதியாகச் சொன்னாள். தினசரி 200 தேங்காய் எண்ணெய், வாரத்துக்கு ஒரு விபூதி பாக்கட், பிடியை விளக்க தினசரி 50 புளியும் உப்பும், துடைப்பதற்கு கிழிந்த வேட்டித்துணி என்று வாள் வேறுவிதமாக அவளுக்கு அர்த்தமாகியிருந்தது.

“கடன்காரன் மூஞ்சியிலே விட்டெறிய சம்பாதிக்கத்தான் துப்பில்லை. ஊரிலே கிடக்கிற பழைய வீட்டையும் பண்ட பாத்திரங்களையும் வித்துக் காசாக்கிட்டு வாரும்னு அனுப்புனா இந்த வாள் ஒண்ண கொண்டாந்து இறக்கிட்டாரு. எந்த நேரமும் வாளு, வாளுன்னு, ச்சை... கடன் அடையுதோ இல்லையோ இந்தக் கிழவனுக்கு மூளை அடைச்சுப்போச்சு இப்ப. எல்லாம் என் தலையெழுத்து.”

“உம்ம தலையெழுத்து அப்படி இருந்தா யாரு என்ன செய்ய முடியும் பெரியவரே. எட்டி நடையைப்போடும். எஜமான் ஸ்டேஷன்ல காத்திக் கிட்டிருக்காரு.” வாளை தோளில் சுமந்தபடி நான் முன்னே செல்ல பின்னாலிருந்து விரட்டிக்கொண்டு வந்தார் ஏட்டையா.

ஸ்டேஷன் போய்ச் சேரவும் இன்ஸ்பெக்டர் ஏட்டையாவைப் பார்த்து “யோவ், ஆளு கிடைச்சிட்டானாம். பெரியவரை விட்டுரலாம்” என்றார். “யோகமிருக்கு பெரியவரே உமக்கு” என்ற ஏட்டையா முதுகில் தட்டினார். மிக நீளமான ஆயுதம் கொண்டு குத்திக் கொலை செய்யப்பட்ட வாலிபனின் முகத்தை யோசித்தபடி திரும்பினேன். இன்ஸ்பெக்டர் “யோவ்.. கொஞ்சம் இப்படி வாரும்” என்று ஞாபகம் வந்தது போல கூப்பிட்டார். “ஆமா... இந்த வாள் வச்சிருக்க லைசென்ஸ் இருக்கா உம்மிடம்?”

“இது எங்க பரம்பரை வாள் சார். தலைமுறை தலைமுறையாக எங்க வீட்ல இருக்கு.”

“யோவ். விளக்கெண்ணெ ... பரம்பரை மயிரு மட்டைனுக்கிட்டு... பப்ளிக் ஆயுதம் வச்சிருக்கிறது சட்டப்படி குற்றம் தெரியுமா?”

“நாங்க மட்டும்தான் ஆயுதம் வச்சிருக்கலாம்” என்று விளக்கினார் ஏட்டையா.

“துப்பாக்கிக்கு மட்டும்தான் சார் லைசன்ஸ் வேணும். இது வீட்டு வாள் தானே” என்றேன். வீட்டுவாள் என்ற வார்த்தையைக் கேட்டதும் என் கையைத் திமிறிக்கொண்டு கோபத்துடன் கீழே டங்கென்று குதித்தது வாள்.

சத்தத்தால் கொஞ்சம் திடுக்கிட்ட இன்ன்ஸ்பெக்டர், “யோவ்... சரியாப் பிடியுமையா... கால்ல கையிலே போட்டுத் தொலையாம்” என்று சத்தம் போட்டுவிட்டு ரைட்டரிடம் அந்த ஜி.ஓ வைக் கொண்டு வரச் சொன்னார். “அந்த லிஸ்டில் வாள் இருக்கான்னு பாரு.”

ரைட்டர் தேடுதேடென்று ஃபைலைத் தேடிக் கொண்டே இருந்தார். இன்ஸ்பெக்டருக்கு கோபம் வந்துவிட்டது. “நீரு தேடிக்கிழிச்சது போதும்” என்று நிறுத்திவிட்டு “யோவ் பெரிசு... நாங்க ஜி.ஓ.வைப் பார்த்து சொல்றோம். அதுவரைக்கும் இதை வெளிய எடுக்கப்படாது. லிஸ்ட்ல இருந்ததுன்னா... உடனே வாளை ஸ்டேஷன்ல கொண்டுவந்து ஒப்படைச்சிறணும் தெரியுதா.” உடன் ஒரு துக்கம் வந்து மனசில் கவிந்தது.

வீட்டில் பாய் விரித்து வாளையும் என் பக்கத்தில் படுக்க வைத்துக் கொண்டேன். மனைவியும் குழந்தைகளும் ஒரு மாதிரியாகப் பார்த்தார்கள். உடனே துண்டை விரித்து வாளை மறைத்தேன். துண்டையும் மீறி வெளியே எட்டிப்பார்த்தது. எனக்குக் கண் கலங்கி விட்டது. "ஊரிலே வீட்டை வாங்கியவனுக்கே இதை தானமாகக் கொடுத்து வந்திருக்கலாம். இந்தச் சீரழிவு இதை தான் தேவையா?" என்றாள் அடுப்பிலிருந்தபடி. அவனிடம் விட்டு வந்திருந்தால் இந்நேரம் பேரீச்சம்பழத்துக்குப் போட்டிருப்பான்.

காலையில் டூட்டி முடிந்து வந்ததும் வாளைத் துடைத்து எண்ணெயிடுவதும் வீட்டு முற்றத்தில் நாலு வரிசை அடியெடுத்துச் சுழற்றுவதும் வழக்கமாயிற்று. கம்பளிக்குள் மறைத்து வாளை டூட்டிக்கு எடுத்துச் செல்ல முயன்ற போது மனைவி தடுத்தாள். நானும் "சரி, ஆனால் ஒரு சத்தியம் நீ செய்துதர வேண்டும்" என்றேன். அவளும் உடனே "இனி மேல் முள் விறகு தறிக்கவோ கருவாடு மீன் அறுக்கவோ வாளைப் பயன்படுத்தமாட்டேன்" என்றாள். என் தலையில் கை வைத்துச் சொல் என்று வற்புறுத்தினேன். அவள் அழுதுவிட்டாள். "என் ராசா... உமக்கு என்னய்யா ஆச்சு... என் ராசா" என்று என் தலையில் கை வைத்து அழுதாள். நானும் கொஞ்சம் கலங்கிவிட்டேன்.

மறுநாள் ஒட்டப்பிடாரத்தில் அவளுடைய அக்கா மகள் சடங்குக்காக எல்லோரும் கிளம்பியபோது "எனக்கு லீவு கிடைக்கவில்லையே என்ன செய்ய" என்று ரொம்ப வருத்தமாக நின்றேன். "சரி..அப்ப நாங்க போறோம்" என்று கிளம்பிப் போனார்கள். அவர்கள் அங்கிட்டுப் போகவும் வாளைப் பார்த்துக் கண்ணடித்துச் சிரித்தேன்.

வாளுக்கு ஏக சந்தோஷம். கருவாடு நறுக்கவும் விறகு வெட்டவும் கூடாதென்று அவளிடம் சத்தியம் வாங்கியதில் வாள் ஏகத் திருப்தி யடைந்திருந்தது. பெருமையாகப் பார்த்துக் கொண்டேயிருந்தது என்னை.

கம்பெனி வாசலுக்கு ரெண்டு பேருமாக ஏக சுதந்திரமாய் போய்ச் சேர்ந்தோம். குதித்துக் குதித்துச் சுழற்றினேன். களைத்துப் படுத்திருந்த போது என் மார்பில் தலைவைத்து ஜின்னிங் பேக்டரியில் என் பாட்டன் சுப்பையா பஞ்சுப்பொதிகளை அடித்து உலத்துவதற்குத் தன்னைப் பயன்படுத்திய கொடுமை பற்றிப் பேசியது "அதுகூடப் பெரிசில்லை சுப்பு... சுதந்திரப்போராட்ட வேள்வியில் நாடு தகித்துக் கொண்டிருந்த போது உன் பாட்டன் என்னைப் பல

வருஷம் கதர்க்கடையில் நூல் அறுக்கவும், துணி கிழிக்கவும், பார் சோப்புகள் அறுக்கவும் போட்டுவிட்டான். சுதந்திரத்திற்கு பிறகு ஒரேயடியாக இருட்டு மூலையில் கடாசி துருவும் களிம்பும் ஏற விட்டுவிட்டான்" என்று பெரிசாகப் பெருமூச்சு விட்டது.

சடங்கு முடிந்து ஒட்டப்பிடாரத்திலிருந்து வீடு திரும்பியவர்கள் நான் ஒப்பந்தத்தை மீறியதைக் கண்டு கோபப்பட்டார்கள். ஆனால் இந்த மூன்று நாளில் நான் லெதர் தைக்கிற பாய் கடையில் சொல்லி ஒரு உறை தைத்து இடுப்போடு எந்நேரமும் கிடக்கும்படி இடுப்பு வாரும் தைத்து இறுக்கி மாட்டிவிட்டிருந்தேன். அவர்களால் ஒன்றும் செய்ய முடியவில்லை. சும்மா கூப்பாடு போட்டுக்கொண்டு கிடந்தார்கள்.

பக்கத்து வீட்டான் மத்தியஸ்தம் பண்ண வந்தான். உங்களுக்கும் வேண்டாம் அவுங்களுக்கும் வேண்டாம், பேசாம இந்த வாளை ஒரு கோயில்ல ஒப்படைச்சிறலாம் என்றான். "போயி உன் சோலியப் பாரு" என்று கத்தினேன். ஒரு முறை வேகமாக வாளை பாதி உருவி, எப்படி... என்று வாளிடம் கண்ணடித்தேன். வாளை உருவியதைப் பார்த்ததும் அவன் ஓடிவிட்டான். எல்லோருடைய சத்தமும் அடங்கிவிட்டது. நான் உடை வாளுடன் எப்பவும் அலையலானேன்.

அடுத்த வாரத்தில் கம்பெனி முதலாளி கூப்பிட்டு அனுப்பினார். "வாளை வெளியே கழட்டி வச்சிட்டு உள்ளே வாங்க" என்றார். நான் "உள்ளே வரலை" என்றேன். அவர் வெளியே வந்தார். ஆயிரம் ரூபாயைக் கையில் கொடுத்து "இன்னிக்கோட கணக்கு முடிச்சிக்கிடலாம்" என்றார். எனக்கு கோபம் வந்தது. "எத்தனை வருஷம் இங்க வேலை பார்த்திருக்கேன்?" வாளை கோபத்துடன் உருவினேன். "சரி, சரி கோவப்படாதிக அண்ணாச்சி" என்று வழிக்கு வந்தான். "ஏ அண்ணாச்சிக்கு ரிடையர்மண்ட் மாதிரி கணக்குப் போட்டு செட்டில் பண்ணுங்கப்பா" என்று சொன்னான்.

ஓய்வு பெறுகிறவர்களை மாலை போட்டு வேனில் ஏற்றி வீடு கொண்டு விடுகிற வழக்கம் கம்பெனியில் இருந்தது. நான் பிடிவாதமாக மறுத்துவிட்டேன். குதிரையில் வேண்டுமானால் போகிறேன் என்று சொன்னேன். குதிரை வண்டியைக் கொண்டு வந்து நிறுத்தினார்கள். வண்டியில் பூட்டி வசக்க வேண்டிய மிருகமா இது, பாவிகளா.... என்று சத்தம் போட்டேன். வண்டியிலிருந்து விடுபட்டுப் புரவி என் அருகில் வந்து நின்றது.

வாளைக் கையில் உருவிய வேகத்தில் புரவியின்மீது பாய்ந்தேறினேன். வயிற்றில் உதை பட்டதும் கடுகி விரைந்தது. நகரத்து வீதிகளில் குளம்புகளின் துள்ளல் எதிரொலித்தது. நூறு நூறாய்க் குழந்தைகள் கூடிப் பின்தொடர்ந்தார்கள். சுழன்று வீசிய என் வாளின் பேச்சு அவர்களுக்குப் புரிந்தது. ஆர்ப்பரித்து ஆரவாரம் செய்தார்கள்.

குழந்தைகளின் ஆரவாரம் பின்தொடர காற்று வெளியைக் கிழித்துக்கொண்டு முன்னேறிச் சுழன்றது வாள்.

•

16

குதிரை வண்டியில் வந்தவன்

அம்மா சொல்லச் சொல்ல காது கேளாததுபோல அசையாமல் வெறிச்சுப் பார்த்தபடி நின்றாள் வசந்தா. வசந்தாவின் புருஷன் பாத்ரூமில் குளிக்கப்போயிருந்தான். வெந்நீர், சோப்பு, டவல் எல்லாம் எடுத்து வைத்துவிட்டாள். அதுவும் போதாதென்று கூட நின்று முதுகு தேய்த்துவிடப் போ - என்கிறாள் அம்மா.

அம்மா அப்பாவுக்கு தேய்த்துவிடுவாள். பெரியக்கா பெரிய அத்தானுக்கு தேய்த்துவிடுவாள். சின்னக்கா அவள் புருஷனுக்குத் தேய்த்து விடுவாள். இந்த வீட்டில் இது ஒன்றும் புதிதில்லை. வசந்தாவுக்கு போன மாசம் கல்யாணமாகி இப்போது மறுவீடு வந்திருந்தார்கள்.

ஆனால் வசந்தாவுக்கு இதெல்லாம் பிடிக்கவில்லை. இந்தப் பழக்கங்கள் மட்டுமில்லை; அவள் புருஷனின் திருட்டு முழியும் எந்நேரமும் அவளை நாடிக்கொண்டே இருப்பதும் கூடப் பிடிக்கவில்லை. அவன் எந்நேரமும் வசந்தா... வசந்தா என்று மாடி அறைக்குக் கூப்பிடுவதும் அதைக் கண்டு அவளுடைய அம்மையும் ஆச்சியும் ‘மாப்பிள்ளை நல்லா பிரியமாய் இருக்கிறார்’ என்று தங்களுக்குள் பார்வையால் திருப்தியைப் பரிமாறிக்கொள்வதும் வசந்தாவுக்கு குமட்டியது.

போன வாரம் கன்னியாகுமரிக்கு ரெண்டு பேரையும் தனியாக அனுப்பியிருந்தார்கள். தேனிலவு. மாலை கடற்கரையில் அமர்ந்திருந்தார்கள். ஆர்ப்பரித்து வந்து காலடியில் உடைந்து சிதறும் சமுத்திரத்தின் பிரமாண்டத்தின் முன் ஒரு துகளாய், தன்னை மறந்து வசந்தா அமர்ந்திருக்க... அவள் புருஷனோ அவள் மடியில் தலை வைத்துப் படுத்துக்கொண்ட அவளையே - அவள் உடம்பையே - இலக்காக்கி மயங்கிக் கிடந்தான். ‘ச்சீ’ என்று வெறுத்தது அவளுக்கு.

லாட்ஜ் அறையில் அதிகாலையில் அவளை எழுப்பினான். வசந்தா... வசந்தா... சூரிய உதயம் பார்க்க வேண்டாமா... எழுந்திரு...

சரி, எழுப்புகிறதுதான் எழுப்புகிறான் முதுகைத் தட்டியோ கையைப் பிடித்து உலுக்கியோ எழுப்பலாமே. அவனுடைய விகார எண்ணங்களின் வெளிப்பாடுகளால் அவளுக்குள் வெறுப்பு வளர்ந்து கொண்டிருந்தது.

விளக்கைப் போட்டான் அவள் கண்ணைத் திறந்து கொண்டுதான் படுத்திருந்தாள் என்பதைக் கண்டு துணுக்குற்றான். எழுந்திரு போகலாம் என முனகினான்.

“எனக்குத் தலை வலிக்குது. நான் வரலை” என்று அவள் சொன்னதும் “அச்சச்சோ...” என்று அவன் வாய் சொல்ல - மிகுந்த உற்சாகமடைந்த அவன் சிகிச்சையை துவங்கினான். தீவிரமாக அவள் நெற்றியைத் தடவிக்கொடுக்க ஆரம்பித்தான் இடையிடையே அவள் கேசத்தையும் மென்மையாக வருடிவிட்டான். காதலாம். நெற்றியில் முத்தமிட்டு தலைவலியை எடுத்தான்.

அவன் பெண் பார்க்க வந்தபோதே வசந்தா அம்மாவிடம் சொல்லத்தான் செய்தாள். எனக்கு இந்த ஆளைப்பிடிக்கவில்லை என்று. ஆச்சி கேட்டாள், ஏண்டா பிடிக்கலேங்கற, கொஞ்சம் நிறம் கம்மலா கருப்பா இருக்குன்னு வேண்டாங்கிறியா?

அவளுக்கு விளக்கமாக பதில் சொல்லத் தெரியவில்லை. மாப்பிள்ளையின் மூக்கும் முழிக்கிற முழியும் சரியாப்படவில்லை அவளுக்கு. அவள் காலேஜுக்குப் போகிற வழியில் பஸ் ஸ்டாப்பில் நின்று பீடி அடித்தபடி இவளையும் இவள் தோழிகளையும் தினசரி முறைப்பானே ஒருத்தன், அவனுடைய முகச்சாடை இவர் முகத்திலும் இருப்பதாக வசந்தா உணர்ந்தாள்.

அம்மா சண்டைக்கே வந்துவிட்டாள். அப்பாவும் அம்மாவுக்கு ஒத்துப் பாடினார். என்ன குறை கண்டே? நல்ல உத்தியோகம் நல்ல சம்பளம். எந்தக் கெட்ட பழக்கமும் கிடையாது. தன் தங்கச்சி கலியாணம் முடியிற வரைக்கும் தனக்கு கல்யாணமே வேண்டாம் என்று இத்தனை வருஷம் காத்திருந்த குடும்ப பொறுப்பு! இதைவிட பெரிய மன்மதன் எவன் வரப்போறான்னு சொல்.

“எனக்குப் பிடிக்கலைன்னா பிடிக்கலை” என்பதையே வசந்தாவால் சொல்ல முடிந்தது. ஆனால் அவள் ஒரு பக்கம் சொல்லிக்கொண்டிருக்க வீட்டில் கல்யாண காரியங்கள் அது பாட்டுக்கு ஆரம்பித்து நடந்தது. பெரியக்கா வந்தாள். சின்னக்கா பிள்ளை குட்டிகளோடு வந்து சேர்ந்தாள். வீடு களை கட்டி நின்றது.

சந்தோஷக் கூப்பாடுகளுக்கிடையே மேளதாளக் கொட்டு முழக்கங்களுக்கிடையே அவள் குரல் அமுங்கிப் போனது. தாலி ஏறியது.

அவள் எவ்வளவோ கனவு கண்டாள் - கல்லூரி நாட்களில், படித்த காதல் நவீனங்களில் வந்த கதாபாத்திரங்களைப்போல வாழ வேண்டும். பாஸ்கரைப் போன்ற புனிதமே உருவான ஒரு கணவரின் மடியில் பிரியமான ஒரு நிமிடத்தில் அப்படியே செத்துவிட வேண்டும்.

தவிர, அவள் மேலும் படிக்க வேண்டும் என்று நிறைய ஆசைப்பட்டாள். அதெல்லாம் போதும் என்று அப்பா தீர்ப்புச் சொன்னபோது தகர்ந்து போனாள். ஒரு வாரம் சாப்பிடாமலும் எழுந்திருக்காமலும் கிடந்து அழுதாள். அம்மாகூட "கழுத படிச்சா படிக்கட்டுமே; ரொம்ப ஆசைப்படுதா" என்று மனமிரங்கினாள். ஆனால் அப்பா கறாராக இருந்துவிட்டார். அண்ணன்கூடச் சொன்னான். "நா மட்டும் இப்ப வேலை பாத்துக்கிட்டிருந்தா.... வசந்தா உன்னை ஆசைப்படற வரைக்கும் படிக்க வச்சிருவேன். அப்பாவாலே என்னதான் செய்ய முடியும்?" இதைச் சொன்னபோது அண்ணனுக்கு குரல் குழறி கண்களில் நீர் சுரந்தது. அப்பாவின் இயலாமை மீது இரக்கம் கொண்ட அவள் ப்ச்... சரி என்று மேலே படிக்கிற ஆசையை அவித்துக் கொண்டாள்.

வீட்டில் சும்மா இருந்தாள். அப்போது அவளுக்கு கனவுகள் விரியும். வடக்கே ரொம்ப தூரத்தில் இருந்து - டில்லி அல்லது கான்பூர் - மாப்பிள்ளை அமையும் வருஷத்தில் ஒருமுறை பெரிய பெரிய சூட்கேஸ்களுடனும் ஹோல்டால்களுடனும் ரயிலில் வந்து இறங்குவார்கள். அவளுடைய பிள்ளைகளின் வடநாட்டுப் பழக்க வழக்கங்களைப் பார்த்து ஆச்சியும் அம்மையும் வியந்து வியந்து மாய்வார்கள்.

அல்லது முதல் இரவில் அவள் கணவர் இப்படிச் சொல்வார், "வசு என்னைப் பொறுத்தவரைக்கும் உடல் உறவுங்கிறது மன ஒருமித்தலின் அடுத்த மகத்தான கட்டம். நாம் இரண்டு பேரும் நம்ம வாழ்க்கையிலேயே இன்னிக்குத்தான் முதன் முதலா சந்திக்கிறோம். முதல் இரவன்றே வெறி அடங்குவது போல - ஏதோ இதற்காகவே ஆணும் பெண்ணும் இத்தன வருஷம் ஏங்கிக் காத்துக்கிடந்தது போல - உடனே சேர்வது என்பதை என்னால் ஒப்புக்கொள்ள முடியாது. நாம் முதல்ல ஒருத்தரை ஒருத்தர் மனசார புரிஞ்சு... நேசிச்சு..."

அப்புறம் இப்படியும் கூட ஒரு காட்சி... அவள் கணவரின் மடியில் அவள் தலைவைத்துப் படுத்திருக்கிறாள். அவள் கண்களில் கண்ணீர். அவரைவிட்டு எப்படிப் பிரிவேன் என கனக்கிற நெஞ்சு.

ஆனால் அவரோ ஆழ்ந்த நிதானத்துடன் அவளைத் தேற்றுகிறார். "வசு... இப்டியெல்லாம் சென்ட்டிமென்ஸ் நம்மைப்போட்டு அமுக்கற மாதிரி பலஹீனமா இருக்கக்கூடாதுடா ரெண்டு வருஷம்தானே. அதுவும் எங்கேயோ இல்லியே. இதோ இருக்கிற மதுரை வாரந்தோறும் நாம் சந்திக்கலாம். எம்.ஏ, முடிச்சிட்டியானா அப்புறம் எம்.பில்., கூட உன் ஆசைப்படி ஒரு வருஷம் வீட்டில் இருந்துட்டு அப்புறமா பண்ணலாம். எப்படியானாலும் உன்னுடைய அறிவு வெண்டைக்காய், கத்தரிக்காய் வதக்கியே பாழாவதை என்னால் அனுமதிக்க முடியாது...

எந்தக் கனவும் நடக்கவில்லை. இதே ஊரில் நாலாவது தெருவிலிருந்து குதிரை வண்டியில் வந்து இவளைக் கட்டிக்கொண்டுவிட்டான் ஒருவன். தினசரி முழம் முழமாய் மல்லிகைப்பூவை வாங்கி வந்து பல்லைக் காட்டி இளிக்கிற அன்பு அபரிமிதாய் கிடைத்தது. சில சினிமாக்களில் தாசி வீட்டுக்குப் போகும் மைனர்கள் கையில் மல்லிகைப் பூவைச் சுற்றியவாறு தள்ளாடிக்கொண்டு கைப்பூவை முகர்ந்து பார்த்து ஹா.... என்றபடி சொல்லும் காட்சி அவள் புருஷனின் இளிப்பில் தெரியும் அவளுக்கு.

அவனுடைய இளிப்புக்கள் எப்படியிருந்தாலும் மன்னித்து ஏற்றுக் கொள்ள அவள் தயாராயிருந்தாள். வசு... என்று நெருக்கமாய் ஒரு அழைப்புக்காக ஏங்கினாள். அவனோ வசந்தா...என்று முழுசாக அவளை வேண்டினான்.

சரி, ஆரம்பத்தில் இப்படி இருப்பான். பிறகு அவனுடைய பதற்றம் தணியும் என மனக்கதவு திறந்து வைத்துக் காத்திருந்தாள்.

மாதங்கள் கழிந்தன. அவள் புருஷன் முழுத்திருப்தியுடன் வாழ்ந்து கொண்டிருந்தான். லேசாக தொந்தியும் போட்டது. உடம்பில் மினுமினுப்பு ஏறியது. வீட்டில் சட்டையில்லாமல் இருக்கும் போது ஈஸிசேரில் சாய்ந்து தொந்தியை செல்லமாக தடவிக்கொண்டிருப்பான். மனைவி வசந்தாவின் மீது கொள்ளை ஆசையுடன் இருந்தான். அவளுக்கு தினசரி மல்லிகைப் பூ வாங்கி வந்தான். ரெண்டு மாசத்துக்கு ஒரு சேலை வாங்கித்தந்தான். கூட்டுக்குடும்பத்தில் சின்னஞ்சிறுசுகள் சுதந்திரமாக இருக்க முடியவில்லை என்பதால் அவனுடைய அம்மா அப்பாவிடம் நைச்சியமாகப் பேசி தனிக்குடித்தனம் வந்தான். வாரம் தவறாமல் சினிமாவுக்குக் கூட்டிப் போவான். அவள் வேண்டாம், வேண்டாம் என்று சொன்னாலும் வற்புறுத்திக் கூட்டிப்போவான். நினைச்ச போதெல்லாம் வசந்தாவை அவள் அம்மா வீட்டுக்குப் போக

அனுமதித்தான். எல்லாவற்றுக்கும் மேலாக அவளுக்கு முடியாத சமயங்களில் காலையில் அவனே காப்பி போட்டு அவளுடைய நெற்றியில் முத்தமிட்டு எழுப்பினான். ஆனால் அவள் பாராட்டுதலாக ஒரு வார்த்தை சொல்லமாட்டாள். உங்களை அடுப்படியில் விட்டால் நாஸ்தி பண்ணிட மாட்டீங்க என்று மற்ற பெண்கள் போல அவனை செல்லமாகக் கடிந்து கொள்ள மாட்டாள். அதற்காக காபி போட்ட நாட்களில் அவன் ஏங்கி சிணுங்குவான்.

இப்பேர்ப்பட்ட மாப்பிள்ளை கூட இருந்து வாழ உனக்கு கசக்குதாக்கும்; போடி துப்புக்கெட்டவளே என்று அம்மையும் ஆச்சியும் திட்டினார்கள். நாளுக்கு நாள் அவள் கரைந்து கொண்டு போவது அவர்களுக்குப் புரியவுமில்லை. பிடிக்கவுமில்லை. இதுக்காகத்தான் கழுதைகளைப் படிக்கப்போடக் கூடாதுங்கிறது என்றாள் ஆச்சி.

ஒரு ராத்திரியேனும் பிரிந்திருக்க அவள் புருஷன் சம்மதிக்கவில்லை. அதுக்காகவே அன்றைக்கு அம்மா வீட்டுக்கு வந்தவள் வீம்புக்காக “தலைவலி உடம்பு நோகிறது” என்று படுத்துக்கொண்டு எழுந்துவர மறுத்தாள். அவனும் சைக்கிளில் வந்து பார்த்துவிட்டுப் போனான். சரியாப்போச்சா நம்ம வீட்டுக்குப் போலாமா என்று.

மறுநாள் ரொம்ப கடிந்து கொண்டாள். அவள் மீது அவன் கொண்டுள்ள ஆசையை அவள் என்றைக்குத்தான் புரிந்து கொள்ளப்போகிறாளோ என்று கண் கலங்கினான். ஆனால் அன்றையிலிருந்து வசந்தா தன்னை முற்றிலுமாக அவனுக்கு மூடிக்கொண்டாள். அதனால் என்ன? அவனுக்கு ஒன்றும் பெரிய நஷ்டமில்லை.

அவன் எப்பவும் போல அவளிடம் கொள்ளைப் பிரியத்துடனே இருந்து வந்தான். அடுத்தடுத்து இரண்டு குழந்தைகள் ஒரு ஆணும் பெண்ணும் பிறந்தார்கள். இரண்டுக்கும் மாற்றி மாற்றி வைத்தியம் பார்க்கவும் அடிக்கடி தனக்கே முடியாமல் போகவும் அம்மாவந்து உதவி செய்யவும் அன்றாடப் பொழுது கழிந்து அவனையும் கவனித்து எல்லாம் முடிந்து இரவு தன்னை மறந்து தூங்குவதற்கான நேரம் எப்போ வரும் என்று ஏங்குகிறதாய் அவள் வாழ்க்கை மாறிப்போனது.

எங்கே கழுதை எக்குத்தப்பாக எதையாவது செய்துவிட்டு வந்து நிற்குமோ என்று ஆரம்பத்தில் பயந்த அம்மையும் ஆச்சியும் அவள் பிள்ளையும் குட்டியுமாக ஆனதில் பெரும் நிம்மதியடைந்தார்கள்.

மத்தியானம் வேலைகள் ஒழிந்து பத்து நிமிஷம் படுத்திருக்கும்போது வசந்தாவுக்கு அவ்வளவுதானா எல்லாம் என்று உடைந்த மனநிலை கவியும். சிலபோது இன்னும் எதுவுமே ஆரம்பமாகவில்லை. எல்லாமே பாக்கியிருப்பதுபோல் தோன்றும். பிள்ளைகளைப் பார்க்கையில் ‘அவ்வளவுதான் இன்னும் என்ன?’ என்று இருக்கும். உடல் அலுப்பும் சில நினைவுகளும் கனவுகளும் மட்டுமே மிஞ்சியது போலிருக்கும். அதற்குள் பால்காரன் வந்துவிடுவான்.

அவள் உடம்பு மட்டும் மீண்டும் தேறிவரவே இல்லை. அவள் புருஷனும் எத்தனையோ டானிக்குகள், முட்டைகள், பழங்கள் என்று வாங்கிக் கொடுத்துப் பார்த்துவிட்டான். அவள் தேறவே இல்லை.

ஆனால் அவனோ நல்ல சதை போட்டு சட்டைப் பொத்தான்கள் தெறிந்து விழும்படி தொந்தி வைத்து ‘தளதள’ என்றிருந்தான். கண்ணாடியில் பார்க்க அவனுக்கே அசிங்கமாக ஒருநாள் பட்டுவிட்டதால் தினசரி காலையில் உடற்பயிற்சிகளும் சில ஆசனங்களும் போட ஆரம்பித்தான்.

ஆசனங்கள் முடிந்தவுடன் ஒரு பச்சை முட்டை பாலில் அடித்துக் குடிப்பான். அப்பத்தான் உடம்பு இறுகும். அடுப்பில் பாலைக் காய்ச்சிக் கொண்டிருந்தாள் வசந்தா. வராந்தாவில் பேச்சு சத்தம் கேட்டது. எட்டிப்பார்த்தாள். எதிர்வீட்டுக்கு குடி வந்திருக்கும் புதுசாக் கல்யாணம் ஆன மனுஷன். அதற்குள் அவர்களுக்குள் ஏதோ மனஸ்தாபம். வசந்தா புருஷனும் அவரும் ஒரே ஆபீஸ் என்பதால் ரெண்டு பேரும் மனம் விட்டுப் பேசிக் கொள்வார்கள் போல.

அந்த வாலிபனைப் பார்த்தால் அசப்பில் வசந்தா புருஷனை சின்ன வயசில் பார்த்த மாதிரியே இருக்கும். முதல் தடவை அவரைப் பார்த்த போது வசந்தா சற்றுத் திகைத்துப்போனாள்.

வீட்டில் மனஸ்தாபம் வளர வளர அடிக்கடி வசந்தா புருஷனை பார்க்க வந்துவிடுவார். இப்பவும் கூட ஏதோ பிரச்சனை போல. இத்தனைக்கும் அந்தப் பெண்ணும்கூட வேலைக்குப் போகிறவள்தான்.

வசந்தா புருஷன் அவரிடம் பக்குவமாக சொல்லிக் கொண்டிருந்தான். முட்டையை பாலில் உடைத்துவிட்டு கரண்டியால் அடித்துக் கொண்டிருந்த வசந்தாவுக்கும் அது தெளிவாகக் கேட்டது.

“நான் எத்தனை தடவை உனக்குச் சொல்லியிருக்கேன் தம்பி. பொம்பிளைங்க மனசை முதல்ல புரிஞ்சிக்கிடணுமப்பா. சாயங்காலம்

வரும்போது ஒரு மல்லிகைப்பூ - ஒரு அல்வா.... இதெல்லாம் ஏதோ கேக்கிறதுக்கு சுத்த கர்நாடகமா தெரியலாம். ஆனா பொண்ணுங்க மனசு அப்படி. அதை முதல்ல திருப்திப்படுத்தணும். அப்பப்ப சினிமா ஒரு ஹோட்டல்... அப்படியெல்லாம் போகணும் தம்பி. தவிரவும்...

அவர்கள் பேச்சு இடையில் நின்றது. இதென்னய்யா கூத்து என்ற வசந்தா புருஷன் சத்தமாக திகைக்கவும், என்னது என்று வசந்தா வெளியே வந்து எட்டிப் பார்த்தாள்.

அந்த வாலிபனின் மனைவி கையில் சாவியுடன் வந்துகொண்டிருந்தாள். வீட்டைப் பூட்டிய சாவியை அவனிடம் கொடுத்துவிட்டு, "இன்னிக்கு நீங்க சமைக்கிற நாள். வந்து இங்கே உட்காந்திட்டா, எப்படி? போங்க" என்று அவனை அனுப்பிவிட்டு 'அக்கா இருக்காங்களா' என்று உள்ளே படியேறி வந்தாள்.

'வாங்க வாங்க' என்று வசந்தா மனசாரச் சிரித்தாள்.

●

17

மங்கள் பாண்டேயின் நிழல்

மூச்சை நல்லா இழுத்து விடுங்க.

நாக்கை நீட்டுங்க.

கண்களில் டார்ச் அடித்துப் பார்த்தார்.

யூரின் டெஸ்ட், ப்ளட் டெஸ்ட் ரிப்போர்ட்களை மறுபடி வாசித்துப் பார்த்தார்.

கிறுகிறுவென்று ஒரு தாளில் மருந்துகளை எழுதி 'பரட்' என்று கிழித்து இதை ஒரு மாசம் சாப்பிடுங்க, சரியாயிடும் என்று அனுப்பி வைத்தார்.

டாக்டரிடம் காட்டி முடித்த நிம்மதியில் ராமலிங்கத்துக்கு உடனே தூக்கம் வந்தது. பஸ்ஸில் ஏறி உட்கார்ந்ததும் தூங்க ஆரம்பித்தார். கூட்டிவந்த மனைவியின் தோளில் சரிந்து தூங்க ஆரம்பித்தார்; பஸ்ஸின் வேகத்தில் வீசிய குளிர்ந்த காற்று ஆழ்ந்த உறக்கத்தில் அவரைத் தள்ள மனைவியின் தோளில் எச்சில் வடித்தார். பின்னால் உட்கார்ந்திருப்பவர்கள் வேடிக்கை பார்க்கிறார்களே என்று அவளுக்கு மானக்கேடாக இருந்தது. தோள்பட்டையை உயர்த்தி உயர்த்திப் பார்த்தாள். மனுஷன் அசைகிற மாதிரி தெரியவில்லை. அப்படியே சடக்கென்று முன்னால் விலகி முட்ட வைத்து விடலாமா என்று ஆத்திரம் வந்தது. அவருடைய தொடையில் பலமாகக் கிள்ளினாள். அவர் கண்விழித்து மலங்க மலங்க பார்த்து வாயைத் துடைத்து விட்டு முன் சீட்டில் கைவைத்து தூங்கலானார்.

ஆரம்பத்தில் அவளும் இதை ரொம்ப பெரிசாக எடுக்கவில்லை. குழந்தை ராஜிதான் சொல்லிக்கொண்டிருந்தாள். எப்ப பாரு அப்பாவுக்கு தூக்கம்தான், ச்சை...

குழந்தை அப்பாவிடம் வாய்ப்பாடு ஒப்பிக்கிறேன் பாரு என்று ஆரம்பிப்பாள். நாலாவது வாய்ப்பாடு வரை ம்... ம்... என்று கேட்டுக் கொண்டிருப்பார். பாப்பா வாய்ப்பாடு ஒப்பிக்கும் லயமே

அவரைத் தூங்க வைத்துவிடும். ஐந்தாவது வாய்ப்பாடு வரும்போது குறட்டையின் லயம் கலந்துவிடும்.

ராஜி பாப்பாவுக்கு பெரிய துன்பமாக இருந்தது. காலையில் அவள் எழுந்து ட்யூஷன் போகும் போது அப்பா தூங்கிக்கொண்டிருப்பார். ட்யூஷன் முடிந்து வரும்போதும் தூக்கம் கலைந்திருக்காது. குளித்துவிட்டு ஸ்கூல் கிளம்பும்போது அம்மா அவரை ஆட்டி அடித்து உலுக்கி எழுப்பி கொட்டாவிகளுடன் டாட்டா சொல்லவைப்பாள். பிறகு ஆபீசுக்குப் போகணுமே என்று படுக்கையை விட்டு எழுந்து மனைவி காப்பி கொண்டுவரும் வரை சேரில் உட்கார்ந்து வழிந்து கொண்டிருப்பார். சமயங்களில் ஆத்திரத்துடன் சூடான காப்பி டம்ளரை அவர் கையில் வைத்துக்கூட அவள் எழுப்புவாள்.

ஆபீசுக்கு போகும்போது பஸ்ஸில் ஒரு தூக்கம் கண்டிப்பாக உண்டு. ஸ்டாண்டிங்கில் கூட தூங்குவது உண்டு. ஆபீஸில் கையெழுத்துப் போட்டு தன் சீட்டுக்குப் போனதும் பழுப்புநிற சர்க்கார் தாள்களையும் கட்டுக்கட்டாய் சோம்பிக்கிடக்கும் ஃபைல்களையும் பார்த்ததும் உடனே பெரும் கொட்டாவிகள் வந்து சேரும்.

தவிர தலைக்கு மேலே ஓடும் பழைய காற்றாடியின் சீரான கடாக்... கடாக்... சத்தம் ஒன்று போதுமே தாலாட்ட.

தூக்கத்தின் உப விளைவாக ஞாபக மறதி. வாரத்தில் மூணு நாளாவது பஸ்ஸில் இரண்டு தடவை டிக்கட் எடுத்துவிடுவது. கண்விழித்திருக்கும் நேரமெல்லாம் மறதியாக வைத்த பொருளைத் தேடிக் கொண்டே இருப்பது.

இரண்டாவது உபவிளைவு தேதி, மாதம், வருஷம் இடம் மறந்த ஒரு பர நிலையில் எந்நேரமும் இருப்பது. பஸ்ஸில் திடீரென்று முழிப்பு வந்து எங்கே போய்க்கொண்டிருக்கிறோம் என்ற குழப்பம். எந்த சிந்தனையும் அற்றுப்போய் மோன நிலையில் விழிந்திருப்பது எங்கே போகிறது பயணம்? ஒரே நாளில் காண்கிற பல நூறு சிறு கனவுகள் தரும் மயக்க மனநிலையில் பஸ்ஸில் பக்கத்தில் உட்கார்ந்திருப்பவரிடம் ரொம்ப காலம் கூடவே வந்துகொண்டிருப்பதான உணர்வில் பஸ்ஸின் சடன் பிரேக்கில் தூக்கம் கலைந்து கண் விழித்து "வெள்ளைக்காரன் போயிட்டானா" என்று கேட்பார்.

ஆபீஸில் பியூன் அவசரமாக வந்து அவரை எழுப்பி ஐயா கூப்பிடறாங்க என்று அதிகாரியின் முன்னால் கொண்டு போய் நிறுத்தினால், இந்தக் கொலைக்கும் எனக்கும் எந்த

சம்பந்தமுமில்லை. "என்னை நம்புங்க சார்" என்பார். அதிகாரி தலையில் அடித்துக்கொண்டு, "டில்லிக்குப் போக வேண்டிய ஸ்டேட்மெண்ட் போயிருச்சாய்யா" என்பார். ராமலிங்கம் மூளையின் மடிப்புகளில் எதிரே இருந்து கேள்வி கேட்கும் இந்த நபர் யாரென்று தேடுவார். அவர் முழிக்கிற முழியைப் பார்த்து, "சரி சரி. நீர் போரும்" என்று அனுப்பிவிடுவார்.

இதன் அடுத்த கட்டமாக வீட்டில் பெஞ்சில் உட்கார்ந்து அவர் பாட்டுக்கு தூங்கிக்கொண்டிருந்தபோது ஒரு நாள் லம்பி கீழே விழுந்து வலது கையில் பிராக்சர் ஆகிவிட்டது. மாவுக்கட்டுப் போட்டு வந்து மூன்றாவது நாள் கட்டிலில் இருந்து மறுபடி தூங்கி விழுந்து டபுள் பிராக்சர் ஆகிவிட்டது. அவரைத் தரையில் படுக்க வைத்து மனைவியும் மகளும் ஒரு மாசம் கண்விழித்துப் பார்த்து கையை குணமாக்கினார்கள்.

இதற்கு மேலும் இப்படியே வச்சிக்கிட்டு இருக்காதீங்க என்று பலரும் சொன்னார்கள். ஊரிலிருந்து ராமலிங்கத்தின் அய்யா வந்தார். விவசாய வேலைகளைப் போட்டுவிட்டு மகனுக்கு கை ஒடிந்ததைக் கேள்விப்பட்டு பதறி வந்தார். தூங்கி விழுந்து கை ஒடிந்த ரகசியத்தை அவரிடம் தான் முதன் முதலாகச் சொன்னாள் அவர் மனைவி. மற்றவர்களிடம் பாத்ரூமில் வழுக்கி விழுந்ததாகத்தான் சொன்னாள்.

அய்யா ரொம்ப துக்கப்பட்டார். நம்ம பரம்பரையிலே இப்படி ஒரு வியாதி யாருக்கும் வந்ததில்லை. காடுகரையிலே பாடுபட்டு நாம் பாட்டுக்கு கஞ்சி குடிச்சிக்கிட்டிருந்தோம். நம்ம பிள்ளைக்கு இப்படி வந்துருச்சே என்று வருந்தினார். நம்ம குடும்பத்திலேயே படிச்ச புள்ளை; நமக்கு நல்லது கெட்டது எடுத்துச் சொல்ற பிள்ளை!

மில் வேலைக்கு லீவு போட்டு தம்பி ஒருநாள் வந்தான். நிலமையைக் கண்டு அவனுக்குச் சிரிப்புத்தான் வந்தது. மதினி வருத்தப்படுவாள் என்று அடக்கிக் கொண்டு "டெய்லி காலையிலே உடற்பயிற்சி செய்யண்ணே; எந்நேரமும் ஃபைல்களோட கட்டி மாரடிச்சா எப்படி?" என்று அறிவுரை சொன்னான்.

உடற்பயிற்சியில் ஈடுபட்டார். நல்ல வியர்வையும் நல்ல உடல் அசதியும் ஏற்பட்டதால் இன்னும் கூடுதலாக தூக்கம் வந்தது.

அவர் தெளிவாக இருக்கிற நேரங்களும் உண்டு அப்போதெல்லாம் ரொம்ப அறிவோடு பேசுவார். அந்தச் சமயங்களில் அவருக்கே அருவருப்பாக இருக்கும். எந்நேரமும் கொட்டாவியும் கையுமாக

திரிவது நல்லாவா இருக்கு, முதலில் ஒரு டாக்டரிடம் போனார்கள். நல்லா தூங்குவது உடல் ஆரோக்கியத்துக்கு அறிகுறி. அதுக்கு ஏன் கவலைப்படறீங்க. போங்க, நல்லா தூங்குங்க என்று அவர் சொல்லிவிட்டார். இரண்டாவது ஒரு டாக்டரிடம் போனபோது ஒன்றுமே பேசாமல் டானிக், மாத்திரை கொடுத்தார். சரியாக தூக்கம் வராதவனுக்கு உள்ள மருந்துகளை அவர் கொடுத்துவிட்டார்.

ராமலிங்கத்துக்கு என்ன சந்தேகம் என்றால் தன் தலையில் இப்போது மூளை இருக்கிறதா என்பது. ஸ்கேனிங் எடுத்துப் பார்க்க வேண்டும் என்று சொல்லிக் கொண்டிருந்தார். மூளை இருந்த இடத்தில் இப்போது இருட்டு அடைத்துக் கொண்டிருப்பதாக அவருக்கு சந்தேகம். அல்லது இருட்டு மூளையைத் தின்று கொண்டிருக்கிறது. இன்னும் கொஞ்சம் வேண்டுமானால் பாக்கி இருக்கலாம்.

வேலையில் சேர்ந்த புதுசில் ராமலிங்கம் இப்படி இல்லையே என்று ஆபீசில் பேசினார்கள். அவர் ரெக்கார்டு செக்ஷனில் தொடர்ச்சியாக எட்டு வருஷம் இருக்கிறார். சக ஊழியர்கள் சந்தேகம் காலத்தின் மீது விழுந்தது. 1690 முதல் பாதுகாக்கப்பட்டு வரும் ரெக்கார்டு செக்ஷன் கட்டிடமே முந்நூறு வருஷம் பழையது. தவிர கட்டிடத்தின் பின் பகுதியில் உள்ள அறையில் மார்கரெட் என்று ஒரு வெள்ளைக்காரிச்சி கழுத்தை அறுத்துத் தற்கொலை செய்து கொண்டதாக ஒரு கதை உண்டு. அவள் காதலித்த பிள்ளைவாள் பையன் ஒருத்தன் அவளை ஏமாற்றிவிட அவள் தன்னை முடித்துக் கொண்டாள். 1850ஆம் அண்டு முதல் 1862ஆம் ஆண்டு வரையிலான ரெக்கார்டுகளில் அதைப் பார்க்கலாம். அங்கேயே சுற்றிக்கொண்டிருக்கும் மார்கரெட்தான் ஏதோ செய்துவிட்டாள் என்று பலரும் சந்தேகித்தார்கள்.

அவர்களின் பேச்சு ராமலிங்கத்துக்கும் எட்டாமல் இல்லை. ஆனால் அவருக்கு இந்த பேய் பிசாசுகளில் நம்பிக்கை இல்லை. அதிலும் வெள்ளைக்காரியையே பேய் ஆக்குவது நல்ல நகைச்சுவைதான் என்று சொல்லித்தான் தைரியமாக அந்த செக்ஷனில் சேர்ந்தார்.

ஆனால் யோசித்துப் பார்த்தால் ரெக்கார்டு செக்ஷனில் சேர்ந்த பிறகு தான் இப்படி ஒரு தூக்கத்துக்கு ஆளானோம் என்பது போலத் தெரிகிறது. ஆனால் அதற்கு முன்னால் எந்த செக்ஷனில் இருந்தோம்? ஏ செஷன். அதில்... பிறகு கொஞ்ச நேரத்தில் தூக்கம் கலைந்துவிடும்.

தூக்கம் கலைந்து ஆபீஸ் வாசலுக்கு எழுந்து வந்து நின்றார். வடக்கே பெரும் சத்தமாகக் கேட்டது. காம்பவுண்டு சுவருக்கு மேலாக எட்டிப் பார்த்தார். துப்பாக்கிகள் கொக்கரிக்கும் சத்தம். மனிதக் கூப்பாடுகள், அழுகுரல்கள். வேகமாக உள்ளே போனார். பேனாவை கையிலெடுத்து பதிவு செய்ய அறைக்குள் போனபோது அவருடைய சீட்டில் மார்க்கெரட் அமர்ந்து எழுதிக்கொண்டிருந்தாள். முத்து முத்தான கையெழுத்து. மீரட்டில் முதல் அமளி நடந்து கொண்டிருந்தது. மங்கள் பாண்டே என்பவன் சுட்டுக் கொல்லப்பட்டதும் கலவரம் துவங்கியது. முத்து முத்தான கையெழுத்தில் விக்டோரியா மகாராணியின் பிரகடனம். அதைத் தொடர்ந்து பக்கம் பக்கமாக வந்துகொண்டிருந்தது. கில்பர்ட் சட்டம் கொண்டு வந்ததில் என்ன நியாயம் இருக்கிறது என்று பஸ்ஸில் பக்கத்தில் உட்கார்ந்திருந்தவரிடம் ராமலிங்கம் கேட்டதும் அவர் வேறு சீட்டில் போய் உட்கார்ந்து கொண்டார். சரி போ என்று மறுபடி தூங்கிவிட்டார் ராமலிங்கம்.

மூளை நரம்பியல் நிபுணர்தான் மூளையை ஸ்கேன் எடுக்கச் சொன்னார். ராமலிங்கத்துக்கு அந்த டாக்டர்மீது நம்பிக்கை வந்தது. ஆனால் ஸ்கேனில் மூளை இன்னும் தலையில் முழுசாக இருப்பது உறுதியாகிவிட்டது. ராமலிங்கத்துக்கு சற்று ஏமாற்றம்தான். டாக்டரால் எந்தக் குறையையும் கண்டுபிடிக்க முடியவில்லை. பிரஷ்ஷர் கொஞ்சம் அதிகமாக இருந்தது. ஆனால் 47 வயசுக்கு இது ஒன்றும் அதிகமில்லை என்று மேலும் யோசித்தார்.

“தூக்கம் வராம இருக்க ஊசி போடுங்க மாமா” என்று ராஜி அறிவுரை சொன்னாள்.

“இது யாரு?”

“எங்க பொண்ணுதான், கொஞ்சம் லேட் இஸ்யூ” என்று சிரித்தார் ராமலிங்கம்.

“உங்க அப்பாவை தினசரி அதிகாலையில் எழுப்பி வாக்கிங் கூட்டிட்டுப்போ. அதுதான் வைத்தியம்” என்று அனுப்பிவிட்டார் டாக்டர்.

ராஜி பொறுப்புடன் விடியற்காலம் அஞ்சு மணிக்கே அப்பாவை எழுப்பினாள். பதறி எழுந்து “ம்... சிட்டகாங்கைப் பிடிச்சிட்டாங்க” என்றார்.

“சரி... சரி... நீ முதல்ல மூஞ்சியைக் கழுவு. வாக்கிங் போகலாம்” என்றாள்.

விடிகாலைப் பொழுது சாம்பல் பூசி குளிர்ச்சியுடன் வரவேற்றது. பார்க் வரை நடக்கலாம் என்று கையைப் பிடித்துக்கொண்டு

நடந்தார்கள். இடையில் நிறுத்தி "கால் வலிக்குது தூக்கு" என்றாள் ராஜி. வாடா செல்லம் என்று பிரியமாக முனகி தூக்கி முத்தமிட்டு தோளில் வைத்துக்கொண்டு நடந்தார். நடக்க நடக்க தேகம் தீப்பற்றி எரிய ஆரம்பித்தது. அவர் உப்பெடுக்க தண்டி போய்ச் சேருவதற்குள் தேசம் ஒட்டுமொத்தமாக எழுந்துவிட்டது என்று வீச்சு எழுத்துக்கள் வரிவரியாக ஓடிக்கொண்டிருந்தன. பழுப்புத்தாளில் கறுப்பு ஆங்கில எழுத்துகள். பக்கங்கள் புரண்டன. புரண்டு புரண்டு படுத்தவரை மனைவி எழுப்பினாள்.

வாக்கிங் வைத்தியம் ஓரளவுதான் பலித்தது.

காலையில் கூடுதலாக ஒரு மணி நேரம் விழித்திருக்கிறார். வாக்கிங் முடிந்து வீடு வந்து பாப்பா ட்யூஷன் போகவும் மறுபடி தூங்க ஆரம்பித்துவிடுகிறார். நடந்த களைப்பு வேறு. அவளுக்கு அழுகை அழுகையாக வந்தது. சித்தவைத்தியத்தில் சில லேகியங்கள் இருக்கின்றன. முயற்சி செய்து பாருங்கள் என்று சிலர் சொன்னதைக் கேட்டு, கிளம்புங்கள் போகலாம் என்று வைத்தியர் இருந்த புளியம்பட்டிக்கு கிளம்பினாள்.

பஸ் ஸ்டாண்டில் நின்று கொண்டேயிருந்தார்கள். புளியம்பட்டி பஸ் வரவே இல்லை. போய் விசாரிச்சுட்டு வாங்களேன் என்று இடித்தாள். சரிசரி என்று கிளம்பினார். ரெண்டு மூணு பேரிடம் கேட்டார். தெரியவில்லை. காக்கிச்சட்டை போட்டு வேட்டி கட்டிய ஏஜண்டிடம் கேட்டார்.

"சித்த வைத்தியரைப் பார்க்கவா" என்றார் அவர்.

"ஆமா."

மேலே கையைக் காட்டினார் ஏஜெண்ட். "உங்களுக்கு யோகம் இருந்தா பஸ் வரும்."

பஸ் அட்டவணை எழுதியிருந்த பெரிய தகரபோர்டு ராமலிங்கத்தை இழுத்தது. போய் போர்டின் முன் நின்று வாசித்தார். "இதன்மூலம் சகலருக்கும் தெரிவிப்பது என்னவென்றால் சிதம்பரம் பிள்ளைக்கு வாய்ப்பூட்டுச் சட்டம் போடப்பட்டுள்ளது. அவர் பேசுவதற்கு கூட்டம் ஏற்பாடு செய்பவர்கள் அவர் பேசும் கூட்டங்களில் நின்று கேட்பவர்கள் அவர் பேசப்போகிறார் என்று செய்தி பரப்புபவர்கள் யாவரும் யாராயிருப்பினும் கடும் தண்டனைக்கு உள்ளாவார்கள். இது சர்க்கார் உத்தரவு" பழுப்புப் காகிதங்கள் கசகசத்தன.

சுட்டது செங்கோட்டை ஐயர் பையனாமே என்று பஸ்ஸில் பக்கத்தில் உட்கார்ந்தவரிடம் கேட்டதற்கு அவர் 'நான் இல்லை' என்றார்.

லேகியம் ஒரு கரண்டி சாப்பிட்டு பாலும் குடித்தார். பாப்பா ஒரு பேப்பருடன் வந்தாள். தமிழ்க் கட்டுரை எழுதணும்ப்பா என்றாள்.

“இப்பதான் அப்பா ஆபீசில் இருந்து வந்தேன்.”

“கொஞ்ச நேரம் தூங்கணும்கிறியா நல்ல அப்பா நீ போ, போய் கை கால் மூஞ்சியை கழுவிட்டு வா!” என்றாள்.

விளக்கைப் போட்டுக் கொண்டு மேசையை இழுத்து வசதியாக ஆபீசில் உட்கார்வது போல உட்கார்ந்து கொண்டு ராஜிக்குட்டியிடம் பேப்பரைக் கொண்டா என்றார்.

“கட்டுரை என்ன தலைப்பு?”

“டீச்சர் பேப்பர்லேயே எழுதியிருக்காங்க பாரு.”

“உன் எதிர்காலக் கனவுகள்."

எதிர்காலம் என்ற வார்த்தையைப் பார்த்ததும் கைகள் பதறி பேனா நழுவிக் கீழே விழுந்து உருண்டது. வெளியே இடி இடித்து காற்று வீசி மின்சாரம் தடைப்பட்டு இருள் சூழ்ந்தது.

“அம்மா... அம்மா... மெழுகுவர்த்தியைக் கொண்டாம்மா... அம்மா... அம்மா...” இருட்டில் ராஜிக்குட்டியின் குரல் நடுக்கத்துடன் அழைத்தது.

இருண்ட அறைகளில் அடுக்கியிருந்த ஃபைல்களிலும் ரிஜிஸ்டர்களிலும் பதிவாகியிருந்த இறந்த காலங்கள் குதித்து வந்து ராமலிங்கத்தின் கைகளைப் பற்றிக்கொண்டு கெஞ்சின வேண்டாம் எழுதாதே. அது எப்படி உன்னால் எழுத முடியும்? அது உன் வேலை இல்லை. நீ அதற்காகப் பிறந்தவன் இல்லை.

“அம்மா... விளக்கு கொண்டு வாம்மா...”

ரகசியமாகவும் அவசரமாகவும் பேசின. ஜாக்கிரதை மாட்டிக்காதே. அது உன் வேலை இல்லை. ஷரத்து 311(2) ஏபி.சி.யின்படி சர்க்கார் ஊழியர்கள் செய்யத்தகாதவை என...

“அப்ப... எழுந்திருப்பா... அப்பா... கரண்டு வந்திருச்சு எழுந்திருப்பா...” குழந்தையின் அழைக்கும் குரல் கேட்டுக் கொண்டேயிருந்தது.

ம்... என்று கண் விழித்த ராமலிங்கம் “இடம் வந்திருச்சா?” என்று பஸ்ஸில் உட்கார்ந்திருந்தவரிடம் கேட்டார். “இன்னும் ரொம்ப தூரம் இருக்கு” என்று அவர் சொன்னதும் “சரி வந்ததும் எழுப்புங்க” என்று நிம்மதியாக மறுபடி கண்களை மூடினார்.

●

18

சிவராணி

மதுரைக்கு இலாகாவில் ஒரு பரீட்சை எழுதுவதற்காக வந்த சமயம் முற்றிலும் எதிர்பாராத விதமாக ஒரு பஸ் ஸ்டாப்பில் சிவராணியைச் சந்திக்க நேர்ந்தது.

ஒரு ஆட்டோவில் வந்து இவன் பக்கத்தில் நிறுத்தி இறங்கினாள். இவன் கொஞ்சம் தடுமாறிப் போனான். “என்ன ஞாபகமிருக்கா” என்று கண்ணாடி வழியாக ஊடுருவிப் பார்த்தபடி கேட்டாள். நல்ல வளர்த்தியாக பெரிய இடத்துப் பெண் போல பட்டுப்புடவையில் கௌரவமான தோற்றத்தில் நின்றாள். முதலில் இவனுக்கு தன் உடை மீதான தாழ்மை உணர்ச்சிதான் தோன்றியது. பாவமாகச் சிரித்தான்.

ஆட்டோவை அனுப்பிட்டு இவன் பக்கத்தில் வந்து நின்றாள். மாலை வெயிலில் அவளைப் பார்க்கக் கண் கூசியது. வடக்கே போபாலில் பெரிய உத்தியோகத்திலிருக்கும் கணவருடன் வாழ்க்கை.

“இங்கே ஒரு கலியாணத்துக்காக வந்தேன். அவருக்கு லீவு கிடைக்கலை. என்ன ஆச்சரியம்! பஸ்ஸ்டாப் பக்கமாக தற்செயலாகப் பாத்தா நீ. ஒரு கப் காபி சாப்பிடலாமா சிவா?”

ரொம்ப இயல்பாகவும் ரொம்ப வருஷம் பேசிப்பழகியது போலவும் நடந்து கொண்டாள். அவனுக்கு ரொம்ப பிடித்திருந்தது.

ஃபேமிலி ரூமில் எதிர் எதிராக அமர்ந்தார்கள். காபிக்குச் சொல்லி அனுப்பியதும் ஒருவர் முகத்தை ஒருவர் நேருக்கு நேர் பார்க்க வேண்டியதாயிற்று. அவளே துவக்கினாள். எவ்வளவோ பேச வேண்டியிருப்பது போல தொடர்ந்து அவளே பேசி வந்தாள்.

“உண்மையில் நீ என்னைப்பத்தி எப்பவாச்சும் நினைப்பியா சிவா?”

அவனுக்கு ரொம்ப கூச்சமாகவும் கிறுகிறுப்பாகவும் இருந்தது. அவனுடைய மூத்த மகள் பிறந்த சமயம் அவளுக்கு சிவராணி என்று பெயர் வைக்க ஆசைப்பட்டான். பிறகு யாராவது -

குறிப்பாக அவனுடைய மனைவி - தவறாக ஏதும் புரிந்து கொண்டு நெருடலாகி விடக்கூடாதென கை விட்டுவிட்டான். இன்றும் எவ்வளவோ மனசில் வரிசையாய் வந்து நின்றன. சொல்லத்தான் வாய் வரவில்லை. சிரித்தான்.

"நான் உன்னைப் பத்தியெல்லாம் தினசரி நினைப்பேன்" என்று வெகுளியாய்ச் சொல்லிவிட்டு அவளும் சிரித்தாள். சிரிப்பில் லேசாய் அவள் கண்கள் மினுங்கியதைக் கவனித்தான். ஒன்றும் தோன்றாமல் அவன்.

"குழந்தைங்க எத்தனை சிவராணி?" என்று கேட்டான். அவள் உடனே சீரியஸ் ஆகிவிட்டாள். மௌனமாகித் தலை குனிந்தாள் சர்வர் காபி கொண்டு வந்தார். அவள் அசையவில்லை.

சிவா அதிர்ந்தான். அவள் கன்னங்களில் நீர்த்திவலைகள் உருண்டன. "சிவராணி... ப்ளீஸ்... என்ன இது?"

டைனிங்டேபிளில் வைத்திருந்த இவன் கைமீது தெறித்து உருண்டது கண்ணீர்த்திவலை. இவன் உடம்பு சிலிர்த்தது. அவள் சிரிக்க முயன்று இன்னும் பெரிதாய் வெடித்துக் கேவினாள். இவன் முகத்தில் பட்டுத் தெறித்தது.

அவளுடைய முகச்சுழிப்பு சிலீரென அவனுக்கு ஆறாம் வகுப்பில் படித்த சிவராணியை நினைவில் கொண்டு வந்து நிறுத்தியது.

"*P.S*ங்கிறது யாரு?" கையில் ஜியாமிட்ரி பாக்ஸை தூக்கிக் காட்டியபடி ஆறாம் வகுப்பு கிளாஸ் டீச்சர் கேட்டதும் சிவா, சிவராணி ரெண்டு பேருமே எழுந்து நின்றார்கள். கிளாஸ் பசங்கள் எல்லோருமே சிரித்து விட்டார்கள். இருவரும் ஒருவரை ஒருவர் கூச்சத்துடன் பார்த்து தலையைக் குனிந்து கொண்டார்கள்.

"ரெண்டு பேருமே *P.S.* தானா? இது யாரோட ஜியாமிட்ரி பாக்ஸ்? சிவராணி போய் வாங்கிக் கொண்டாள். திரும்பி டெஸ்க்கில் உட்கார வரும்போது இவனை ஒருமுறை ஏறிட்டுப் பார்த்தாள். அவளுக்குச் சிரிப்பு வந்துவிட்டது.

அன்றைக்கு சிவராணி பூப்போட்ட பச்சைச்சட்டையும் பாவாடையும் அணிந்திருந்தாள். அன்றைய நாள் வரை அவள் சிவா என்று ஒரு பையன் தன் கூடப் படிப்பதாக நினைத்துக்கூடப் பார்த்ததில்லை.

ஏனென்றால் அவள் எப்பவும் - எல்லா மாதப் பரீட்சைகளிலும் முதல் ரேங்க் வாங்குகிறவள். இவனோ இருபது இருபத்திரண்டில் திணறிக் கொண்டு நிற்கிறவன். ஏணி வச்சாலும் எட்டுமா?

ஆனால் என்ன ஆச்சென்று அவனுக்கே புரியவில்லை. அந்த நாள் முதல் அவன் பழைய சிவாவாக இல்லை.

எப்பவும் பள்ளிக்கூடம் விட்டாலும் வீடு சேர்ந்து புத்தகப் பையை வாசலில் நின்றபடிக்கே உள்ளே விட்டெறிந்துவிட்டு தெருப்புழுதியில் இறங்கினால் ராத்திரி தீப்பெட்டிக் கம்பெனிக்குப் போன பிள்ளைகள் திரும்புகிற பஸ் சத்தம் கேட்கும் வரை குதியாளம்தான். 'கள்ளன் - போலீஸ்' முதற்கொண்டு 'ரைட்டா தப்பா' வரைக்கும் விளையாட்டு... விளையாட்டுத்தான். அம்மா வந்து அவனைத் தேடிப்பிடித்து முதுகில் நாலு வப்பு வச்சு சாப்பிட இழுத்துப் போகிறவரைக்கும் விளையாட்டு. சாப்பிட்ட மறுநிமிஷம் தூங்கிடுவான். காலையில் தார்க்குச்சி போட்டுத்தான் எழுப்ப வேண்டும். பாதி நாள் குளிக்க மாட்டான். கம்மாயில் போயி குளிச்சிட்டு வாடா. ம்கூம். நாய்க்கர் கிணத்துல பம்பு செட்டு ஓடுது போயி குளிச்சிட்டு வாடா. ம்கூம். அப்படியே உறக்கச் சடவு கலையாமல் உட்கார்ந்திருப்பான். பிறகு அவசரமாய் செங்கலை ராவி பல்லில் ரெண்டு இழுப்பு இழுத்துவிட்டு சாப்பிட உட்கார்ந்து விடுவான். ஸ்கூலுக்குப் போணுமே.

அந்த சிவாதானா இவன்? சாயந்திரம் வந்ததும் அரிக்கேன் விளக்கின் கண்ணாடியை விபூதி கொண்டு அவனே துலக்கி படிக்க உட்கார்ந்தால் - படிப்பு... ஒரே படிப்பு. ராவெல்லாம் படிப்பு.

காலையில் அவன் குளிப்பென்ன? நெற்றியில் விபூதிப் பூச்சென்ன? அடக்கமான பேச்சென்ன? அம்மாவுக்கே ஒரு பக்கம் சிரிப்பாகவும் ஒரு பக்கம் பயலுக்கு அக்கறை வந்துருச்சே என்று சந்தோஷமாகவும் இருந்தது.

கால் வருடப் பரீட்சையில் இருப்பதில் இருந்து ஒரே தாவாகத் தாவி எட்டாவது ரேங்க். அடுத்த மாதாந்திரப் பரீட்சையில் மூணாவது ரேங்க். டீச்சரே அவனைக்கூப்பிட்டு "ஏலே... பொய் சொல்லாமச் சொல்லு. காப்பிதானே அடிக்கே..." என்று கேட்கும்படியாக வகுப்பையே அசர வைத்தான்.

சிவராணி ரெண்டாவது ரேங்க். அவன் மூணாவது ரேங்க் வகுப்பறையில் தொங்கவிடப்படும் 'ரேங்க்' பட்டியலில் ரெண்டாவதாக சிவப்பு மையில் சிவராணியின் பெயர். அதை ஒட்டி மூணாவதாக ஊதா மையில் அவன் பெயர். பட்டியல் தொங்கவிட்டதும் அவனுக்கு ரொம்ப கூச்சமாகிவிட்டது. சிவராணி பெயரும் அவன் பெயரும் பக்கத்தில் பக்கத்தில். அவளை

ஏறெடுத்துப் பார்க்கவும் வெட்கமாக இருந்தது. அதே சமயம் உள்ளுக்குள் சந்தோஷம் பிடுங்கியது.

அதற்குப் பிறகு மாதங்கள், வருஷங்கள், வகுப்புகள் மாறின. ஆனால் அவன் மட்டும் மாறவே இல்லை. சிவராணி என்கிற அந்த சிவப்பு மை எழுத்துகளுக்குக் கீழே ஊதாவில் இவன் பெயர். அவள் முதல் ரேங்க் வந்தால் இவன் ரெண்டாவது. அவள் ரெண்டாவதானால் இவன் மூணாவது. பத்தாம் வகுப்பு வரையிலும் இந்த லிஸ்ட் மாறவே இல்லை.

பையன்களின் கேலி பொறுக்க முடியவில்லை. ஏதோ சத்தியத்துக்குக் கட்டுப்பட்ட மாதிரி அவள் பெயரைத் தாண்டிப் போக முடியாமல் அவனுடைய மார்க்குகள் நின்றன.

அந்தப் பாழாப்போன இங்கிலீஷ்தான் அவன் கழுத்தை அறுத்தது. பிள்ளையாருக்கு எத்தனையோ நேர்த்திக்கடன் போட்டும் அதிகாலையில் தோப்புக்கரணங்கள் போட்டும் அவர் மனம் இரங்கவில்லை. பிள்ளையாருக்கு கணக்கு மட்டும் தானே வரும் என்கிற சந்தேகம் ஒருநாள் வர பக்கத்து ஊரிலிருந்த சர்ச்க்குப் போய் "ப்ளீஸ் ஹெல்ப் மீ இங்கிஷீஷ் ஒன்லி" என்று யேசுநாதரை ரயும் ரெண்டு மாசம் விடாமல் முட்டாங்கால் போட்டுத் தொழுது பார்த்தான்.

ம்கூம். இங்கிலீஷின் இஸ்-வாஸ்கள் அவன் மண்டைக்குள் தங்க மறுத்தன. உயிரை வெறுத்து 'ஸ்டோரி'களையும் 'பாரா கிராப்பு'களையும் மனப்பாடம் செய்தான். என்ன படித்து எழுதிப் பார்த்துவிட்டுப் போனாலும் பரீட்சையில் மறந்தது. இப்படித்தான் சிவராணி ஒவ்வொரு டெஸ்டிலும் முந்திக் கொண்டிருந்தாள். அவ்வப்போது இவன் பக்கம் ஒரு லேசான புன்னகையை வீசி அவ்வளவுதானா' என்று கேட்பது போல அவள் பார்ப்பாள்.

இவனுக்கு எல்லாம் வெறுத்துவிட்டது. கேவலம் ஒரு மாதப் பரீட்சையில்கூட அவளை 'பீட்' பண்ண முடியவில்லை.

இவனுடைய வேண்டுதல்கள் பத்தாம் வகுப்பில் வேலை செய்ய ஆரம்பித்தன. திடீரென ஒருமாசம் அவள் பள்ளிக்கூடமே வரவில்லை. "பெரிய மனுஷி ஆயிட்டாளாம்" என்று பையன்கள் கமுக்கமாகப் பேசி கமுக்கமாகச் சிரித்துக் கொண்டார்கள். சிவாவுக்கு லேசான கிறுகிறுப்பு வந்து வந்து போனது. எப்போதடா அவள் திரும்ப வகுப்புக்கு வருவாள் என்று மனம் தேட ஆரம்பித்துவிட்டது.

ஒரு மாதம் கழித்து அரைத்த மஞ்சளாக பொன்னாக மின்னும் தகதகப்புடன் வந்தாள். அவளைப் பார்க்கவே கண் கூசுகிற மாதிரி ஒளியோடு வந்தாள். சிவாவுக்கு மனசு நடுங்கியது.

ஆனால் அவளுக்கோ யாரையும் ஏறெடுத்துப் பார்க்கவும் வெட்கம் பிடுங்கியது. யாரைப் பார்த்தாலும் மனசு படபடத்தது. வகுப்பில் குனிந்த தலை நிமிரவே இல்லை. எதிலும் கவனம் சிதறியது.

அடுத்து வந்த 'ரிவிஷன் டெஸ்ட்டி'ல் அவளுக்கு முதல் அடிவிழுந்தது. சிவா அவளைத் தாண்டி மேலே போய்விட்டான். முதல் ரேங்க். அவள் ஐந்தாவது இடத்துக்கு. இனி அவ்வளவுதான், தொலைந்தாள் சிவராணி என்று சிரிப்பு வெடித்து வந்தது அவனுக்கு.

ஆனால் மறுநாளே அவள் மீது இரக்கமும் பரிவும் சுரந்தது. ரெண்டாவது ரேங்க்காவது அவளுக்கு வராமப்போச்சே என்று கவலையாக இருந்தது. வகுப்பில் அவளது வருத்தமான முகத்தைப் பார்த்தும் அடுத்த பரீட்சையில் அவளுக்காக தான் எல்லாப் பாடங்களிலும் வேண்டுமென்றே பெயிலாகிவிட வேண்டும் என்ற வெறி வந்தது.

இருந்தாலும் முழுப் பரீட்சை நெருங்க நெருங்க படிப்பில் முழு கவனம் திரும்ப, அவனே முதலாவதாக வந்தான்.

நீண்ட கோடை விடுமுறைக்குப்பின் பள்ளி திறந்தபோது பதினோராம் வகுப்பில் இருந்தார்கள். சிவராணியுடன் வலியப் போய் இவன் பேசி வரலானான். பாவம் தோற்றுப்போனவள் அல்லவா. ஆனால் முதல் மாதப் பரீட்சையில் சிவராணி ரெட்டிப்பு வேகத்துடன் அவனைத் தூக்கி எறிந்துவிட்டு முதல் இடத்தைப் பிடித்துவிட்டாள். அவன் ரெண்டாவது. அதே சிவப்பு மை எழுத்துக்குக் கீழே அவன் பெயர் மறுபடி.

ஆடிப்போனான் சிவா. திடீரென்று ரொம்ப வயசாகிப்போய் கிழவனாகிவிட்டது போல கைகால் வராமல் போய்விட்டது.

மறுபடியும் சிவராணியின் ராஜ்ஜியம் ஆரம்பமாகியே விட்டது. ராவும் பகலும் படித்து போராடிப் போராடியும் அந்தச் சனியன் பிடிச்ச ஆங்கிலத்தில் தான் அவன் தோற்றுத் தோற்று அவளுக்கு நேர் கீழே வந்து வந்து நின்றான். செத்துவிடலாம் போல இருக்கும் பலசமயம்.

ஆனால் யாரும் எதிர்பாராதவிதமாக பாதி வருடத்தில் சிவராணியுடைய அப்பாவுக்கு வேறு ஊருக்கு மாற்றலாகிவிட்டது. அவள் டி.சி. வாங்கிக்கொண்டு பாதியிலேயே போய்விட்டாள்.

மழையடித்து ஓய்ந்த மாதிரி ஆகிவிட்டது. இவனுக்குள் கேட்டுக் கொண்டிருந்த இரைச்சல் எல்லாம் அடங்கி பெருத்த அமைதி வந்து கவிந்தது. இனி எதிரி யாருமில்லை. அவனே முதல் இடத்தைப் பிடித்துக் கொண்டு கடைசி வரை ஆண்டான். பள்ளியில் முதல் மாணவனாகத் தேறி வெளி வந்தான்.

கல்லூரியில் சேர்ந்தான். ஹாஸ்டலில் அறையின் ராத்திரிக் கனவுகளில் சிவராணி வர ஆரம்பித்தாள். தனிமை வாய்க்கும் சந்தர்ப்பங்களில் அவளே மனசை ஆக்கிரமித்தாள். யாரும் இல்லாத போது சிவராணி... சிவிக்குட்டி... என்று வாய்விட்டுச் சொல்லிப் புளகாங்கிதம் அடைந்தான்.

ஒரு சாயங்காலம் ஹாஸ்டலில் பக்கத்து ரூம் பையனோடு பேசிக்கொண்டிருந்தான். பிறகு தன் அறைக்கு வந்து படித்துவிட்டு ராத்திரி படுத்தான். திடீரென அந்தப் பையனது ஊர்ப் பெயர் எங்கோ கேள்விப்பட்ட மாதிரி இருக்கே என்ற ஞாபகம் கூர்மைப்பட்டு - அட, அது சிவராணி பாதியில் மாற்றிப்போன ஊரல்லவா என்று - பதறியடித்து எழுந்து அந்நேரமே அவன் ரூம் கதவைத் தட்டினான். என்ன தலைவா? என்று அவன் கதவைத் திறந்தான்.

"உங்க ஊர் ஸ்கூல்ல போன வருஷம் பள்ளி முதல் மார்க் வாங்கினது யாரு?"

அந்தப் பையன் விநோதமாக இவனை ஒரு கணம் பார்க்க - அவன் பதிலை எதிர்பார்த்து இவன் மனம் திக்திக்கென்று அடிக்க...

"P. சிவராணின்னு ஒரு பொண்ணு. அவதான் ஃபர்ஸ்ட் மார்க். ஏன் என்ன விஷயம்?"

"அவ எத்தனை மார்க்?"

அவன் மார்க்கைச் சொன்னதும் இவன் கைகால் சோர்ந்து தள்ளாடி விட்டது. ஆம் அவனைவிட பதினைந்து மார்க் அவள் அதிகம் எடுத்துவிட்டாள்.

அறைக்கு திரும்பி வந்து படுக்கையில் இற்று விழுந்தான் ச்சே...

மறுநாள் சாயந்திரம் அந்தப் பையனே தேடி வந்து என்ன ஏதென்று விசாரித்தான். சும்மா கேட்டேன். அவ என் ஸ்கூலில் படிச்சவ என்று சுருக்கமாக முடித்துவிட்டான். ஆனால், அந்தப் பையன் கதை சொல்ல ஆரம்பித்துவிட்டான். அந்த சிவராணிங்கிற பொண்ணு வருகிற வரைக்கும் இந்தப்பையன்தான் அவர்களுடைய ஸ்கூலில் முதல் ரேங்க்.

அவள் வந்த முதல் மாதப் பரீட்சையிலேயே அந்தப் பையனை "ம்... இடத்தைக் காலி பண்ணு" என்று கீழே இறக்கிவிட்டாள். அவள் தான் முதல் ரேங்க். அவன் ரெண்டாவது ரேங்க். கடைசி வரை அவனும் போராடிப் பார்த்தான். நடக்கவில்லை. பள்ளி இறுதித் தேர்விலும் சிவராணி ஃபஸ்ட். அவன் ரெண்டாவது.

சிவாவுக்கு கொஞ்ச நேரம் ஒன்றும் புரியவில்லை. தான் பேசிக் கொண்டிருக்கிறோமோ அந்தப் பையன் பேசிக்கொண்டிருக்கிறானா என்று குழப்பமாய் கண்ணை இருட்டியது போலிருந்தது. சரிசரி போதும் உன் கதை என்று அவனை அனுப்பி வைத்துவிட்டான்.

ஒரு பத்து நாள் சுரத்தில்லாமல் இருந்தான். ச்சே.. என்று அடிக்கடி தானே சொல்லிக் கொண்டான். பிறகு நாளாவட்டத்தில் படிப்பில் கவனம் திரும்பியதும் எல்லாம் மெல்ல மெல்ல மறைய ஆரம்பித்தது.

படிப்பில் மட்டுமின்றி பேச்சுப்போட்டி, கவிதைப்போட்டி, கட்டுரைப்போட்டி என்று பலவற்றிலும் சிவா ஊக்கமுடன் பங்கு கொண்டான். பேச்சுப் போட்டியில் கல்லூரியில் அவனை மிஞ்ச ஆளின்றிப் போனது.

பல்கலைக்கழக அளவிலான பேச்சுப்போட்டிக்கு தேர்வு பெற்று இறுதிப் போட்டிக்கு மதுரை சென்றான். ஆனால் விதி யாரை விட்டது! தன்னுடைய பெண்கள் கல்லூரியின் சார்பாக வந்து மேடையேறி சண்டப்பிரசண்டம் செய்து முதல் பரிசை தட்டிச் சென்றாள் ஒரு பெண். இவனுக்கு வழக்கமான இரண்டாவது பரிசு தயாராக இருந்தது. பரிசு வாங்கும்போது இவனைப் பார்த்துச் சிரித்த அவளின் சாயலில் சிவராணி இருந்தாள்.

பரிசாகக் கிடைத்த புத்தகத்தையும் சான்றிதழையும் மதுரை பஸ் ஸ்டாண்ட் சாக்கடையில் வீசி எறிந்துவிட்டு பஸ் ஏறினான்.

அத்தோடு எந்தப் போட்டியிலும் பங்கெடுப்பதை விட்டுவிட்டான். படிப்பைத் தவிர வேறு எதிலும் சிந்தனை செலுத்த மறுத்துவிட்டான். பட்டம் வாங்கி மூணு வருஷம் வீட்டில் சும்மா இருந்தான். அப்பா லேசான காய்ச்சல் என்று படுத்தவர் மஞ்சள் காமாலை வந்து காலமாகிவிட நடுக்காட்டில் விட்ட மாதிரி ஆகிவிட்டது.

மூணு வருஷங் கழித்து இந்த வேலை கிடைத்தது. பிறகு கல்யாணமானது - அம்மா இறந்தது - இரண்டு பிள்ளைகள் பிறந்தது- பொருளாதார நெருக்கடிகள் என்று வாழ்க்கை தன் போக்கில் கடகடா கடகடா என்று ஓடிக் கொண்டிருந்தது.

அந்த சிவராணியா இது என்கிற வியப்பே இன்னும் அடங்காதபோது இந்தக் கண்ணீர்த் துளிகள்.

“ஆதிலட்சுமியைப் பாத்திருக்கே இல்லே நீ?”

சிவா ஆதிலட்சுமியின் அகண்ட கண்களை மட்டும் நினைவு கொண்டான். சிவராணியின் சாயல் அப்படியே அவளிடம் இருக்கும். கண் மட்டும் பெரிசு. விரிய விரியப் பார்த்தபடி ஸ்கூல் ஆண்டு விழாவன்று சிவராணியின் இடுப்பில் உட்கார்ந்தபடி முறுக்குத் தின்று கொண்டிருந்தாள்.

அவளை ரெண்டாந் தாரமாக கட்டித் தரச்சொல்லி என் வீட்டுக்காரர் கேட்கிறார். எட்டு வருஷம் தானே ஆகுது. இன்னும்கூட வெயிட் பண்ணலாம். பேபிக்கு சான்ஸ் இருக்குன்னு டாக்டர்ஸ் எல்லாம் சொல்றாங்க. ஆனா அவர்... மறுபடியும் அவளுக்கு மூச்சுத் திணறி அழுகை வந்தது.

சிவராணியின் அம்மா ரெண்டு பேரையும் ஏகமாகத் திட்டினாளாம். “என்னடி ரெண்டு பேரும் சும்மா சொன்னதையே சொல்லிக்கிட்டு இருக்கீங்க. அவர் ரெண்டாங் கல்யாணம் பண்ணிக்கப்போறது உறுதி. எவளோ ஒருத்தி வந்து உன்னை ராச்சியம் பண்றதுக்கு, நம்ம ஆதிலட்சுமி வந்து வாழ்ந்துட்டுப்போனா என்னங்கிறேன்? நகையும் வேண்டாம். நட்டும் வேண்டாம். எல்லாச் செலவும் நானாச்சுன்னு சொல்றாருடி கொஞ்சம் யோசித்துப் பாரு... உங்க அப்பாவா இருக்காரு எல்லாம் பாத்து செய்ய?”

சிவராணியை அனுப்பிவிட்டு சிவா மதுரை பஸ் ஸ்டாண்டில் சுற்றிச் சுற்றி வந்தான். அவனுக்கு என்ன செய்வதென்று தெரியவில்லை. வரட்டுமா என்பதுபோல கிளம்பும்போது ஈரமான இமைகளைத் தாழ்த்தி அவள் தலையை சாய்த்துச் சிரித்தாள்.

ஒரு கடை வாசலில் நின்றான். வேண்டாம் என்று உடனே சலூன் பக்கம் போவான். இல்லை. மறுபடி வேறு ஒரு பக்கம் போவான். டவுன் பஸ்கள் நிற்கும் இடத்தில் சுற்றி வருவான். பெஞ்சில் சற்று உட்காருவான். அவனுக்கு எங்கே வந்தோம் எங்கே போகணும் என்று மறந்து விட்டது.

கண்ணுக்கு இட்ட மை கரைந்து பக்கங்களில் பரவியிருக்க, வரட்டுமா... என்பதுபோல சிவராணி தலை சாய்த்துச் சிரித்தாள்.

●

19

லங்கர் பாய்

சல்யூட் அடித்து லெப்டினஸ்ட் சாமிநாதன் கர்னலுக்கு முன்னால் அவர் அறையில் நின்ற போது மாலை 6 மணிக்கான பிகில் ஊதியது. கர்னலும் எழுந்து நின்றார். கொடி இறக்கி மறு பிகில் ஊதியதும் 'சிட் டவுன்' என்று நாற்காலியைக் காட்டினார். கர்னல் எதற்காக அழைத்தார் என்று குறுகுறுப்புடன் நாதன் அமர்ந்தான்.

"யார் அந்தப் பையன்?" கர்னல் நேரடியாகக் கேட்பவர்.

"அது வந்து... ஒரு அனாதைப் பையன் சார்..."

"நோ, மெஸ்ஸில் பாத்திரம் கழுவி கரிமூட்டை சுமந்து அறை அறையாக டீ சப்ளை செய்து வயிற்றைக் கழுவுகிற ஒரு சாதாரண சிவிலியன். வேலைக்காரச் சிறுவன். ஆம் ஐ ரைட்?"

"யெஸ் சார்." "அவனோடு சுற்றுவதை நிறுத்துங்கள். யு ஆர் எ லெப்டினன்ட் ஒரு கமிஷண்ட் ஆபீசர். அதை மறந்துவிடாதீர்கள்!"

"சார் அது வந்து..."

"நோ மோர் எக்ஸ்கியூஸ்."

"யெஸ் சார்."

"யூ கேன் கோ..."

தொப்பியைத் தலையில் மாட்டி மீண்டும் சல்யூட் அடித்துவிட்டு சாமிநாதன் வெளியே வந்தான். பனி விழ ஆரம்பித்துவிட்டது. இந்த டிசம்பர் கொஞ்சம் அதிகம்தான். அறைக்கு வெளியே தொடங்கிவிட்டுப் போயிருந்த பனிக்கோட்டையும் பனிக் குல்லாவையும் மீண்டும் அணிந்து கொண்டு தன் அறையை நோக்கி நடந்தான் நாதன்.

பனிக்கட்டிகளைக் காலால் உதைத்துக்கொண்டே நடந்தான். அது நானாவிடமிருந்து வந்த பழக்கம். நானா நடக்கும் போது பனிக்கட்டிகளை உதைக்காமல் நடக்க மாட்டான். ஒரு உதையில் கட்டி உடைய வேண்டும்; இல்லாவிட்டால் நின்று 'சாலா' என்று

திட்டி மீண்டும் உதைப்பான். எதிரே சிப்பாய்களின் சல்யூட்களுக்கு பதிலடித்துக் கொண்டே நாதன் அறைக்கு வந்தான்.

உள்ளே வந்ததும் ஹீட்டரைப் போட்டு விட்டான். கைகளை ஹீட்டரில் வைத்து தேய்த்து முகத்திலும் வைத்துச் சூடேற்றிக் கொண்டான். யூ ஆர் எ லெப்டினன்ட் யூனிபார்மை கழட்டி விட்டெறிந்தான்.

மேஜையில் அம்மாவும் தங்கையும் அவனும் சிரித்தார்கள்; கட்டிலில் உட்கார்ந்தான். அம்மாவையே பார்த்துக் கொண்டிருந்தான். நானாவையும் ஒரு பிள்ளையாக நீ ஏற்றுக்கொள்வாய் இல்லையா அம்மா!

கர்னல் சொல்லிவிட்டால் ஆச்சா? எல்லாரும் குடித்துவிட்டுப் படுத்த பிறகு அவர்கள் கிளம்பினார்கள். இரவுகளையே தொடர்ந்து தேர்ந்தெடுத்தார்கள்.

அந்த பௌத்த கோயிலான கும்ப்பாவை தாண்டும் வரை பேசாமலே நடந்தார்கள். நிலவொளியில் பாதை கண் கூசச் செய்தது. தூரத்து சிகரத்தின் உச்சிப்பனியும் அதற்குக் கீழே பனி கரைந்த மலையின் கருப்பும் கூட பக்கத்தில் தெரியும். ஒன்றும் உடனே பேசத்தோன்றாது நடந்து கொண்டிருப்பார்கள்.

நானா நெடுக பனிக்கட்டிகளை உதைத்தபடியே வருவான். திடீரென்று ரெண்டு வார்த்தை பேசுவான். அது பொதுவான ஒரு வாக்கியமாக இருக்கும். “பொம்பளைகளை எல்லாம் தூக்கிலே போடணும் நாதன் சாப்” என்கிற மாதிரி அது இருக்கும் “அச்சா?” என்று ஒரு தலையை மட்டும் ஆட்டிவிட்டு நாதன் கடந்து கொண்டிருப்பான். திஸ்தா நதியின் கரைக்கு வந்து சேரும் போது “கேப்டன் சாப்பின் சம்சாரம் இருக்கிறாளே அவள் ஒரு கேடு கெட்ட பொம்பளை” என்பான். பையப்பைய கதை வரும். நாதன் மறுபடி ஒரு அச்சா... போட்டு நதியைப் பார்த்தபடி நிற்பான். அவர்களின் பேச்சே இப்படித்தான் தொடரும். வார்த்தைகளாக, விட்டு விட்டு. உறைந்து கொண்டிருக்கும் நதியில் நீரின் ஓட்டம் அங்கங்கே பனிக்கு மேலே நிலவொளியில் கருப்பாய் தெரியும். நானாவும் பேச்சைத் தொடராமல் நதியைப் பார்த்து நிற்பான். நாகா பள்ளத்தாக்கை நோக்கி வெள்ளையாய் பாயும் நதி.

காற்று வீசும் வெள்ளை மாவு போல் பொறுபொறுவென பொழியும் பனியுடன் கூடிய காற்று நாதனுக்கு அம்மாவின் ஞாபகத்தைக் கொண்டு வரும். நானாவுக்கு அது அப்பாவின் ஞாபகமாக இருக்கும். நெருங்கி வந்து நாதனின் கைகளைப்

பற்றிக் கொள்வான். நாதன் அவன் தோளைச் சுற்றி வலக்கையைப் போட்டு தன்னோடு சேர்த்து இறுக்கிக் கொள்ள நதியையே பார்த்து நிற்பார்கள் நானாவின் அப்பாவைப் போல. "சலோ பேட்டா."

அப்பாவின் ஞாபகம் "சலோ பேட்டா" என்ற வார்த்தைகளோடு கோர்த்திருந்தது. சலோ பேட்டா... நட மகனே, நட செல்ல மகனே.

"உலகத்தில் எங்கியுமே சண்டையும் யுத்தமும் வரக்கூடாது நாதன் சாப்" இந்த வார்த்தைகளை இந்த நதிக்கரையில் நின்று நானா ஒவ்வொரு முறை சொல்லும்போதும் நிலவு மேகங்களிடையே மறைந்து கருத்த அப்பாவின் ஞாபகம் வரும். கருத்த அவரின் தேகம். மீசை, அகண்ட நெற்றி, ரோமம் மிகுந்த அவரது மார்பு எல்லாம். நானா தன் இரு கரங்களாலும் தோளில் கிடக்கும் நாதனின் கையை இறுகப் பற்றிக்கொள்வான். பாத்திரம் தேய்த்து உண்டான கரணைகளை அந்த அழுத்தமான பிடியில் நாதன் உணர்ந்து கொண்டிருக்கும் போது "பாகிஸ்தான் லடாயில் அவர் சாகாமல் இருந்திருந்தால் என் அம்மாவும் அவனுடன் ஓடிப்போகாமல் என்னோடு இருந்திருப்பாள். இல்லியா சாப்" என்று சொல்லிக் கொண்டிருப்பான் நானா. சரி சரி, கலைப்பட வேண்டாம் என்கிற தொனியில் நாதன் 'அச்சா அச்சா' என்று மேலும் இறுக அவனை அணைத்துக் கொண்டு மேலே நடப்பான்.

இப்படி தோளில் கை போட்டபடி அந்த நிலவில் திஸ்தாவின் கரையில் நடந்து கொண்டேயிருக்க வேண்டும். அது நானாவுக்கு ரொம்பவும் பிடிக்கும். அவனது சிவந்த முகம் அப்போது ரொம்ப பிரகாசமாக இருக்கும். பகல் முழுக்க இரண்டு முகத்தோடு அலைந்து கொண்டிருக்கும் நானா வேறு பையன் என்று தோன்றும்.

பகலில் ஆளைத் தொடவிடமாட்டான். நாதன் முதன் முதலாக இந்த எல்லைப்படைப்பிரிவுக்கு மாற்றலாகி வந்து சேர்ந்த நாளில் நானா அவனுடைய அறைக்கு டீ கொண்டு வந்தான்.

"நீதான் டீ பாயா?"

"இல்லை. லங்கர் பாய். லங்கரில் - சமையலறையில் எல்லா வேலைகளையும் செய்வேன்."

தொடர்ந்து நாதன் கேட்ட கேள்விகளுக்கு ஜீ என்றோ சாப் என்றோ நஹி என்றோ ஒற்றை வார்த்தையில் பதில் சொல்லிக் கொண்டு வந்தான். நாதன் அச்சா என்றும் ஆமோதித்துக் கொண்டிருந்தான். திடீரென்று நீங்கள் வங்காளியா? என்று நானா கேட்டான். நாதன் 'இல்லை' என்றது 'மதராஸி?' என்றான்.

‘கரெக்ட்’ என்று அவன் தோளில் தட்டினான். தொட்டதும் நானா பின் வாங்கினான். முகம் இருண்டவனாக ரெண்டடி பின்னால் நகர்ந்தான். ‘நாதன் என்ன ஆச்சு? உட்காரப்பா’ என்று அவன் தோள்களின் மீது இரு கைகளை வைத்து அமுக்கி கட்டிலில் உட்கார வைத்தான்’ நானாவின் உதடுகள் நடுங்கின. உடனே அவன் எழுந்துவிட்டான். ‘நான் போகணும்’ என்று முரட்டுக் குரலில் சொல்லி டீ பாத்திரங்களை எடுத்துக்கொண்டு அவசரமாக அறையைக் காலி செய்தான்.

அவன் அப்படித்தான் இருப்பான். அது ஒரு செமி பாகல் என்று சக ஆபிஸர்கள் சொன்னார்கள். பாகிஸ்தானுடன் ஆன முதல் சண்டையில் அவனுடைய அப்பன் செத்துவிட்டான். அவனுடைய ஆத்தாக்காரியும் எவங்கூடவோ ஓடிப்போயிட்டாள். பயல் செமியாகிவிட்டான். இங்கிட்டு சுற்றிக்கொண்டு திரிவான். அவனிடம் நல்லா வேலை வாங்கலாம். ஜாஸ்தி பேச்சு எதுவும் வைத்துக் கொள்ளாதீர்கள் என்று அவர்கள் சொன்னதை நாதன் ஏற்றுக்கொள்ளவில்லை.

பதிமூணு பதினாலு வயதுச் சிறுவன். இன்னும் கூட மழலை மாறாத பேச்சு. அவனைப் பற்றி எப்படி இவ்வளவு தடித்த வார்த்தைகளால் பேச முடிகிறது.

மறுநாள் விடிகாலை டீயுடன் நானா எழுப்பினான். நாதன் எழுந்து கட்டிலில் உட்கார்ந்தபடி அவன் டீ கலப்பதை பேசாமல் பார்த்துக் கொண்டிருந்தான். ஒருவித அலட்சியத்துடன் டீ கலந்து கொண்டிருந்தான். தொட்டுவிடப் போகிறான் என்ற எச்சரிக்கை உணர்வு அவன் உடம்பெங்கும் சிலிர்ப்பது தெரிந்தது.

டீ கப்பை நீட்டினான். அதை வாங்கும் போது “அச்சா நானா... தும்...” என்று நாதன் பேச வாயெடுத்தபோது “என் பெயர் நானா இல்லை” என்று கோபத்துடன் விறைப்பாகச் சொன்னான்

“அச்சா? எல்லோரும் நானா என்றுதானே கூப்பிடுகிறார்கள்?”

“என் பெயர் கிஷன். கிஷன்சந்த்.”

“ஏன்? நானா என்று கூப்பிடுவது நன்றாகத்தானே இருக்கிறது. மதராஸில் குழந்தைகளை கண்ணா என்று அழைப்பது போல், பஞ்சாபியில் முன்னா என்று குழந்தைகளைக் கூப்பிடுவது போல!”

“நான் குழந்தை இல்லை. எனக்குப் பதினாலு வயசு ஆகிறது.”

டீ பாத்திரங்களுடன் அவசரமாக வெளியேறிவிட்டான்.

அப்புறம் ரெண்டு மூணு நாளாக நானாவை ஆளையே காணோம். வேறு பையன் டீ கொண்டு வந்தான். அவனிடம் நானாவைப் பற்றிக் கேட்டதற்கு "அந்த லூஸ் டீ கொண்டு போக மாட்டேன்னு சொல்லிடுச்சு சார். காய்கறி மூட்டை சுமக்கப் போயிருக்கு" என்றான்.

காலையில் உடற்பயிற்சி முடிந்து மைதானத்திலிருந்து அறைக்கு ஓடி வந்து கொண்டிருந்தபோது ஏற்றத்தில் காய்கறி மூட்டையை முதுகில் சுமந்தபடி நானா குனிந்து குனிந்து நடந்து கொண்டிருந்தான். ஜல்தி, ஜல்தி என்று பின்னாலிருந்து மெஸ் கமாண்டர் விரட்டிக் கொண்டிருந்தான்.

நாதன் அந்தப் பக்கம் போனதும் மெஸ் கமாண்டர் நின்று சல்யூட் அடித்தான். ஒரு ராணுவ ஹெலிகாப்டர் தலைக்கு மேலே பறந்தது. "என் அறையில் கொஞ்சம் வேலை இருக்கு. இவனை அனுப்பி வை" என்று சொல்லிவிட்டு அறைக்கு ஓடி வந்தான் நாதன்.

வெந்நீரில் குளித்துவிட்டு ஆவி பறக்க தலையைத் துவட்டிக் கொண்டிருந்தபோது அறைக்கதவை நானா தட்டினான்.

"வா கிஷன், உள்ளே வா" என்றான். நானா உள்ளே வந்ததும் "உட்கார் கிஷன்" என்று ஸ்டூலைக் காட்டினான். "கிஷன்... ஏன் ரெண்டு மூணு நாளாக டீ கொண்டு தரலை?" "என்ன கிஷன் சொல்லு" மாற்றி மாற்றி கிஷன் கிஷன் என்று அழைத்ததில் லேசான திருப்தி நானாவின் முகத்தில் படிந்தது.

இருந்தாலும் காட்டிக்கொள்ளாமல் "என்ன வேலை அறையில்?" என்று கேட்டான். உண்மையில் அறையில் வேலை ஒன்றுமில்லை. "இந்த மேசையை சுத்தம் செய்" என்றான். அது ஏற்கெனவே ரொம்பவும் சுத்தமாகத்தான் இருந்தது.

"இந்த மதராஸி சுத்த மடையனாக இருப்பான் போல இருக்கே என்று தான் அன்றைக்கு நினைத்தேன்" என்றான் நானா. கீழே இருந்த சிறு நகரத்தின் உணவு விடுதி ஒன்றில் தேநீர் அருந்திவிட்டு இருவரும் கேம்ப் நோக்கி நடந்து கொண்டிருந்தார்கள். இன்னும் முழுசாக இருட்டாத சாயங்கால நேரம். பனி மூடிய சாலை சாம்பல் நிறத்தில் முன்னால் நீண்டு போய்க்கொண்டிருந்தது. இன்று நிலவு வராது. ரொம்பவும் இருட்டு முன் பௌத்தக் கோவிலைத் தாண்டி விட வேண்டும் என்று இருவரும் நடையை எட்டிப்போட்டார்கள். அந்த வேக நடையிலும் ஒன்றிரண்டு பனிக்கட்டிகளை உதைத்துக் கொண்டுதான் நடந்தான் நானா.

"நீங்கள் ஏகப்பட்ட அச்சா போடுகிறீர்கள்" என்றான் நானா. "இப்படி எல்லாருக்கும் அச்சா போட்டால் சீக்கிரம் கர்னல் ஆகிவிடுவீர்கள்" என்று சிரித்தான். "வரப்போகிற உங்கள் மனைவிக்கு உங்களை ரொம்பப் பிடித்துவிடும்."

நாதனுக்கு சிரிப்பு வெடித்தது ரெண்டு பேரும் சிரித்துச் சிரித்து - வயிறு வலிக்க... ஐயோ! அஹ ஹ ஹ என்று பனிமலையின் திருப்பங்களும் கூடச் சேர்ந்து சிரித்தன. சிரிப்பு மலைகளுக்கு ஊடாக இருவரும் வயிற்றைப்பிடித்துக் கொண்டு ஓடினார்கள்.

சிரித்துச் சிரித்து ஒரு வளைவில் நின்றார்கள். சலோபாய் என்று கை கோர்த்து நடந்தார்கள். திரும்பவும் இடையில் சின்ன சிரிப்பு வெடிக்கும் - காரணம் இல்லாமல் கோர்த்த கைகளை வீசி வீசி நடந்தார்கள். 'அச்சா நானா' என்று நாதன் பேச ஆரம்பிக்கவும் அச்சாவுக்கு மறுபடியும் சிரிப்பு வெடிக்கும்.

சிரிப்பில் லேசான உடம்பு மிதக்கும். மிதந்து மிதந்து சாம்பல் நிறச் சாலையைக் கருப்பாக்கி இருட்டைக் கொண்டுவந்து சேர்க்கும் அப்பாவின் ஞாபகங்களோடு, புகைப்படத்தில் சிரிக்கும் நாதனின் அப்பா. 'சலோ பேட்டா' என்று மௌனமாய்ப் புன்னகைக்கும் நானாவின் அப்பா.

முன்னால் போய்க்கொண்டிருக்கும் அப்பாவை இருட்டில் கூர்ந்து நோக்கியபடி இருவரும் நடந்தார்கள். கைகள் இன்னும் இறுக்கமாய் சேர்ந்திருக்கும். மௌனம். மலைகளில், சாலையில், பள்ளத்தாக்கில் சிகரங்களில் எங்கும் கவிந்திருக்கும் கறுத்த மௌனம். மௌனத்தின் ஊடே இரண்டு உருவங்கள். வேகம் தளர்ந்த நடையுடன்.

'பனிதான்' என்ற வார்த்தையை இருவரும் ஒரே சமயம் உச்சரித்தார்கள். பார்வையை மறைத்து திரையாய் கண்ணுக்கள் வழிந்தது ஒன்றுமில்லை, பனிதான், இருவர் நினைவிலும் அப்பா.

சாதாரணமாக இருப்பதாகக் காட்டிக் கொள்ள நாதன் விசிலடித்தான். விசில் குழறியது.

ஏதாவது பேசிவிட வேண்டும் என்று நாதன் தவித்தான். நானா தலையைக் கவிழ்ந்தபடி மெதுவாக காலால் பனிக்கட்டியை உதைத்து நடந்து கொண்டிருந்தான்.

பௌத்த கோயிலை நெருங்கிய போது அடர்ந்த பனியும் இருட்டும் கண்களை மறைத்துவிட்டன. ஒரு உத்தேசத்தில் நடந்து கொண்டிருந்தார்கள்.

“அது சரி நானா, ஆரம்பத்தில் நான் உன்னைத் தொட்டாலே பயந்து விலகுவாயே, ஏன்?”

அவன் நின்று நாதனுடன் கோர்த்திருந்த கைகளை விடுவித்துக் கொண்டான். “என்ன? என்ன ஆச்சு நானா?” பேசாமல் தலையைத் தொங்கப் போட்டபடி நடந்தான். “என்ன நானா… என்ன…” என்று நாதன் தொடர்ந்து கேட்டுக்கொண்டே வந்தான். நானா உடனே நடையை எட்டிப்போட்டு வேகமாக நடந்தான். “என்ன ஆச்சு… ஏ… நானா…” என்று நாதன் பின்னாடியே வேகமாக வந்துகொண்டிருந்தான்.

நானா திடீரென்று ஓட ஆரம்பித்தான். அந்தக் கேள்வியிடமிருந்து தப்பித்து ஓடினான். பனியும் இருட்டும் கலந்த குகைக்குள் ஒளிந்து கொள்ள ஓடினான். கேள்வியாக நாதன் பின்னாடியே ஓடி வந்தான்.

சரியான ஏற்றத்துடன் கூடிய வளைவு. கொஞ்ச தூரம் ஓடியதுமே இருவருக்கும் இளைத்தது. நானா நின்றுவிட்டான். கொஞ்சம் தள்ளி நானாவும் நின்றான் நின்றவன் அப்படியே கீழே உட்கார்ந்துவிட்டான்.

நாதன் பதறி என்ன என்று ஓடி உட்கார்ந்து நானாவின் கன்னங்களை ஏந்திப்பிடித்தான். நாதனின் கரங்களில் தலையை உதறி உதறி மேலும் கீழும் மூச்சிரைக்க விக்கி விக்கி ஈ… ஈ… என்று ஊளையிட்டான். உடம்பே நடுங்கிகொண்டிருந்தது. நாதனின் கைகளை இறுகப்பற்றிக் கொண்டான்.

“என்னடா நானா… என்ன… சொல்… அழாதே!”

எவ்வளவு நோஞ்சானாக இருக்கிறான் என்று நாதன் நினைத்தான்.

“அந்த மெஸ் கமாண்டர்…. அந்த லங்கர் வாலா ராத்திரி ரம் குடித்து விட்டு…” விசும்பினான். “ரொம்ப கெட்டவங்க…”

இருட்டில் அறையப்பட்டவனாக நாதன் உறைந்தான். தூரத்தில் குவார்ட்டர் கார்டில் மணி அடிக்கும் சத்தம் அனாதையாகக் கேட்டது. அவன் முதுகைத் தட்டி “சரி சரி… அழாதே எழுந்திரு” என்று எழுப்பினான்.

மீண்டும் நடந்தார்கள். தனித்தனியாக, ஒன்றும் பேசாமல் கொஞ்ச தூரம் போனதும் நானா சிரித்தான். “நான் சிவப்பா சாய்ரா பானு மாதிரி இருக்கிறேனாம். அவனுக எல்லாம் சொல்லுவானுக. ராத்திரி…”

அப்புறம் எதுவுமே பேசாமல் நடந்தார்கள். நானாவையும் ஒரு பிள்ளையாக ஏற்றுக்கொள்வாயா அம்மா நீ? அம்மாவின் சிரிப்பில் பெருமூச்சு விட்டான் நாதன்.

நாதன் கல்யாணமே செய்துகொள்ளப் போவதில்லை. இந்த லீவில் தங்கையின் கல்யாணம் நடக்கப்போகிறது. அத்தோடு ராணுவத்தை விட்டு விலகி நானாவையும் அழைத்துக் கொண்டு ஊருக்குப் போய்விடுவான். கடைசி வரை நானாவும் அவனும் கூடவே இருப்பார்கள்.

‘ஆவ் பேட்டா’ என்று அம்மா நானாவை அழைக்கும் குரல் கேட்டது.

அம்மாவின் குரல் கேட்டு நாதன் போனான்.

சீக்கிரம் பட்டாளத்தைவிட்டு வந்துருப்பா என்று நாதனிடம் சொன்னாள்.

ஜூனில் வந்துடுவேம்மா; எல்லாம் எழுதிப்போயாச்சு என்றான்.

ஜூன் இருபதாம் தேதியிலிருந்து கண்டோன்மென்டில் தினசரி பார்ட்டி நடந்தது. ஒரே அமர்க்களமாக பிரிவுபசார விருந்துகள்.

குடித்த தலைக்கிறக்கம் தெளிந்து எழுந்தபோது வெயில் வந்திருந்தது. மணியைப் பார்த்தான். ஏழரை, எட்டு மணிக்கு வண்டி. கீழே இறங்கும் வாகனத்தைப் பிடிக்க அவசரமாக மூட்டை முடிச்சுகளைக் கட்டினான். சக ஆபீஸர்கள் உதவினார்கள்.

ஆபீஸர்கள் டாட்டா சொல்ல வண்டியில் ஏறினான் நாதன். ஊரில் கல்யாணம் காத்திருந்தது.

பிறந்த பயல் பெரிய சேட்டைக்காரனாக இருந்தான்.

நாதன் எங்கு கிளம்பினாலும் “அப்பா, இரு நானும் வாரேன்” என்று செருப்பை மாட்டிக்கொண்டு வந்துவிடுவான். பிஞ்சுக் கரங்களால் நாதனின் விரல்களை பற்றியபடி நடந்து வருவான். அவனோடு நடந்து போகும் பாதையே புதுசாக இருக்கும்.

கோர்த்த கையை ஆட்டி ஆட்டி நடப்பான். எல்லாச் சமயமும் இல்லாவிட்டாலும் எப்போதாவது மகனின் பிஞ்சு விரல்களைப் பிடித்து நடக்கையில் நாதனுக்கு மகனின் கரங்களில் பாத்திரம் தேய்த்து தடித்த கரணைகள் இருப்பது போல திகைப்பு வரும். மகனின் கைகளை எடுத்துப் பார்ப்பான்.

அது மாதிரி நாட்களில் ராத்திரியெல்லாம் தூக்கம் வராமல் தவிப்பான். மகனை இழுத்து அணைத்துக்கொண்டு கிடப்பான். தூக்கத்தில் புரண்டு பயல் கையை காலை மேலே போடும்போது சாம்பல் நிறமாய் பனியும் இருட்டும் கவிந்த சாலை முன்னால் விரியும். சத்தமில்லாத கேவலுடன் இரைக்கும் மூச்சுடனும் உடம்பே கரைந்து கரைந்து வெதுவெதுப்பான கண்ணீராய் கன்னங்களின் இரு பக்கமும் வந்து கொண்டே இருக்க மலைகள் விம்மி விம்மித் தணியும்.

20

அரக்கு முத்திரை

போஸ்டல் சூப்பிரண்டின் ஆபீஸ் மேலே என்றார்கள். மாடி ஏற முதல் படியில் கால் வைத்ததுமே சலங்கை ஒலி கேட்டது. ஈட்டியில் கட்டிய சலங்கையில் குலுங்கும் சத்தம். அடியெடுத்து மேலே ஏற ஏற சத்தத்தின் வேகம் கூடியது. சலிங் சலார்... சலிங் சலார்...

ரன்னர் ஆறுமுகத்தின் வலது கைப்பிடியில் முன்னும் பின்னுமாய் குதித்து வரும் ஈட்டி. ஈட்டியின் கழுத்தில் குலுங்கும் மணிச்சலங்கை போஸ்ட்மேன் பரமசிவம் மாடி ஏறி அதிகாரியின் முன் போய் நின்றார்.

"எப்படியிருந்தாலும் லஞ்சம் வாங்கிறது தப்பில்லையா? அது ஒரு ரூபாயாக இருந்தா என்ன, ஒரு லட்சம் ஆனா என்ன?" என்று அதிகாரி கேட்ட கேள்விக்கு பரமசிவத்திடம் பதில் இல்லை. மாடி ஏறி வந்ததில் இன்னும் மூச்சிரைத்துக் கொண்டிருந்தார்.

"தப்புதாங்க" என்று பரமசிவம் சொன்னதும் அறைச்சுவர்கள் நாலும் சத்தமாய் சிரித்தன. அதிகாரியின் மேஜையோ விழுந்து விழுந்து சிரித்தது. மேஜை டிராயர் உருவிக் கீழே விழுந்து சில்லறை சிதறி சிரிப்புடன் கலந்தது.

"தலைமுறை தலைமுறையா சர்க்கார் ஊழியம் பாத்துவர்ற குடும்பம். நீங்கதான் தயவு பண்ணணும்."

"அந்த அறிவு உம்ம பையனுக்கு இல்லையே. செஞ்ச தப்புக்கு மன்னிப்பு எழுதிக் கொடுக்கச் சொல்லும் பார்க்கலாம்."

அவன் எழுதித் தருவானா?

"அவரு எழுதிக் குடுக்கவே மாட்டாரு மாமா. அவரு குணம் தெரியாம நீங்க ஏதும் பேசாதிக."

"அவன நம்பி நீ இருக்கே. ரெண்டு பிள்ளைக இருக்கு. என் பென்சன் பணம் எத்தனை நாளைக்கு காப்பாத்தும்? முந்நூறு ரூபாய்தான் என்றாலும் உத்தியோகன்னு ஒண்ணு இருந்ததே?"

பரஞ்சோதி உள்ளே நுழைந்த போது அவனுடைய மனைவி அடுப்பு விறகுடன் பேசி அழுது கொண்டிருந்தாள்.

அவன் கழற்றித் தூர எறிந்த செருப்பு 'அதுக்கு நான் என்னப்பா செய்வேன்' என்று அலறியது.

கட்டிலில் படுத்திருந்த பரமசிவம் கண்ணை மூடிக்கொண்டு நடப்பதை கவனித்துக்கொண்டிருந்தார்.

பரஞ்சோதி அங்கும் இங்குமாக அவசரமாக எதையோ தேடினான். கட்டிலுக்கு மேலே ஏறி அட்டியல் பலகையில் இருந்த பழைய டிரங்குப் பெட்டியை வேகமாகக் கீழே இழுத்தான். பலகையிலிருந்த மணிச்சலங்கையும் கூட இழுபட்டு உயரத்தில் இருந்து வேகமாய் தலையில் விழுந்து 'சலார்' என்று வீடு முழுக்கச் சிதறியது. ரன்னர் ஆறுமுகம் தலை குப்புறக் கீழே விழுந்தார். அய்யா என்று கத்திய பரமசிவம் கட்டிலை விட்டிறங்கி ஓடிப்போய் அய்யாவைத் தூக்கினான்.

"ஒண்ணுமில்லை. வாசப்படி தடுக்கிருச்சு" என்று அய்யா எழுந்தார், மகன் பரமசிவத்தை தட்டிக் கொடுத்தார். "நீ பள்ளிக்கூடம் போய்யா ஒண்ணுமில்லே."

மனைவி சத்தம் போட்டு பின்னாலிருந்து ஓடிவர ஆறுமுகம் சிதறிய மணிகளை கயிற்றில் கோத்து மீண்டும் ஈட்டியில் கட்டிக் கொண்டிருந்தார். மனைவியைக் கண்டதும் "சோத்தைப் போடுடி தபால் எடுக்க நேரமாச்சு" என்று ஈட்டியை சுவரில் சாய்த்தார்.

காடுகள் அதிர ரன்னர் ஆறுமுகம் ஓடிக்கொண்டிருந்தார். இடமுதுகில் அரக்கு முத்திரை வைத்த மெயில் பை அமர்ந்திருக்க வலக்கையில் ஈட்டி குலுங்க சலங்கையின் ஒலியை காற்று முன் கொண்டு செல்ல காடு வழி விட்டு நீண்டது. கண்கள் பாதையில் முன்னோட - தபால் ஆபீசில் கடிதங்கள் மீது டக டக டக டக என்று அடித்த முத்திரையின் தாளகதியில் கால்கள் பாய்ந்து கொண்டிருந்தன. சலங்கையின் தெறிப்பில் தூக்கம் கலைந்து ஹோ ஹோவென்று மரங்கள் அசைந்தன. பாறைகள் வழிவிட்டு ஒதுங்கின. ஆறுமுகம் வந்துட்டான் என்று பறவைகள் சிரித்தன. வரவேற்றது கீரிப்பாறை. பையை இறக்கி சற்றே இளைப்பாறினான். பெரிய திண்ணை போன்ற வழவழப்பின் குளிர்ச்சியில் கண்மூடினான் கால்கள் மெயில் பையின் மீதிருக்க ஈட்டி நெஞ்சில் சாய்ந்திருக்க சேத்தூர் பையை கொண்டுவரும் ரன்னர் தளவாய் வரும் சத்தத்தையே காணோம். தஸ்புஸ்ஸென்று முக்கிக் கொண்டு வருவான் தளவாய். கீரிப்பாறைதான் சந்திப்பு. கீரிப்பாறையின் அடியில் பொங்கிப்

பெருகும் சுனையில் இரு கைகளாலும் அள்ளி அள்ளிப்பருகினான். கைகால் முகம் எல்லாம் நீரை வாரி அடித்துக் கொண்டதில் ஓடி வந்த சூடு தணிந்தது.

பாறைக்குப் பின்புறம்தான் ஆறுமுகத்தின் முப்பாட்டன் பரஞ்சோதியை புதைத்த நடுகல் இருந்தது. அப்பக்கம் முப்பாட்டனைப் பார்த்து கும்பிடப் போனான். சும்மா போறியே என்று பாறையில் பை மீது கிடத்தியிருந்த ஈட்டி வீறுகொண்டெழுந்து ஆறுமுகத்தின் கை வந்து சேர்ந்தது. அந்த ஈட்டி இதே முப்பாட்டன் கை தொட்டு பரம்பரையாய் வந்ததென்றும் தளவாயிடம் சொன்னான். ஈட்டியைத் தாழ்த்தி முப்பாட்டனை வணங்கி எழுந்தான்.

ஈட்டி எழுந்து நின்று பெருமூச்சுவிட்டது. விட்ட பெருமூச்சில் மணி குலுங்கியது. குலுங்கிய மணியை அமுக்கிச் சத்தம் வராமல் பிடித்தபடி புதருக்குள் பதுங்கினான் பரஞ்சோதி. துரை கொடுத்தனுப்பிய முத்திரை வைத்த தபால் நெஞ்சுக்குள் பதுங்கியிருந்தது.

தொண்டைக்குழிக்குள் ரகசியத்தகவல் துடித்துக் கொண்டிருந்தது. கர்னல் ஹெரான் படை கொண்டு வருகிறான். நாலாயிரம் சிப்பாய்கள் மூன்று வெண்கல பீரங்கிகள், வெடி மருந்து மூன்று நாளைக்கு மட்டுமே தாக்குப்பிடிக்கும். சண்டையை நாலாவது நாள் வரை இழுத்துவிட்டால் ஹெரான் ஒழிந்தான். கீச்கீச்சென பூச்சிகள். மழை வரும் போல கனத்து வீசிய காற்று.

தகவலை வாங்கிச் செல்ல வேண்டிய ஒற்றன் எங்கே? புதர்களிடம் கேட்பதற்கு அவை இறுக்கமாய் மௌனம் சாதித்தன. சர்க்கார் ஊழியன் தான் என்றாலும் நான் எதிரியின் ஆள் இல்லை. சும்மா சொல்லுங்கள் என்று புதர்களை வெறித்துப் பார்த்தான். மின்னல் வெட்டியது. அந்தப் பயலாக இருப்பானோ! கீரிப்பாறையை ஒட்டிய காட்டுப்பாதையில் உட்கார்ந்து போகிற வருகிறவர்களுக்கு செருப்புத் தைத்துக் கொண்டிருந்தானே...

அவனேதான். சாமி இங்கிட்டு வாங்க. எட்டி நின்ற புதர்கள் அழைத்தன. பதுங்கிச் சென்றான். அவன்தான் செருப்புத் தைக்கும் சாமான்களுடன் கருத்த முன் பற்களுடள் “நான்தான் சாமி ஒண்டிப்பகடை” என்று அடையாள முத்திரையைக் காட்டினான்.

சண்டையை நாலாவது நாள் வரை இழுத்து முடிக்கும் முன்பே முதுகில் அம்பு பாய்ந்துவிட்டது. ஒண்டிப்பகடை அம்போடு மாயமாய் மறைந்துவிட்டான். பரங்கியன் ஹெரானின் கூலிப்படைகள்

சரமாரியாக வீசிய அம்புகளில் பரஞ்சோதி வீழ்ந்தான். கொட்டிய குருதி மண்ணில் பரவியது. ஈட்டி அவன் மார்மீது சரிந்தது.

பரவிக் கிடந்த சிவப்புக்கு நடுவே கருப்பாய் பரஞ்சோதி படுத்துக் கிடந்தான். வீடெங்கும் பசையும் நோட்டீசும் வால் போஸ்டர்களும் சிகப்புக்கொடியும் என சிகப்பு சிகப்பு எனப் பார்த்த பரமசிவத்துக்கு மூளை கலங்கிக்கொண்டிருந்தது.

மன்னிப்பு என்று ஒரு வார்த்தை. அது போதுமே. அதிகாரி உனக்கு வேலையை திரும்பப் போட்டு தருவதாகச் சொன்னாரே.

இலாகா மீதும் அதிகாரிகள் மீதும் விசுவாசம் வேண்டாமா? மரியாதை வேண்டாமா?

கொடிகள் கோபத்துடன் சிலிர்த்தன. கிழவா கிழவா... என்று தலையில் அடித்துச் சிரித்தன. ஆற்றில் குளிக்கும் போது தண்ணீர் சிகப்பாயிருந்தது. நடந்து வரும்போது தார் ரோடு சிகப்பாய்த் தெரிந்தது. முருகா என்று நெற்றியில் இட்டபோது விபூதி சிகப்பாய்த் தெரிந்தது. அடி வயிறு கலங்கிக்கொண்டிருந்தது.

எல்லாம் உன் பொறுப்பு என்று முருகனிடம் கண்ணீரைத் தந்து அய்யாவின் படத்திற்கும் ஊதுபத்தி கொளுத்தினார். பழுப்பு நிறத்தில் புகையேறிய படத்தில் ரன்னர் ஆறுமுகம் சிரித்தார். மீசை துடித்தது. மீசையின் துடிப்பில் கூட சலங்கை குலுங்கியது.

சலங்கையின் குதிப்பில் பரஞ்சோதி புரண்டு படுத்தான். ‘சலார் சலார்’ என்று முப்பாட்டன் ஓடிவந்து கொண்டிருந்தான். தாத்தா என்று பரஞ்சோதி எழுந்தான். விபூதி இட்ட வீச்சோடு பரமசிவம் மகனைப் பார்த்தார்.

“அதை எங்கே” என்றபடி பரஞ்சோதி எழுந்து வந்தான். ரெடியாக எழுதி வைத்திருந்த மன்னிப்புக் கடிதத்தை எடுத்து நீட்டினார். ‘சீ’ என்று அதை வாங்கிக் கிழித்தெறிந்தான்

“யாரைக் கேட்டு அதிகாரியைப் பார்க்கப் போனீங்க?”

பரஞ்சோதி முழித்த முழியில் வீடே சூடாகிக் கொதித்தது. அவன் முகத்தைப் பார்க்கப் பயந்து கீழே கிடந்த கொடிகளைப் பார்த்துப் பரமசிவம் பேசினார். “என் மகனுக்கே வேலை போச்சி. நான் யாரைக் கேட்டுட்டுப் போகணும்?”

எங்களைக் கேட்டிருக்கணும் என்று கொடிகள் புரண்டன. ஆபீஸ்களுக்கு காண்ட்ராக்ட் மூலம் மொத்தமாக அதிகாரி வாங்கிய மேஜை நாற்காலிகளையாவது கேட்டிருக்கணும். இவை அவனைப் பற்றியும் சர்க்காரின் தில்லுமுல்லு பற்றியும் கூறியிருக்கும். அதிகாரி

காலில் விழப்போனியே, அந்த அறையின் சுவர்களையாவது கேட்டிருக்கணும். மணியார்டர் பட்டுவாடா செய்யும் போது ஒரு ரூபாய் லஞ்சம் வாங்கியதாக பரஞ்சோதி மீது குற்றம் சாட்ட அந்த அதிகாரிக்கு என்ன தகுதி இருக்கிறது?

அந்த அறையின் சுவர்கள் சிரித்த சிரிப்பு எதிரொலித்தது. எங்களைக் கேட்காமல் எப்படி நீ போனே?

நாங்க முட்டாள்களா? நாங்கதானே இலாகா நாங்க அசையாமல் இலாகா எப்படி அசையும்?

நாங்க நாங்க நாங்க.. நான் - பரஞ்சோதி. போஸ்ட் மேன் பரமசிவத்தின் மகன் ரன்னர் ஆறுமுகத்தின் பேரன். தபால் பட்டுவாடா செய்யும் ஒரு புறநிலை ஊழியன். இது எதுவும் கிடையாது. நாங்க மூணு லட்சம் பேரு. நாங்க ஆறு லட்சம் பேரு நாங்க... நாங்க...

"சரி எதுக்கு வெட்டிப் பேச்சு?"

"அதை எங்கே? தாத்தாவின் ஈட்டி? அதை எங்கே வச்சிருக்கே? வச்சிருக்கியா தூக்கி அடுப்பிலே விறகுக்கு வச்சிட்டியா?"

"ஏண்டா இப்பிடி கேவலமா பேசுறே? நமக்கு பரம்பரையா கஞ்சி ஊத்துன ஈட்டிடா அது."

ஈட்டியைக் கஞ்சியுடன் இணைத்துப் பேசியதும் சட சட சட வென நோட்டீஸ்களும் போஸ்டர்களும் கெக்கலித்தன. பரமசிவத்தை நோக்கி கையை நீட்டிச் சிரித்தன.

பரணியிலிருந்து ஈட்டியைக் கீழே இறக்கியதும் வீடு லேசாக குலுங்கி நின்றது. பரஞ்சோதி ஈட்டியை நட்டு கம்பீரமாக அதைப் பற்றி நிமிர்ந்து தொலை நோக்கிப் பார்த்தான். தூரத்தில் ஊர்வலம் வந்து கொண்டிருந்தது.

'வந்தே மாதரத்'தில் ஆகாயம் வெடித்துச் சிதறியது. ஊர் இரு பக்கமும் நின்று பார்த்துக்கொண்டிருந்தது. ஏட்டு பொன்னையாவும் ரன்னர் ஆறுமுகமும் முதல் வரிசையில் எல்லாக் கொடிகளும் முளைத்தன. வந்தே மாதரம். வெள்ளையனே வெளியேறு. பாரத் மாதாகி ஜே. மகாத்மா காந்திக்கு ஜே. ஆனால் ஏட்டும், ரன்னரும் மட்டும் ஒரே கோஷத்தைத்தான் முழங்கி வந்தார்கள். "கப்பற்படை எழுச்சி வெல்லட்டும். தல்பார் மாலுமிகள் வெல்லட்டும்."

"அவர் பெத்த மகனா நீ? சீ..."

அவர் கொடுத்த ஈட்டியைத்தான்டா நானும் தூக்கிட்டு ஓடினேன் ரன்னர் பதவி எடுபட்டதும் போஸ்ட்மேனாகிய பிறகும் காக்கிச்

சட்டையை மாட்டும் போதெல்லாம் சலங்கை ஒலித்ததே சால் சல் என்று கடமை கடமை என்று முப்பது வருசம் பரமசிவத்தை இயக்கியதே இந்தச் சலங்கை ஒலிதான். எவ்வளவு புனிதமான ஈட்டியும் சலங்கையும்! அவர் பேரனா நீ? இலாகாவை பகைச்சிக்கிட்டு அதிகாரிகளை எதிர்த்துக்கிட்டு?

பரஞ்சோதி தாத்தாவைப் பார்த்தான். மீசை துடிக்க அவனைப் பார்த்து தாத்தா சிரித்தார். எது தாத்தா? இலாகாவா தேசமா? சொல் தாத்தா. எது சரி? அப்பாவா? நானா? சொல் சொல்.

பேரனின் உசுப்பலில் கீரிப்பாறை பிளந்து, வீழ்ந்து கிடந்த முப்பாட்டன் பரஞ்சோதி ஈட்டியை ஊன்றி உயிர்த்தெழுந்தான். எலும்புகள் அசைவு பெற்று சடசடத்தன.

அவர் நெஞ்சுக்குள் பதுக்கி வைத்திருந்த துரையின் கடிதம் வெளியே தெறித்து விழுந்தது. கடைசியாக இலாகா கொடுத்த கடமை. டெலிவரி செய்யப்படாமல் பாட்டனோடு புதைந்த கடிதம். தேசம் ஜெயிக்க ஒற்றனுக்கு சேதி சொல்லி செத்தபோது புதையுண்ட கடிதம். அரக்கு முத்திரை தெறிக்க குதித்து விழுந்தது.

ஒவ்வொரு காலடி வைப்பிலும் காலங்கள் பின் செல்ல பேரனை நோக்கி வந்துகொண்டிருந்தார். சலங்கை முன்னால் குலுங்கி வர.

●

21

ஏவாளின் குற்றச்சாட்டுகள்

சந்தேகத்திற்கிடமின்றி நான் குற்றவாளி என்பது நிரூபிக்கப்பட்டது. பல ஆதாரங்கள் எனக்கெதிராக இருந்தன. அந்த ஆதாரங்களில் சந்தேகங்களுக்கு நிறைய இடமிருந்தது. எனவே சந்தேகத்தின் பலன்களை குற்றவாளிக்குச் சாதமாக்கி என்னை குற்றங்களிலிருந்து விடுவிக்க வேண்டுமென மன்றாடினேன். என் ஆட்சேபங்களும் வாதங்களும் எடுபடவில்லை. எதிர்த்தரப்பின் கதவுகள் இறுக மூடிக்கொண்டன. குற்றம் குற்றமே என்று ஆனது.

ஆதாரம் *1:*

என் பால்ய சிநேகிதி வீடு தேடி வந்திருந்தாள் கூடப்படித்தவள். ஒரு தெருவில் வாழ்ந்தவள். ஒன்றாய் விளையாடினாள். சண்டை போட்டாள். சமாதானமானாள். மேலாக்கில் ஒளித்து அவள் வீட்டுப்பண்டங்கள் கொண்டுவந்து தருவாள். கல்யாணமாகிப் போய் ஏழெட்டு வருஷங்களுக்குப் பிறகு தனியே என் விலாசம் தேடி வந்திருந்தாள், வெளிறிய முகத்துடன்.

சரி, ஏதோ கூடப் படிச்சவ அது இதுன்னு சொல்றாரே என்று மனைவி வந்தவளுக்கு காபி ஆற்றி எடுத்து வரப்போனாள். பத்து நிமிடம் கழித்து காபியோட அறைக்கு வந்தாள். ஐயாவின் மடியில் வந்த மகாராணி குப்புற விழுந்திருக்க... ஐயா அவள் முதுகைத் தட்டிக் கொண்டிருக்க...

தாலி கட்டின பொண்டாட்டி குத்துக்கல்லு போல நிக்க அவள் கண்முன்னாடியே லீலைகள்!

நான் ஆவேசமாக மறுத்தேன். வந்தவள் ஒரு வார்த்தை கூட என்னுடன் பேசவில்லை. மனைவி காப்பி எடுத்துவரப்போனதும் “எப்படி இருக்கே... உன் கணவன் வரலியா...” என்று ரெண்டு வார்த்தைதான் பேசினேன். அவள் நெஞ்சு வெடிக்க மூர்ச்சையானது

போல் என் மடியில் விழுந்து கேவினாள். ஒரு வார்த்தை பேசாமல் அவள் எட்டு வருஷ தாம்பத்திய வாழ்வு பற்றி நான் புரிந்துகொண்டு பெரும் துயருடன் அவள் முதுகில் ஆதரவாக...

நோ. இதை ஏத்துக்கவே முடியாது. என்னதான் ஒண்ணாப் படிச்சவளாயிருந்தாலும், ச்சீ... இப்பிடியா?

ஆதாரம் 2:

போபாலில் இலாகாட்ரெயினிங் போன போது பழக்கம் என்று சொல்லி சல்வார் கம்மீஸ் போட்டு குதிச்சுக் குதிச்சு நடந்து குஜராத்திக்காரி ஒருத்தி வந்தாள். வந்ததும் என்னுடன் சினேகமாக கை குலுக்கினாள். மனைவிக்கு மரியாதையுடன் வணக்கம் சொன்னாள். தனியே வந்திருப்பதாகவும் மதுரைவரை கூட வந்து இரண்டு மூன்று உறவினர் வீடுகளை கண்டுபிடிக்க உதவுமாறும் கேட்டாள். இடையில் ஏதோ ஜோக் அடித்து என் முதுகில் அடித்துச் சிரித்தாள். மதுரை சென்று மறுநாள் தான் திரும்ப முடிந்தது. அவளுடைய உறவினர் வீட்டில் அவளை விட்டுத் திரும்பியபோது கடைசி பஸ் போயிருந்தது. பஸ் ஸ்டாண்டில் சுற்றிவிட்டு முதல் பஸ் ஏறி வந்தேன்.

அந்த இரவு ஏன் வீடு வரவில்லை? அவளுடன் இளித்து இளித்துப் பேசும்போதே சந்தேகப்பட்டாள் மனைவி அது இப்போ சரியாப் போச்சு. கடைசி பஸ் ஸ்டாண்டில் சுற்றியது - இந்தக் கதையெல்லாம் அவள் நம்பத் தயாரில்லை. இனியும் அவளை ஏமாளியாக்க முடியாது.

ஆதாரம் 3:

“அன்று காய்கறி வாங்கப் போய் நாலு மணி நேரம் கழித்து சமையலே முடிந்த பிறகு வந்தது ஏன்? இடையில் எங்கே போனாய்?” கொஞ்சம் உளறினேன். நாகாலாந்தில் வேலை பார்க்கும் நண்பன் தற்செயலாக கடைவீதியில் சந்தித்து வீட்டுக்கு அழைத்துப்போய் விட்டான். அப்படி இப்படி என ஒரு கதை விட்டேன்.

மனைவி என் சட்டைப் பையிலிருந்து கைப்பற்றிய ஒரு சினிமா டிக்கெட்டை ஆதாரமாக முன்வைத்து அப்படியானால் இதற்கு என்ன அர்த்தம்? அதிலும் இந்த தியேட்டரைப்பற்றி ஊரில் பலவிதமாகப் பேசிக் கொள்ளும் போது...

அசரீரி சிரித்தது. வகையாக மாட்டிக் கொண்டாய். இனி நீ தப்ப முடியாது.

உண்மையில் அன்றைக்கு காய்கறி வாங்கத்தான் போயிருந்தேன். கடை வீதியில் ஓரத்தில் நேற்று கராத்தே வீரன் நின்று கொண்டிருந்த இடத்தில் அன்று கானக சுந்தரி ஒருத்தி நீரோடையில் குளித்தபடி என்னை ஜலக்கிரீடைக்கு அழைத்துக் கொண்டிருந்தாள். நான் அவளிடம் எவ்வளவோ சொல்லிப் பார்த்தேன். நான் படித்து நல்ல உத்தியோகம் பார்க்கிற கௌரவமான குடும்பத்தைச் சேர்ந்த - கல்யாணமான - அதை விட முக்கியமாக இரண்டு சின்னஞ்சிறு பெண் குழந்தைகளுக்குத் தகப்பனாயிருக்கிற - எந்தக் கெட்ட பழக்கமும் இல்லாத ஒரு மனிதன் என்று. என்ன எடுத்துச் சொல்லியும் அவள் கேட்டால்தானே? அழைத்துக் கொண்டே இருந்தாள். சுற்றும் முற்றும் பார்த்தபோது ஆள் நடமாட்டமே இல்லை. நானும் அவளும் மட்டும் தனித்து விடப்பட்டிருந்தோம். எனவே முழுப் பாதுகாப்பு உணர்வுடன் அவளை நோக்கிச் சென்றேன். குகை வாசலில் தீ மூட்டி ஆதிவாசிகளுடன் நானும் அவளும் ஆடினோம். அப்புறம் இன்னும் எனக்கு விருப்பமான பெண்களுடன் ஆடினேன். என் வேட்டைக் கருவிகளையும் தோலாடைகளையும் களைந்து விட்டு நதியில் என் இனக்குழு மக்களுடன் ஆண்களும் பெண்களுமாக நீந்தி விளையாடினோம். அங்கே எந்த பேதமுமில்லை. நீராடி முடித்து வெளியேறிய போது நேரமாகிவிட்டிருந்தது. அவசரமாக நடந்து வீடு வந்தேன் - காய்கறிப் பையுடன். “போன இடத்தில் நேரமாயிடுச்சு” என்று மனைவியிடம் சிரித்தேன். அந்தச் சிரிப்பில் நீண்ட என் ஆதிப்பல்லை அவள் அடையாளம் கண்டுகொண்டாள். தடயங்கள் ஏதுமின்றி அழித்துவிட்டதாக நினைத்துக் கொண்டுதான் வீட்டுக்கு வந்தேன். ஆனாலும் கண்களுக்குக் கீழே பரவியிருந்த கருப்பு வளையங்களும் நீண்டு வந்த பல்லும் காட்டிக்கொடுத்துவிட்டன. துடைக்கத் துடைக்கப் போக மறுக்கும் ஆதிக் கருப்பு. பவுடர் பூசி துணியால் அழுத்தி அழுத்தித் துடைத்துப் பார்த்தேன் கண்ணாடிக்குள்ளிருந்து கேலியாகச் சிரித்து “இது மனசின் இருட்டு போகாது” என்றது அசரீரி.

அது மட்டுமில்லை (4) ஆத்துக்குப் போனபோது பொம்பிளைங்க குளிக்கறதை முறைச்சு முறைச்சுப் பார்த்தது (ச்சீ... இப்படியெல்லாம் அபாண்டமாக சொல்லாதே... கண்ணிலே தூசி விழுந்து கண்ணைக் கசக்கும் போது தற்செயலாக அந்தப்பக்கம் திரும்பியிருந்தேன்... அப்புறம் (5) (6) இன்னும் (7) இன்னும் (8) என்று குற்றங்கள் தொடர்ந்தன.

சந்தேகத்தின் பலன் குற்றவாளிக்கு சாதகமாக ஆகவில்லை. ஸ்திரீலோலன் அல்லது பொம்பளைப் பொறுக்கி என்று தீர்ப்பாகியது. நான் குற்றவாளிக் கூண்டை இறுகப்பற்றியபடி இல்லை... இல்லை... என்று கதறினேன். மனைவி எல்லாக் கதவுகளையும் கோபத்துடன் அறைந்து சாத்தினாள். நான் வெளியே நின்று திறக்கச் சொல்லி மன்றாடினேன். ஒவ்வொரு ஜன்னலாக - ஒவ்வொரு கதவாகச் சென்று திற... திற... ப்ளீஸ்... என்று கெஞ்சினேன். இது ரொம்ப அதிகமான தண்டனை என இறைஞ்சினேன். வீட்டைச் சுற்றிச் சுற்றி வந்தேன்.

கொல்லைப்புற வழியாக சுவர் ஏறிக் குதித்து உள்ளே போய்விடலாம் என்று பின்புறம் போய் சுவர் மீது ஏறினேன். அங்கே பின்புற பாத்ரூமில் யாரோ ஒரு பெண் குளித்துக் கொண்டிருக்க... சுவர்மீது என்னைக் கண்டு அலற... அவள் புருஷனோ யாரோ ஒருவன் கம்பு எடுத்துவரக் கால் விளங்காமல் போய்விட வேகமாக ஓடித் தப்பிவிட மனம் துடிக்க... வானத்திலிருந்து மனைவியின் குரல் “நான் சொன்னது சரியாப் போச்சா... நீ எப்படி” ஆளுன்னு நான் மறுக்க... அந்நேரம் ஆபீஸில் என்னோடு வேலை பார்க்கும் பெண்கள் எதிரே வர, உடனே யோக்கியமான ஒரு முகத்தைத் தேடி எடுத்துப் பொருத்திக் கொண்டு ‘ஹலோ’ சொல்லிச் சிரித்தேன். ஒன்றுமே நடக்காத மாதிரி நிதானமாக நடக்க முயற்சித்தேன். இயல்பாக இருக்க ஒரு சினிமாப்பாட்டை முணுமுணுத்துக் கொண்டே கடைவீதி வந்து சேர்ந்து காய்கறி வாங்கிக்கொண்டு வீடு வந்தால் - மனைவி “கட்டியிருந்த வேட்டி எங்கே?” என்றாள். ரத்தம் உறைய நான் நிர்வாணமாக நிற்பதை உணர்ந்தேன். “உன் முன்னால் நிற்கும் போது மட்டும் தான் இப்படி ஆகிவிடுகிறது” என்றேன்.

பேச்சுவார்த்தையை நிறுத்தி விட்டாள் மனைவி. குழந்தைகள் மூலமாக எனது சாப்பாடு மற்றும் இதர தேவைகள் பூர்த்தியாயின.

தினசரி ஆபீஸ் முடிந்து வேறு எங்கும் போகாமல் நேரே வீட்டுக்கு வந்தேன். கடைவீதியில் நான் கடந்து போனதும் ‘அதோ போறான் பாரு அவன் சரியான பொறுக்கி’ என்று குசுகுசுத்தார்கள். வீட்டிலோ நாளுக்கு நாள் காற்று வெப்பமாகவும் எனக்கு விரோதமாகவும் மாறிக் கொண்டிருந்தது.

வாசல் படியில் தயங்கி நின்றேன். உள்ளே அவள் குளித்து தலையில் பூச்சூடி சலவை உடையணிந்து குத்துவிளக்கின் முன் மண்டியிட்டு கண்களை மூடியபடி கண் ஓரங்களில் நீர் திரண்டு

நிற்க பிரார்த்தனை செய்து கொண்டிருந்தாள். அந்தக் காட்சி என் மனதில் நல்லுணர்வுகளைத் தூண்டுவதாயிருந்தது.

அப்படியே 'அம்மா...' என்று அவள் பாதங்களில் விழுந்தேன். 'ச்சீ... தொடாதீங்க என்னை. துரோகம். நான் உங்களையே நம்பி உங்க கூட வந்து உங்களுக்கு உண்மையா இருக்கும் போது - நீங்க எனக்கு செய்தது என்ன? துரோகம். பச்சைத் துரோகம். போங்க. என் முகத்திலே முழிக்காதீங்க" குழந்தைகளை இழுத்து அணைத்துக் கொண்டு நினைத்து நினைத்து அழுதாள். ஆதரவற்ற மனநிலையில் தூணில் அப்படியே சாய்ந்து அவள் அழுத காட்சி எனக்குத் தாங்க முடியாததாக இருந்தது. "எனக்குத் தெரியாம இன்னும் என்னென்ன நடந்துக்கிட்டிருக்கோ ஆண்டவனே... எனக்கு ஒரு சாவு வரக்கூடாதா" என்று அவள் மனம் துடிப்பது எனக்குக் கேட்டது.

குழந்தைகளுடன் கொஞ்சி விளையாடி அவர்களின் மனநிலை பாதித்து விடக்கூடாதென முயன்றேன். ஆனால், குழந்தைகள் ரொம்பவும் பயந்து போயிருந்தன. அப்பாவுக்கும் அம்மாவுக்கும் நிஜமான சண்டையே கிடையாது. சும்மா விளையாட்டுச் சண்டைதான் என்று அவர்களை நம்ப வைக்க பெரும்பாடு பட்டேன்

மௌனயுத்தம் வாரக்கணக்கில் தொடர்ந்த போது மதுரையிலிருந்து கடிதம் வந்தது. ஆபீஸ் டூட்டியாக வாராவாரம் மதுரை போகிறவன் மூன்று வாரங்களாகப் போகவில்லை. வந்த கடிதம் மனைவியின் கையில் சிக்கிவிட்டது.

ஒவ்வொரு வாரமும் புஷ்பா உங்கள் வருகையை எதிர்பார்த்து எதிர்பார்த்து ஏங்கிக் கொண்டிருக்கிறாள். இந்த வாரம் அவசியம் வாங்க என்று அந்தக் கடிதம் முடிந்திருந்தது.

"யார் இந்த புஷ்பா?" வாசலில் செருப்பைக் கழற்றிவிட்டு வீட்டுக்குள் நுழைந்தபோது இந்தக் கேள்வியில் தான் முட்டினேன் எந்த புஷ்பா? எனக்கு எந்த புஷ்பாவையும் தெரியாதே என்றேன், மலங்க மலங்க விழித்தபடி கண்ணுக்குக் கீழே அனிச்சையாக கர்ச்சீப்பால் துடைத்தபடி "சத்தியமாக..." என்று ஆரம்பித்தபோது அவள் கடிதத்தைத் தூக்கி என் மூஞ்சியில் விட்டெறிந்து விட்டு அறைக்குள் ஓடிக் கட்டிலில் விழுந்து அழ ஆரம்பித்துவிட்டாள்.

வாராவாரம் ஆபீஸ் டூட்டி ஆபிஸ் டூட்டி என்று ஏமாற்றிப் பொய் சொல்லிவிட்டுப் போனது இவளைப் பார்க்கத்தானா? அவள் குமுறலில் கேள்வி பொங்கி வந்து என் முகத்தில் அடித்தது.

சத்தியமாக புஷ்பாங்கிறது ஒரு குழந்தை. மதுரை ஆபீஸில் பியூனாக இருக்கிற கருப்பையாவின் மகள். தாயில்லாத இளம் பெண் கால் ஊனம் வேறு. அந்தப் பிஞ்சு முகம் என் மனசில் கொண்டுவரும் துயரம்.. அவள் என் ரெண்டு பிள்ளைகளில் ஒருத்தி என்ற உணர்வையே எனக்கு ஏற்படுத்தி கனக்கச் செய்யும். ஒரு தாயுணர்வுடன் அவளுடன் நான் பேசிச்கொண்டிருப்பது அவளுக்கு...

"போதும்... போதும்..." என்று மனைவி தன் இரு காதுகளையும் பொத்திக் கொண்டு கத்தினாள்.

ஒவ்வொரு நாளும் வீடு திரும்புவது பெரும் துன்பகரமான செயலாகிக் கொண்டிருந்தது. தடயங்களை அழித்துக்கொண்டே செல்லும் திருடனைப்போல கடிதங்கள், பில்கள், ரசீதுகள் எல்லாவற்றையும் கிழித்துப்போட்டுவிட்டு ஜாக்கிரதையாக வீடு திரும்ப வேண்டியிருந்தது. பணம் வரவு - செலவு உள்ளிட்ட என் எல்லா நடவடிக்கைகளும் ஆவேசத்துடனும் பலத்த சந்தேகத்துடனும் கண்காணிக்கப்பட்டன.

ஆபீசில் பெண்களுடன் பேசுவதை நிறுத்தினேன். தெருவில் எதிரே தூரத்தில் யாராவது பெண்கள் வருவது தெரிந்தால் அந்த தெருவையே தவிர்த்து வேறு தெரு வழியாக நடக்க ஆரம்பித்தேன். ஆனால் அநியாயத்துக்குத் தெருக்களில் பெண்களின் நடமாட்டம் ரொம்ப அதிகமாக இருந்தது.

தெருவில் யாரோ ஒரு பெண் குரல் என்னை அழைப்பது கேட்டது. நான் பதறிப்போய் வேகமாக நடக்கலானேன். தம்பி... தம்பி... உங்களத்தானே... என்று என் வீட்டில் வேலை பார்க்கும் வேலைக்காரப் பாட்டிதான் கூப்பிட்டது. என்ன என்று நின்றேன். அவள் பேரனுக்கு காசநோய் தாக்கியிருந்தது. அவனை ஆஸ்பத்திரியில் சேர்க்க நான் உதவியிருந்தேன். அது சம்பந்தமாக ஏதோ கேட்டாள். "வீட்டில் வந்து கேள்" என்றபடி வேகமாக நடந்தேன்.

வீட்டில் கொல்லைப்புறத்தில் அவளுடன் பேசிக்கொண்டிருந்த போது கையும் களவுமாகப் பிடிப்பது போல் மனைவி திடீரென கொல்லைப்புறத்தில் தோன்றி நாங்கள் பேசிக்கொண்டிருப்பதைப் பார்த்துவிட்டாள். கேவலமாக ஒரு முறைப்பு முறைத்தாள். நான் பதறிப்போய் "பாட்டி. டி.பி... ஆஸ்பத்திரி" என்று சற்று உளறினேன். ச்சீ... என்று அவள் உள்ளே போய்விட்டாள்.

கொஞ்சம் நிதானமடைந்து யோசித்தபோது எனக்கு ஆத்திரமாக வந்தது. வேலைக்காரப் பாட்டியின் ஒரே மகள் கணவனை இழந்து

பாட்டியுடன் வந்திருந்தாள். அவளுடைய மகனுக்குத்தான் காசநோய் தாக்கியிருந்தது. யோசித்துப் பார்த்ததில் எனக்கு கோபத்தில் உடம்பே நடுங்கியது. போய் கதவை உடைத்தேன்.

“என்னதான் நினைச்சுக்கிட்ருக்கே மனசிலே” என்று ‘காச்பூச்’ சென்று கத்தி விட்டு வீட்டை விட்டு வேமாக வெளியேறிவிட்டேன்.

ஆபீசுக்கு லீவு போட்டுவிட்டு வீட்டுக்கும் போகாமல் யாருக்கும் தெரியாமல் ஒரு லாட்ஜில் அறை எடுத்து கதவைப் பூட்டிக்கொண்டு உள்ளேயே அடைந்து கிடந்தேன்.

சந்தேகத்துக்கு ஒரு அளவு வேண்டாமா? சேச்சேச்சே என்று கோபமாக ஒரு சமயம் அறைக்குள் நடந்து கொண்டிருப்பேன்.

இன்னொரு சமயம் - நான் எல்லாப் பெண்களையும் மோகனப் பார்வையா பார்க்கிறேன்? தவிர புஷ்பா வயசாலேயும் உடம்பாலேயும் பெரியவளாயிருந்தாலும் எனக்கு அவ குழந்தைதானே? அவளை நான் தொட்டுப் பேசுறது தப்பா? என்று கேள்விகள் கிளம்பும்.

பன்னிரெண்டு வயசில் அம்மாவின் ஸ்பரிசம் பறிக்கப்பட்ட பிறகு உடம்பின் பரிபாஷைகளை உதறிவிட்டது எவ்வளவு பெரிய இழப்பு?

உடனே அசரீரி சிரித்தது. அது சரி. பெண்கள் நல்லுணர்வோடு ஆரோக்கியமாக உங்களோடு பழகினாலும் நீங்க அந்த உறவை திசை திருப்பி விடற சதிகாரர்களாச்சே!

அது சரி, பழகிய பன்றி உழலத்தான் செய்கிறது. இந்த ஆண் மனதை என்ன செய்து சரியாக்க? உறவுகள் கலாபூர்வமானவை அல்லவா? அந்த உறவுகள் பூரணம் பெறுவது! ஸ்பரிசமும் சேரும் போதல்லவா? பிரியமானவர்களைத் தொடாமல் எப்படி பேசுவது? அதில் ஆணென்றும், பெண்ணென்றும் பேதம் பிரிப்பது சரியா?

அதைத் தப்பென்று சொல்லி குற்ற உணர்வில் மனுஷனை சாகடிப்பது நியாயமா? நியாயமா? என்று மலை உச்சியின் மீது நின்று கத்தினேன்.

பூட்டிய லாட்ஜ் அறைக்குள் இருந்து வெளியே வராமல் பார்சல் வாங்கி வரச்சொல்லி சாப்பிட்டு விட்டு மற்ற நேரம் பூராவும் குறுக்கும் நெடுக்கமாக நடந்து கொண்டும் அவ்வப்போது ஆவேசமாக சுவரில் நின்ற பல்லியுடன் ஏதோ பேசிக்கொண்டும் திரிந்த என்னை அடிக்கடி ஜன்னல் வழி எட்டிப் பார்த்த லாட்ஜ் பையன் சரியான ‘செமி’ என்று நினைத்திருப்பான்.

மூன்றாவது நாள் ஆவேசம் கொஞ்சம் தணிகிற மாதிரி இருந்தது. தாலியைக் கண்களில் ஒற்றிக் கொள்கிற மனைவியின் சித்திரம் மனதில் வந்தது. நீ வேற வளர்ப்பு நான் வேற வளர்ப்பு. பொதுவான உலகம் ரெண்டு பேருக்கும் அமையுமா?

மதியம் சாப்பிடாமல் அப்படியே தூங்கிவிட்டேன். கஷ்டப்பட்டு துப்பு துலக்கி என் இருப்பிடம் கண்டு வந்துவிட்டான் என் மச்சினன். மனைவியின் அண்ணன்.

"கடைசிக்கு லாட்ஜிலே வந்து தங்கற நிலைமைக்கு வந்திட்டீங்களே மச்சான்" என்று 'லாட்ஜிலே' என்ற வார்த்தையை அழுத்தி அழுத்திச் சொன்னான். "சரி சரி... வீட்டுக்கு வாங்க" என்று இழுத்துக் கொண்டு போனான்.

வீட்டில் மாமனார், மாமியார், என் அப்பா, எங்கள் கலியாணத்தை முன்நின்று நடத்திய என் தூரத்து உறவினரான மாமா என்று பெரிய பஞ்சாயத்தே கூடியிருந்தது.

சோறு தண்ணி இல்லாமல் மனைவி தூண் ஓரத்தில் சுருண்டு கிடந்தாள். குழந்தைகளுக்கு மாமியார் சோறு ஊட்டிக் கொண்டிருந்தார்.

நாங்கள் உள்ளே நுழைந்ததும் மனைவி வாரிக் கொண்டு எழுந்து உடடினயாக முழங்காலில் முகம் புதைத்து கேவி அழ ஆரம்பித்தாள். 'உங்களுக்கு நான் என்ன கொடுமை செய்தேன்' என்று அவளது குலுங்கிய முதுகு கேட்டது.

என் அப்பா மகாகேவலமாக என்னை ஒரு பார்வை பார்த்தார். எனக்கு ஆவேசம் வந்துவிட்டது. அவளைப் பார்த்து கைகளை விரித்து எல்லோரையும் காட்டியபடி "இப்ப என்ன ஆயிப்போச்சுன்னு" என்று சத்தமாக ஆரம்பிக்கவும் அப்பா ஆத்திரத்துடன் "வாயை மூடுடா" என்று என்னை இடைமறித்து, மாமனாரிடம் திரும்பி "சம்பந்தி அவனுக்காக நான் எல்லோர்கிட்டேயும் மன்னிப்புக் கேட்டுக்கிர்றேன். நான் பிள்ளைகளை சரியா வளர்க்கலை" என்று பேச ஆரம்பித்தார்.

நான் ஓங்கி ஓங்கி என் உச்சந்தலையில் அடித்துக் கொண்டேன். மச்சினன் ஓடிவந்து என் கையைப் பிடித்துக் கொண்டான். உடனே மாமனார் தன் மகளைச் சத்தம் போட ஆரம்பித்துவிட்டார், ஆம்பிளைங்க நாலு இடத்துக்குப் போறவங்க வர்றவங்க. சில விசயங்களை கண்டும் காணாதது போல இருந்துக்கிடணும். முட்டாப்பிள்ளையா இருக்கியேம்மா..."

“சரி, போனதெல்லாம் போகட்டும். இனிமேலாவது ஒத்துமையா இருங்க” என்று அறிவுரை சொல்லி எல்லோரும் ஒருவழியாகப் போய்ச் சேர்ந்தார்கள். அப்பா மட்டும் கடைசிவரை ஒரு வார்த்தைகூட என்னுடன் பேசவில்லை.

ராத்திரி பிள்ளைகளைத் தூங்கவைத்துவிட்டு அவள் ஊமையாக பக்கத்தில் படுத்திருந்தாள். எனக்கு அடக்க முடியாமல் சிரிப்பு வந்தது. ஏதேதோ வந்து போய் தூக்கம் வந்தது. நடுச்சாமத்தில் முழிப்பு தட்டிப் பார்த்தால் அவள் எழுந்து உட்கார்ந்து இருட்டில் அழுது கொண்டிருந்தாள். என்ன? என்ன? என்னாச்சு? “ஆயிரம் இருந்தாலும் கடைசியில் பொம்பளதானே இறங்கிவர வேண்டியிருக்கு? வெட்கங்கெட்டுப் போயி திரும்பவும் உங்ககூட படுத்திருக்கிறேனே” என்று குலுங்கினாள்.

அடச்சீ - என்று அவளை உதறி வேகமாக வெளியேறினேன். அடுத்த அறையில் போய் சுவரில் முட்டிக் கொள்ளலாமா என்று நின்றேன். நான் மறுபடி வெளியே கிளம்பிவிட்டதாக பயந்து மனைவி பரிதாபமாக ஓடி வந்து என் காலில் விழுந்தாள். ‘போகாதீங்க அத்தான்’ என்று கண்ணீரால் கெஞ்சினாள்.

அவள் நிலைமை என் நெஞ்சை உருக்கியது. வேறு எந்த யோசனையும் இல்லாமல் “எல்லாத்தியும் இன்னியோட இந்த நிமிஷத்தோட விட்டுட்டேன். என்னை மன்னிச்சிடு இனிமே நல்ல கணவனா வீடு உண்டு வேலை உண்டுன்னு இருந்துடறேன். அழாதே எழுந்திரு!” என்றேன்.

அவள் - சத்தியமா? என்பது போல கையை நீட்டினாள். சாமி சத்தியமா பிள்ளைங்க சத்தியமா என்று நான் உறுதி சொன்னேன்.

அவளுக்கு அந்த சத்தியம் போதுமானதாயிருந்தது போலும். எழுந்து தலையை அள்ளி முடிந்து கொண்டு என்னை அண்ணாந்து பார்த்தாள். நான் அவளைத் தொட்டுத் தூக்கினேன். தொடுகிற உணர்வேயின்றி என்கைகள் மரத்துப்போயிருந்தன. அவள் உடம்பும் பிரேதம் போலக் குளிர்ந்திருந்தது.

கண்ணீரைத் துடைத்துக் கொண்டு அவள் என்னைப் பார்த்துச் சிரித்தாள். நானும் வேறு என்ன செய்ய என்று சிரித்தேன். அசரீரியும் கூடச் சேர்ந்து பலமாகச் சிரித்தது.

●

22

... மற்றும் மைனாக்கள்

சாயந்திரம் பள்ளிக்கூடம் விட்டு வந்து கொண்டிருந்தான் ரமேஷ்-ரமேஷ் குட்டி. கையில் டீச்சர் 'ரைட்' போட்ட சிலேட்டு. முதுகில் தாளமிட்டு வரும் புஸ்தகப் பை. அவன் தூரத்திலிருந்து பார்த்தபோது வீட்டுக்குள் சித்தியுடன் யாரோ ஒருத்தி பேசிக்கொண்டிருப்பது தெரிந்தது. கொஞ்சம் கவனித்துப் பார்த்தபோது பச்சைக்கலர் புடவை கட்டியிருந்த அந்தப் பெண் இவனுடைய அம்மா போலவே தெரிந்தது. உடனே இவனுக்கு அழுகை வந்தது. ஓட்டமாய் ஓடிப்போய் அம்மாவின் காலைச் சேர்த்துக் கட்டிக் கொண்டான்.

ஆனால் அப்புறம்தான் தெரிந்தது அது அம்மா இல்லை.

"இதாரு... ரஞ்சிதம் மதினி மகனா..." என்று இவனைத் தூக்கிய அவள் ஊரிலிருந்து வந்திருந்த ஜெயா அத்தை. "விடு, என்ன விடு" என உடனே அவளிடமிருந்து திமிறி விடுபட்டு பின்வாசலுக்குப் போனான். முருங்கை மரத்தடியில் நின்றான். கண்ணீர் பொங்கி மூச்சிரைத்துக் கொண்டு வந்தது. அது அம்மா இல்லை.

"இவன் இப்ப உங்ககிட்டத்தான் இருக்கானா" என்று அத்தை சித்தியிடம் பேசிக்கொண்டிருந்தாள். அப்போது சித்தியின் மகள் கலாக்குட்டி தத்தித் தத்தி நடந்து இவனிடம் வந்தாள். "தமேசு... தமேசு..." என்று இவனைக் கூப்பிட்டாள். இவன் திரும்பிப் பார்க்காததால் கையிலிருந்த பிளாஸ்டிக் பொம்மையை இவன் மேல் எறிந்தாள். உடனே பலத்த காயம் ஏற்பட்டு விட்டதைப்போல் சத்தம் போட்டு ஏங்கி அழ ஆரம்பித்துவிட்டான். அதைப் பார்த்த மறுகணமே கலாக்குட்டிக்கும் அழுகை வந்துவிட்டது.

ரெண்டு பேர் கூப்பாட்டையும் கேட்டு "என்ன என்ன?" என்று அத்தையும் சித்தியும் ஓடி வந்தார்கள். கலாக்குட்டி கொஞ்ச நேரத்தில் சமாதானமாகி விட்டாள். இவன் தான் ரொம்ப நேரமாகியும் விசும்பிக்கொண்டே இருந்தான்.

பக்கத்து ஊரில் அஞ்சாப்பு வாத்தியாராக வேலை பார்க்கும் சித்தப்பா கொஞ்ச நேரத்தில் சைக்கிளில் வந்துவிட்டார். உள்ளே வந்ததும் "அட, நீ எப்ப வந்தே?" என்று ஜெயா அத்தையிடம் பேச ஆரம்பித்துவிட்டார். சித்திதான் கண்ணைச் சிமிட்டி ரமேஷ் உள்ளே நார்க்கட்டிலில் படுத்திருப்பதை ஜாடையாகக் காட்டினாள். இவன் குப்புறப் படுத்திருந்தான்.

சித்தப்பா உடனே இவன் பக்கம் வந்தார். அத்தையும் சித்தியும் பின்னாடியே வந்தார்கள். "டேய் குட்டி... குட்டி ரமேஷ் குட்டி" இவன் முதுகில் பிரியமாகத் தட்டினார் சித்தப்பா. இவனுக்கு மேலும் விசும்பலும் கேவலுமாக வந்தது.

"என்னடா குட்டி.... எதுக்கு அழறே..."

கொஞ்ச நேரம் விசும்பிவிட்டு. "காச்சலடிக்குது" என்று முனகினான். சித்தப்பா அவன் நெற்றியிலும் நெஞ்சிலும் கைவைத்து பார்த்தார். சித்தப்பாவின் கதகதப்பான பிரியமான கை இன்னும் கொஞ்ச நேரம் தன்மேல் இருக்காதா என்று இருந்தது இவனுக்கு.

"மேல் சுடலையே" என்றார் சித்தப்பா. அவசரமாக அவரை அதட்டிவிட்டு சித்தி தன் கையை அவன்மேல் வைத்துப் பார்த்தாள். "பிள்ளைக்குக் காச்சல் மேலெல்லாம் அனலாக் கொதிக்குது... காச்சல் இல்லன்னு சொல்றீகளே..." என்று கையை ஓங்கி அவரை அடிக்கப்போனாள். பிறகு சித்தப்பா இன்னொரு முறை தொட்டுப் பார்த்துவிட்டு "அட... ஆமா நாந்தான் சரியாப் பார்க்கலை" என்று சொல்லிவிட்டு ஒரு தலையணையை எடுத்து அவன் தலைக்கு வைத்து நன்றாகப் படுக்க வைத்தார்.

உடனடியாக சிகிச்சைகள் ஆரம்பமாயின. சித்தப்பாவுக்குத் தெரியாத வைத்தியமா? "குடிப்பதற்கு சோடா வேணுமா? ஜிஞ்சர் வேணுமா" என்று கேட்டார். அவன் கொஞ்ச நேரம் யோசித்துவிட்டு "கலர் வேணும்" என்றான். "கருப்பா சிவப்பா?" "கருப்புக் கலர்தான் வேணும்." கலர் பாட்டில் பறந்து வந்தது. கூடவே அவனுக்குப் பிடித்தமான தேங்காய் மிட்டாய்.

பாட்டிலோடு கடக்கடக்கென்று பூராத்தையும் குடித்து முடித்ததும் வாயெல்லாம் சுறுசுறுவென இனிப்பாக ஏப்பம் வந்தது. ஏப்பம் விட்டதும் இவன் தூக்கமெல்லாம் ஓடிவிட்டது. மிட்டாயை வாயில் அடைத்துக்கொண்டான். அப்படியே விளையாடப் போகணும் என்று கால்கள் துறுதுறுத்தன. ஆனால் அவன்தான் காச்சக்காரனாச்சே, எப்படி வெளியே போக முடியும்?

பேசாமல் படுத்திருந்தான். இந்நேரம் பசங்க எல்லாம் ஆலமரத்தில் ஏறிக் குதியாளம் போட்டுக் கொண்டிருப்பார்கள். கொஞ்ச நேரத்தில் சித்தப்பாவைக் கூப்பிட்டான். “காச்சல் விட்ருச்சா இன்னும் இருக்கா?” என்று கேட்டான். அவரும் தொட்டுப் பார்த்துவிட்டு “இன்னும் கொஞ்சம்தான்… லேசா இருக்கு…” என்றார். சித்தியைக் கூப்பிட்டு பார்க்கச் சொல்லலாமா என்று ஒரு கணம் நினைத்தான். பிறகு வேண்டாம் என்று மறுபடி படுத்துக் கொண்டான். மனம் ஆலமரத்து ஊஞ்சலில் ஆடிக்கொண்டிருந்தது.

ஒரு பார்வைக்கு அந்த ஆலமரம் அவனுடைய அப்பத்தாளைப் போல இருக்கும். அப்பத்தா ஒருக்களித்துப் படுத்திருக்கும்போது அவன் இடுப்பில் உட்கார்ந்து குதிரையோ யானையோ ஓட்டலாம். அல்லது பஸ் ஓட்டலாம். இல்லாவிட்டால் வயக்காட்டில் பொம்பளைக கட்டி மிதிக்கிற மாதிரி அவளுடைய மிருதுவான கருத்த உடம்பின் மேல் ஏறி நின்று சுவரைப் பிடித்துக்கொண்டு மிதி மிதி என்று மிதிக்கலாம். ‘மிதிக்காதலே… மிதிக்காத படுவா’ என்று அவள் இவனை சத்தம் போடுகிற தினுசே இவனை இன்னும் தீவிரமாக மிதிக்கச் சொல்லி உற்சாகப்படுத்தும்.

“அப்பத்தாளுக்கு இப்ப கண்ணு தெரியுமா?” என்று கதை சொல்லிக் கொண்டிருந்த ஜெயா அத்தையை இடைமறித்துக் கேட்டான். “ஓ… நல்லா தெரியுமே” என்று சொல்லிவிட்டு… “அதுக்குப்பிறகு அந்த அரக்கன்” என்று கதையைத் தொடர்ந்தாள். வீட்டு முற்றத்தில் நிலா வெளிச்சத்தில் பாயை விரித்து கதை நடந்து கொண்டிருந்தது. “கண் அவிஞ்சு போன கடைசி காலத்திலே நீ தாண்டா ஐயா அப்பத்தாளை கையைப் பிடிச்சு எங்கிட்டும் கூட்டிட்டுப் போகணும்” என்று அப்பத்தா அவனிடம் சொல்லியிருந்தாள்.

“அவளுக்கு கண் அவிஞ்சு போக இன்னும் எத்தனை நாள் இருக்கு” என்று மறுபடி அத்தையிடம் கேட்டான். ஏனென்றால் அரைப்பரீட்சை லீவில்தான் அப்பத்தாளைப் பார்க்க போகணும் என்று சித்தப்பா சொல்லியிருந்தார். ஆனால் அவன் கவலை புரியாமல் ஜெயா அத்தை “ச்சீ முட்டாப்பயலே, பெரியவங்களை அப்படியெல்லாம் பேசப்படாது” என்று சத்தம் போட்டாள். அவள் சத்தம் போட்டதும் “போ… நீ அங்கிட்டுப்போ.” என்று அவளைக் காலால் மிதித்துத் தள்ளினான்.

“அப்பன்னா உனக்குக் கதை வேண்டாமா?”

“வேண்டாம்… போ.”

கலாக்குட்டிக்கு நிலாகாட்டி சோறு ஊட்டிக் கொண்டிருந்த சித்தி "இப்படித்தான் இவனுக்கு இருந்தாப்பிலே கிறுக்குப் பிடிச்சிரும்" என்று சொன்னாள். அவன் கோபமாய் சிணுங்கவும் அத்தை "சரி... சரி.. நீ படுத்துக்க. அத்தை போறேன்" என்று எழுந்துவிட்டாள்.

கொஞ்ச நேரம் கண்களைக் கையால் பொத்தி விரல் இடுக்கு வழியாக நிலாவைப் பார்த்துக் கொண்டிருந்தான். அப்பத்தா ஊரில் நிலாவைச் சுற்றி மேகம் இருக்கும். அது குதிரை மாதிரியும் இருக்கும். பிறகு யானை மாதிரியும் ஆகும். குதிரையா யானையா என்று அவனுக்கும் சங்கீதாவுக்கும் போட்டி வரும். சங்கீதா அவனுக்கு அத்தை மகள். அப்படின்னா அவள் அவனை மச்சான்னுதானே கூப்பிடணும்? அவளுக்கு அது தெரியவே தெரியாது. அண்ணன்னுதான் கூப்பிடுவா. அப்பத்தா எத்தனை தரம் சொன்னாலும் அவளுக்குத் தெரியாது. அப்பத்தா சங்கீதாவுக்கு மட்டும் சாதம் ஊட்டி விடுவாள். ரமேசைப் போல அவளுக்குத் தானே உருட்டி சாப்பிடத் தெரியாது. "ரமேசைப்பாரு எப்படி சாப்பிடறான்னு. அதல்லா பிள்ளை"ன்னு அப்பத்தா சொல்வாள். "இந்தப் பொட்டக் கழுதைதான் ஒண்ணும் திங்கமாட்டேன்னு இப்படி தேவாங்கு மாதிரியே இருக்குது" என்று லீவில் ரமேசைப் பார்க்க வந்த அம்மாவிடம் அப்பத்தா சொன்னாள்.

"இனி ஒருச்சணமும் எம் புள்ளை இந்தக் கிழவியிடம் இருக்கப்படாது" என்று அம்மா அப்பாவிடம் சண்டை போட்டு கூட்டிப் போய்விட்டாள். டவுனில் நிலா கிடையாது. திண்ணையும் கிடையாது. திண்ணையில் அப்பத்தாளும் கிடையாது. காம்பவுண்டும் காம்பவுண்டில் கக்கூசும்தான் உண்டு. அங்குதான் சந்தியக்கா, குமார் அண்ணன் எல்லோருடனும் விளையாட வேண்டும்.

காலையில் அப்பாவும் அம்மாவும் வேலைக்குப் போன பிறகு பக்கத்து வீட்டு லோகா அத்தையிடம் இருப்பான். அவள் தீப்பெட்டி ஒட்டிக் கொண்டே கதை சொல்வாள். சாயங்காலம் அம்மா வந்து ரமேசிடம், "பிஸ்கட்டெல்லாம் அவ உனக்குக் குடுத்தாளா? அவ பிள்ளைகளுக்கே குடுத்தாளா?" என்று தினமும் கேட்பாள். பிறகு அப்பா சத்தம் போடுவார். அம்மாவும் பதிலுக்கு அப்பாவை சத்தம் போடுவாள்; பிறகு அம்மா தலையில் அடித்துக் கொண்டு அழுவாள். ரமேஷ் குட்டிக்கும் அழுகை வரும். அப்படியே தூங்கிவிடுவான்.

ஆலமரத்தில் விளையாடிக் கொண்டிருந்தபோது ரமேஷ் செய்தி கேள்விப்பட்டான். மரத்திலிருந்து குதித்து ஓடினான். முக்கு

ரோட்டில் பஸ் இறங்கி அவனுடைய அப்பாவும் அம்மாவும் வந்து கொண்டிருக்கிறார்களாம். அப்படியே ஆவிசேரத் தூக்கிக் கட்டிக் கொண்டாள் அம்மா. "யானை எங்கே யானை எங்கே?" என்று துளைத்தான் ரமேஷ். "எந்த யானை" என்று அப்பா கேட்கவும் அம்மாவுக்கு ஞாபகம் வந்துவிட்டது. "யானையை பஸ்ஸில் ஏத்த முடியாதில்லையா அதனாலதான் கொண்டு வரல்லை. ஆனா வாங்கியாச்சி. ஊரில் இருக்கு" என்றாள். அப்போதுதான் இவன் மூக்கில் உறைந்து போயிருந்த சளியையும் தலை எண்ணெயின்றிக் காய்ந்து கிடந்ததையும் கால் புழுதியையும் பார்த்தாள். "இன்னிக்கு குளிச்சியா" என்று கேட்டாள். "எனக்கு சளி பிடிச்சிருக்குல்ல" என்றான் ரமேஷ்.

அந்நேரம் அவர்கள் ஊர் எல்லையில் இருந்த கிணற்றைத் தாண்டிக் கொண்டிருந்தார்கள். அம்மாவுக்கு வந்தது வேகம். "அன்னிக்கே தலையில தலையில அடிச்சிக்கிட்டேனே கேட்டீங்களா" என்று அப்பாவை சத்தம் போட்டாள். "என் தங்கச்சி வீட்ல விடலான்னு சொன்னேன். கேட்டிகளா; என்னமோ உங்க தம்பி தகத்துருவாருன்னு இங்க கொண்டாந்து விட்டிகளே, இதுதான் பாக்கிற லட்சணமா?"

கிணற்றடியில் தண்ணீர் இறைத்துக் கொண்டிருந்த பொம்பிளைகளிடம் ரெண்டு வாளி தண்ணீர் வாங்கிப் பயலை அங்கேயே தேய்த்துக் குளிப்பாட்ட ஆரம்பித்துவிட்டாள். அப்பா என்ன சொல்லியும் கேட்கவில்லை.

அதற்குள் செய்தி சித்திக்கு எட்டி விட்டது. நாக்கைப் பிடுங்கிக் கொண்டு சாகலாம் போல வந்தது அவளுக்கு.

மூணு நாள் தங்கிவிட்டுப் போவதாக வந்தவர்கள் மறுகாலையே ரமேஷையும் அழைத்துக்கொண்டு கிளம்பிவிட்டார்கள். "நீ ஒண்ணும் மனசில வச்சிக்கடாதே" என்று அப்பாவும் சித்தப்பாவும் பரஸ்பரம் சொல்லிக்கொண்டார்கள்.

பஸ்ஸில் போகிற சந்தோஷத்தில் ரமேஷ் கிளம்பிவிட்டாலும் ஊருக்குப்போன மறுநாளே "சித்தி வீட்டுக்கு..." என்று சிணுங்க ஆரம்பித்துவிட்டான்.

"இனிமே சித்தி வீட்டை மறந்துரணும்" என்று அம்மா சொல்லிவிட்டாள்.

அப்பன்னா சித்திக்கு யாரு கண்ணாடி வாங்கிக்குடுப்பா? என்று ரொம்ப கவலையாய் இருந்தது. ஏனென்றால் அந்தப் பாவி மனுஷன் சித்தப்பா ஒரு நாளும் சித்திக்கு கண்ணாடி மாட்டப்

போவதுமில்லை. அவள் மண்டையடி சரியாகப் போவதும் இல்லை. எல்லாம் ரமேஷ் டாக்டரான பிறகுதான் செய்ய வேண்டியிருக்கிறது.

“சித்தி வீட்டுக்கு...” என்று தினம் ஆரம்பித்தான். “ஒனக்கு சித்தி தானே வேணும். இன்னிக்கு வருவா பாரு சித்தி” என்றாள் அம்மா ஒரு நாள். ஆனால் வந்தது அந்தச் சித்தியில்லை. இது பார்வதி சித்தி. ஊரில் ஒண்ணாப்பு டீச்சர் வேலை பார்க்கிறவ. சித்தப்பா நாலாப்பு டீச்சர்.

காலையில் தூங்கி முழிச்சதும் பார்வதி சித்தி ரமேஷத் தூக்கி இடுப்பில் வைத்துக் கொண்டு எங்க வீட்டிலே கிளி இருக்கு மைனா இருக்கு புறா இருக்கு என்று ஆரம்பித்துவிட்டாள். கொக்கு இருக்கா என்று ரமேஷ் கேட்டான்.

கொஞ்ச நேரத்தில் ஊருக்குக் கிளம்பிவிட்டார்கள். கிளம்பிக் கொண்டிருந்தபோது ரமேஷ் தனியாக அம்மாவிடம் வந்தான். “அம்மா நீ வீட்டில் அழுகாம இரு. நான் கிளி மைனா எல்லாம் பாத்திட்டு நாளைக்கே வந்திருவேன்” என்றான். ஏனென்றால் அம்மா உசிரை வச்சிக்கிட்டிருப்பதே அவனுக்காகத்தான். அவனும் ஊருக்குப் போய்விட்டால்?

பஸ் ஸ்டாண்ட் நெருங்கிய போது அம்மாவுடன் வேலை பார்க்கிற ஒரு அத்தை கலர் கலரான குடையுடன் எதிரே வந்தாள். “ஊருக்கா, லீவா” என்று கேட்டதுக்கு அம்மா - “இல்லை பையனை தங்கச்சி கூப்டுட்டு போறா, அவ வீட்டிலேயே பசு மாடு நிக்குது. கோழி வளர்க்கிறா. கிராமத்திலே எல்லாம் சுத்தமா கிடைக்குமில்லே. இங்கே நாம் வீட்டுல உக்காந்து புள்ளக்கி ஒருவேளை சோறு ஊட்டக்கூட விதியத்துப்போய் வேலை வேலைன்னு தினசரி ஓடுற பிழப்பா இருக்கு. அதான் அங்கியாச்சும் இருந்து நல்லபடியா வளரட்டுமனு அனுப்பறேன்.”

அம்மா பேசிக்கொண்டிருந்தபோதே இவனுக்கு அழுகை வந்துவிட்டது. “இல்ல நான் கிளி மைனால்லாம் பாத்துட்டு நாளக்கி வந்துருவேன்” என்று துவங்கினான். “சரிப்பா நாளைக்கே வந்துடலாம்” என்று சித்தி சொன்னாள். அப்பாவும் “ஆமாமா” என்றார்.

“அப்பன்னா அந்த அத்தையக் கூப்பிட்டுச் சொல்..." என்று அழ ஆரம்பித்தான்.

“அம்மா ஆபீஸ்ல போய் சொல்லிடுவா. நீ அழாதே!”

“இல்லை பொய் சொல்றே... அந்த அத்தையைக் கூப்பிட்டுச் சொல்லு... அந்த அத்தையைக் கூப்பிட்டுச் சொல்லு” என்று

பெருங்குரல் எடுத்து பஸ் ஸ்டாண்டே வேடிக்கை பார்க்க அழுது சித்தியிடமிருந்து திமிறினான்.

அதற்குள் பஸ் வந்துவிடவே ஒரு வழியாக ஏற்றிவிட்டு, சைக்கிளில் ரெண்டு பேரும் ‘லேட்டாயிருச்சே’ என்ற நினைப்புடன் அவசரமாக ஆபீசுக்கு கிளம்பினார்கள். அம்மா பின்னால் உட்கார்ந்து அழுது கொண்டே வந்தாள். அப்பா ஒன்றும் பேச முடியாமல் ஆனால் ஏதாவது பேசிவிட வேண்டும் என்று முயற்சித்தவராய் சைக்கிளை மிதித்துக் கொண்டிருந்தார்.

●

23

வெளிறிய முத்தம்

முதல் முத்தம் பற்றி ஆயிரம் கதைகளில் பாஸ்கர் படித்திருக்கிறான். என்றாலும் அவனுடைய அனுபவம் அதில் எது மாதிரியாகவும் இல்லை. ஒரு வேளை கால அவகாசம், வாய்த்த இடம் காரணமாக இருக்கலாம். ஓட்டலில் பேமிலி அறையின் மங்கிய வெளிச்சத்தில். ஆர்டர் செய்த பலகாரம் வருவதற்குள், வேறு எவரும் பேமிலி ரூமில் நுழைவதற்குள் என்று நொடிக்கணக்கில் தான் அவனுக்கு அவகாசம் இருந்தது. அதிலும் அவன் அம்சாவின் பக்கம் திரும்பிய நிமிடம் அவள் கவனித்து அவனுடைய உத்தேசத்தை ஊகித்து அவளும் முகத்தை இவன் பக்கம் திருப்ப அதை இவன் எதிர்பாராததால் குறி தப்பி பாதி காது பாதி கன்னம் நடுவில் அவளுடைய கேசம் என ஆகிவிட்டது. அதற்கே பெரும் மன அவஸ்தையாகிவிட்டது.

"ஒழுங்கா ஒரு முத்தம்கூட கொடுக்க தெரியலே. நீங்கள்ளாம் காதலிச்சு..." என்று அம்சா வெளியே வந்து சீண்டினாள். அவன் ரொம்ப நொந்து போனான். என்றாலும் அதையும் மீறி முதல் முத்தம் ஈரமாய் நினைவில் வருடிக்கொண்டுதான் இருந்தது.

அடிக்கடி அம்சா இதைச் சுட்டி கேலி செய்து கொண்டிருக்கவும் பாஸ்கர் "சரி, நீதான் ஒழுங்கா ஒண்ணு குடுத்துக்காட்டேன்" என்றான். "ஆசை தோசை அதெல்லாம் கலியாணத்துக்குப் பிறகுதான்" என்று புத்திசாலித்தனமாக தப்பித்தாள்.

பாஸ்கரனுக்கு பல் நறநற என்று இருந்தது. பூங்காவின் புல்லைப் பிடுங்கி கடித்து மென்றான்.

கலியாண விஷயத்தை யார் முதலில் அவரவர் வீட்டில் தைரியமாகச் சொல்கிறார்கள் பார்க்கலாமா என்று ஒருநாள் பேச்சு வந்துவிட்டது. அங்கு சுற்றி இங்கு சுற்றி பேச்சு இங்கு வந்து நின்றதும் பாஸ்கர்தான் முதலில் திகைத்தது. அப்பாவை

நினைத்தாலே நாக்கு உலர்ந்தது. ரொம்பக் கரெக்டான ஆசாமி அவர். சாதி விட்டு கலியாணம் என்ற பேச்சை எப்படி எடுப்பது? அந்தக் கடுவன் மீசையே மிரட்டுமே.

அம்சா மறுவாரம் தன் அண்ணனோடு பூங்காவுக்கு வந்து இவர்தான் அவர் என்று அண்ணனுக்கு அறிமுகம் செய்து வைத்துவிட்டாள் எப்படி என்று அண்ணன் போனதும் கண்ணைச் சிமிட்டினாள்.

ஏதாவது செய்தாக வேண்டுமென்று பாஸ்கர் சூடாக “வர்ற புதன் கிழமை நமக்கு கல்யாணம். எல்லா ஏற்பாடும் பண்ணியாச்சு, தயாராக இரு” என்று ஓங்கி அடித்தான். அவள் எதிர்பார்க்கவே இல்லை. இதை அண்ணனிடம் சொல்லியிருக்கலாமே என்று முனகினாள்.

பாஸ்கர் அன்று இரவே தன் நண்பர்கள் கையைப் பிடித்து காலைப் பிடித்து புதன்கிழமை ரிஜிஸ்தர் ஆபீசில் கல்யாணத்துக்கு ஏற்பாடு செய்துவிட்டான். கை தட்டல்களுடன் தாலி கட்டி மாலை மாற்றப்போகும் நேரம் டாண் என்று அம்சாவின் அண்ணன் ஆட்டோவில் வந்து இறங்கிவிட்டான். அம்சாவின் அப்பா அம்மாவுடன் அம்சாவுக்கு தலைகால் புரியவில்லை. எங்க அண்ணன் ஆகுமா என்று பாஸ்கரின் கையை அழுத்தினாள். பாஸ்கரன் மூக்கு சுறு சுறு என்றது.

ரெண்டாவது நாள் அம்சாவின் அப்பா, உங்க அப்பா அம்மா சரி சொல்றவரைக்கும் நீங்க நம் வீட்டிலேயே இருக்கலாம். மாடி அறையை ஒழித்துக் கொடுத்துவிடுகிறோம் என்றார். அம்சா பூரிப்பில் சிரித்து நின்றாள். எங்க அப்பான்னா அப்பாதான். பாஸ்கர் ஒரு நிமிடம் கூட யோசிக்காமல், “நோ நோ. வீடெல்லாம் பாத்தாச்சு. வெள்ளிக்கிழமை பால் காய்ச்சணும்” என்று ஒரே போடாகப் போட்டான்.

அம்சா, “எங்கிட்ட கூட சொல்லவே இல்லியே” என்று சிணுங்கியதற்கு “இதெல்லாம் ஆம்பிளைங்க சமாச்சாரம். சொல்லிட்டா செய்யணும்” என்று ஜோக் அடித்தான். மறுபடி ராவும் பகலும் அலைந்து ஒரு வீட்டைப்பிடித்து அட்வான்ஸ் கொடுத்துவிட்டு ‘அப்பா! உயிர் வந்தது’ என்று வீடு வந்தான்.

அம்சாவுக்கு வீடு ரொம்ப பிடித்துவிட்டது. சின்னதாக கச்சிதமாக எல்லா வசதிகளும் உள்ளடக்கிய வீடு. வாடகை ஜாஸ்தி என்ற ஒன்றைத் தவிர வேறு ஒரு குறையும் அவளால் சொல்ல முடியவில்லை.

புது வீட்டில் தனித்து விடப்பட்ட இரவில் இருவரும் ரொம்பப் பிரியமாக இருந்தார்கள். கொஞ்சிக் கொஞ்சிப் பேசினார்கள். 'வாடா போடா' என்று செல்லமாகக் கூப்பிட்டுக் கொண்டார்கள். ஒரே தலையணையில் இருவரும் தலை வைத்துக் கொண்டார்கள்

அப்பத்தானே தலையணை மந்திரம் ஓத முடியும் என்று பாஸ்கர் சொன்னான். ஏற்கெனவே ததும்பியிருந்ததால் இதைக் கேட்டதும் அம்சா விழுந்து விழுந்து சிரித்தாள். இருவரும் சிரித்தார்கள். அன்று ராத்திரி சின்ன சின்ன விஷயத்துக்கெல்லாம் சிரித்தார்கள்.

ஆனால் ஒவ்வொரு சிரிப்பு முடிந்ததும் அந்த சிரிப்புக்கு அடியில் ஒளிந்திருக்கும் வெற்றிடம் வெளிப்பட்டு இருவரையும் மருட்டும். எதையாவது பேசி அதைக் கலைக்க முற்படுவார்கள் அல்லது பேசாமல் முத்தமிட்டு உடம்பின் உலகத்தில் சென்று மறைந்து கொள்வார்கள்.

அவன் புது வீட்டிலிருந்து ஆபீஸ் போக ஆரம்பித்தான். லீவு முடிந்திருந்தது. காலையில் டிபன் செய்து மதியத்துக்கு சேர்த்து சமைத்து டிபன் கேரியர் தந்து அவனை அனுப்பி என ஆரம்பிக்கும் நாட்கள் காலை இரவு காலை இரவு என கதவைப் பூட்டித்திறந்து பூட்டித் திறப்பதுபோல துரிதமாகக் கடந்து கொண்டிருந்தன.

ஆனால் அலுப்பு மிகுந்த பகல் முடிந்து வருகிற இரவுகள் முழுக்க முழுக்க இருவருக்கும் மட்டுமாக இருந்தன. தூக்கமே வராது இருவருக்கும். தூங்கினால் அவரவர் உலகம் தனித்தனி என்று ஆகிவிடுமே என்று அஞ்சி ஒருவரை ஒருவர் பார்த்தபடி இருவரும் விழித்துக் கிடப்பார்கள். ஆனால் பிறகு எப்படியும் தூக்கம் வந்துதானே தீரும். மறுநாளே நீதான் முதலில் தூங்கிட்டே என்று பரஸ்பரம் குற்றம் சாட்டிக் கொள்வார்கள்.

முதலில் தூங்குகிறவர் பிரியம் குறைந்தவர் என்று எப்படியோ ஒரு விதி உருவாகிவிட்டது. அதிலிருந்து தப்பிக்க பெரும் போட்டி ஆகிவிட்டது. பகலில் தூங்க நேரம் கிடைத்த நாட்களில் அவள் தாக்குப்பிடித்தாள். சில நாள் அவன்.

ஆனால், ஆபீஸில் ஆடிட் இன்ஸ்பெக்ஷன் என்று அந்த சமயம் தொடர்ச்சியாக கனத்த வேலைகள் வந்தபோது அவன் தான் திணறிப்போனான். லேட்டாக வீடு வந்து சேருவான். செருப்பைக் கழற்றும் போது பிரியம் ஞாபகம் வந்துவிடும். உடனே நேராகச் சென்று அவளை முத்தமிட்டு அவள் போட்டுத்தரும் வெந்நீரில் குளித்துவிட்டு சாப்பிடும் போதே - கவனம்! இடையிடையே இரண்டு வாய் அவளுக்கும் ஊட்டி - சாப்பிடும் போதே கொட்டாவி

வரும். கொட்டாவி வரவிடாமல் வாயை மென்று சமாளிப்பான். அல்லது முகத்தை அந்தப்பக்கம் திருப்பி அவள் பார்க்காத சமயம் கொட்டாவி விடுவான். தாடையெல்லாம் வலிக்கும்.

அவள் சாயங்காலமே குளித்து உடைமாற்றி பூ வைத்து காத்திருப்பாள். நிறையப் பேச வேண்டியிருக்கிறது போல் நிதானமாக ஆரம்பிப்பாள். அவன் சீக்கிரம் முத்தமிடுவான். அவள் கழுத்தைப் பின்னுக்கிழுத்து என்ன அவசரம் என்பாள். தூக்கம் வராமலிருக்க அவன் காலைக் காலை ஆட்டுவான். தண்ணீரைக் குடிப்பான். சரி. ம்... சொல்லு என்று எழுந்து உட்காருவான். படுப்பான். அவன் வருகிற வரத்தைப் பார்த்து சலிப்புடன் ம்... என்று பேச்சை நிறுத்துவாள். அவளை முத்தமிட்ட நாலாவது நிமிஷம் அவன் தூங்கியிருப்பான்.

ஒருநாள் இரவில் "வரவர உங்களுக்கு பிரியமே இல்லாமல் போச்சு" என்று லேசாய் அழுதாள்.

"ஏ மக்கு... மக்கு எனக்கு உன்னை விட்டா இந்த உலகத்திலே யார் இருக்கா" என்று அவள் எலும்புகள் நொறுங்கும்படி அணைப்பான். ஒரு நிமிஷம். ரெண்டு நிமிஷம். மூன்று நிமிஷம். எவ்வளவு நேரம் அப்படியே அதே இறுக்கத்துடன் இருக்க முடியும். கை வலிக்கும் அல்லவா. ஆனால் எவ்வளவுக்கு எவ்வளவு இறுக்கமாக அதிக நேரம் அப்படியே இருக்கிறாயோ அந்த அளவு உன் அன்பு நெருக்கமானது. கைவலிக்க ஆரம்பித்ததும் பிடி தளரும். இவ்வளவுதானா நம் பிரியம் என்று அவனுக்கே வருத்தமாயிருக்கும்.

'தினமும் வீட்டு வாசலுக்கு பூக்காரன் வந்தான் என்றாலும் பாஸ்கர் ஏன் சாயந்திரம் வரும்போது பூ வாங்கி வரக்கூடாது?'

'வேறு என்ன நான் கேட்கிறேன்? ஒரு முழம் பூ, என் ஞாபகம் இருந்தால்தானே வாங்கி வருவீர்கள்?'

ஆபீஸில் வேலை பெண்டு எடுத்தது. ஒருநாள் மதியம் சாப்பாட்டுக்குப் பிறகு ஆபீஸில் உட்கார்ந்து அம்சாவை நினைத்துப் பார்த்தான். பாவம். அவள் வேறு என்ன கேட்கிறாள்? என் அன்பைத்தானே கேட்கிறாள். அவள் முகம் மனத்திரையில் விழாமல் அவள் பேசிய வார்த்தைகள் மட்டும் விழுந்து கொண்டிருந்தன. யோசித்து யோசித்துப் பார்த்தும் அம்சாவின் முகம் ஞாபகமே வரவில்லை. ரொம்ப டென்ஷன் ஆகிவிட்டது. தலையை வறட்டு வறட்டென்று சொறிந்து பார்த்தான். அம்சாவின் புடவை அவள் கழுத்து - ஏன் கன்னக்குழி மட்டும் கூட ஞாபகம் வந்தது. அவள் முகம் மட்டும் ஞாபகம் வரவில்லை.

மறுநாள் காலை ஆபீஸ் கிளம்பும் போது அம்சாவின் புகைப்படம் ஒன்றைக் கேட்டு வாங்கி மணிபர்ஸில் வைத்துக்கொண்டான். அது அவளை உருக்கிவிட்டது. அன்று பூராவும் அந்த மிதப்பிலேயே இருந்தாள். என்ன இருந்தாலும் அவர் என் பாசு இல்லியா.

ஆபீசுக்கு மதியம் போன் வந்தது. உடனே புறப்பட்டு வாங்க ஆஸ்பத்திரிக்கு ஓடினான். அம்சா அட்மிட் ஆகியிருந்தாள். அவளுடைய அம்மா பக்கத்தில் இருந்தார். "தற்செயலா நாங்க அம்சாவைப் பார்க்கப் போயிருந்தோம். எல்லாம் ஆண்டவன் செயல்" என்று மாமியார் மேலே கையைக் காட்டினார்.

நாலாவது மாதத்தில் கருச்சிதைவு. டாக்டரம்மா முந்நூறு ரூபாய்க்கு மாத்திரைகள் எழுதித் தந்தாள். மாமியாரை வீட்டுக்குப் போகச் சொல்லிவிட்டான். "நீங்க பாவம் ஆஸ்துமாவோட இங்க எதுக்கு நான் பாத்துக்கிடறேன்."

ஒரு வாரம் லீவுபோட்டு அம்சா பக்கத்திலேயே இருந்தான். ராத்திரி இடையில் மருந்து ஏதும் கொடுக்கணுமா டாக்டர் என்று கேட்டு வந்தான். ரொம்ப பெயின் இருந்தா மட்டும் நாலு மணி நேரத்துக்கு ஒரு தடவை இந்த மாத்திரை தரணும் என்றாள் அம்சாவோ அவ்வளவா பெயின் இல்ல; மருந்து வேண்டாம் என்று சொல்லிவிட்டாள். பாஸ்கரனுக்கு ஏமாற்றமாகிவிட்டது. இரவு முழுக்க தூங்காமல் விழித்திருந்து ஒரு மணி நேரத்துக்கு ஒரு முறை மருந்து கொடுத்து - அவளுக்காக உயிரைத் தரவும்... ம், அதெற்கெல்லாம் வாய்ப்பில்லாமல் போய்விட்டது.

வீட்டுக்கு வந்து கண்ணாடி முன் நின்றாள் அம்சா அவ்வளவுதான், உன் டைம் ஓவர் என்று கண்ணாடி சிரித்தது. அம்சாவா இது? ஒரு பக்கம் பார்க்கிறவர்கள் எல்லோரும் அம்சாவா இது இப்படி இளைச்சுப் போய்ட்டாளே என்று இரக்கப்படுவது இதமாக இருந்தாலும் கன்னம் குழிவிழ சிரித்த சிரிப்பு போச்சு - பாஸ்கர் வியந்து மயங்கிய கன்னக்கதுப்புகள் வற்றிப் போச்சே என்றிருந்தது. பீடி சுத்திப் பிழைக்கிற பொம்பிளைக மாதிரி ஆயிட்டமே என்று பெரும் சோகம் வந்து கவிந்தது.

துருத்திய கன்ன எலும்புகளை மூடியிருக்கும் சதையின் அளவைப் பொறுத்ததுதான் முக லட்சணம். அழகு எல்லாம் ஒரு 200 கிராம் சதை வற்றினால் அவ்வளவுதான் என்று தத்துவம் பேசியது கண்ணாடி. அடுத்த மாதமே மறுபடி உண்டாகிவிட்டாள். வாயில் எச்சில் ஊறிக்கொண்டே இருந்தது. எந்நேரமும் புளிச்புளிச் என்று துப்பிக்கொண்டே இருந்தாள். அவன் முத்தம் இடும் எண்ணத்துக்கே

போவதில்லை. எச்சில் வாடை வீடு முழுக்க. ஒரு டப்பா நிறைய மண் அள்ளிக் கொண்டு வந்தான். இதிலே துப்பு எச்சிலை என்று சொன்னான். அவளுக்கு உடனே அழுகை வந்தது. உங்களுக்கு என் மேலே பிரியமே இல்லை என்று விசும்பி விசும்பி சிறுபிள்ளை மாதிரி அழுதாள். அட கடவுளே எது சொன்னாலும் ஏன் இப்படி... சே... உன் இஷ்டப்படி செய் என்று வெளியே போய்விட்டான்.

திரும்பி வரும்போது மனசை நன்றாக தயார் செய்து கொண்டு வந்தான். வந்ததே சரி என்று அடுப்படியில் நின்று கொண்டிருந்த அவளை பின்புறமாக சேர்த்துக் கட்டிக் கொண்டான்.

“போதும் போதும். உங்க நடிப்பெல்லாம் இங்க வேண்டாம்” என்று அவனைத் தள்ளினாள். அவனுக்கு ரொம்ப ஆச்சர்யமாகிவிட்டது. எப்படி கண்டுபிடித்தாள்? சரியாக நடிக்கத் தெரியாமல் அவசரப்பட்டு விட்டேனோ, அல்லது நடிப்பை பெண்கள் லேசாக கண்டுபிடித்து விடுவார்களோ?

இரவு என்ன செய்வது என்று அவனுக்குக் குழப்பமாகிவிட்டது. அவனுக்கு முதுகு காட்டி அப்புறம் திரும்பி படுத்திருந்தாள். தூங்கி விட்டாளா சும்மா கண்ணை மூடியிருக்கிறாளா? எழுப்பலாமா? எழுப்பட்டும் என்று இருக்கிறாளா? அல்லது உண்மையிலேயே கோபமாய் இருக்கிறாளா?

என்ன ஆனாலும் சரி என்று இடுப்பில் கையை வைத்து வளைத்தான். மிக ஜாக்கிரதையா, மிக அன்பாக. ச்சீ, என்று அவள் கையை எடுத்து எறிந்தாள். அவன் உடைந்து சுக்கு நூறாகப் போனான். இப்புறம் இற்று விழுந்தான். வீடெங்கும் எச்சில் துப்பாதே என்று சொன்னது குற்றமா? அதனால் நான் அன்பில்லாதவன் ஆகிவிடுவேனா? அழுகை வந்தது. ஆனால் கண்ணீர் வரவில்லை. கண்ணீர் வந்து அழுதாலாவது அவள் இரக்கப்படலாம். கண்ணீரே வரவில்லை. சும்மா பெருமூச்சுகளாக விட்டுத் தள்ளினான். உண்மையிலேயே எனக்கு அவள் மேல் அன்பே இல்லையா?

மூன்று இரவுகள் இப்படியே கழிய நாலாவது நாள் தனிப்படுக்கை போட்டாள்.

“இனிமே உங்களுக்கும் எனக்கும் என்ன இருக்கு? குளிக்க டிரஸ்மாத்த தூங்க ஒரு வீடு வேணும் உங்களுக்கு. ஒரு லாட்ஜ் அவ்வளவுதானே. உங்களுக்கு பணிவிடை செய்ய நான் ஒரு வேலைக்காரி.”

கூர்மையான தாக்குதல். அவன் ஏதோ சற்று உளறிப் பார்த்தான். ஒன்றும் எடுபடவில்லை. தோற்று கை, கால் சோர்ந்து விழுந்தான்.

தூக்கமே வரவில்லை. எவ்வளவோ புத்தகம் படிக்கிறோம். இதற்கு தீர்வு எழுதியவன் எவனும் இல்லையா? இரவு நெடு நேரக் குழப்பத்திற்குப்பிறகு துணிச்சலான ஒரு முடிவு எடுத்து முரட்டுத்தனமாக அவளை ஆக்கிரமித்தான். "ச்சீ.. தொடாதீங்க. சொன்னா கேளுங்க" என்று எதிர்ப்பு சொல்லிக்கொண்டே அவள் வரவேற்றாள். இந்த விஷயம் தெரியாமல் இத்தனை நாள் முட்டாளாக இருந்தோமே என்று தலையில் அடித்துக் கொண்டான். அப்படி கொஞ்ச நாள் ஓடியது. ஆனால், நாளுக்கு நாள் இருவருக்கிடையில் வெளிச்சம் மங்கி வருவதை அம்சாதான் உணர்ந்து அவ்வப்போது அழுதுகொண்டாள். மக்கு.

தலைப்பிள்ளை ஆண் பிள்ளை என்பதால் பாஸ்கர் வீட்டிலும் சந்தோஷம். வராத பாஸ்கரின் அப்பாவும் வந்துவிட்டார். ஆனால் வந்த அப்பா ஒரு கேள்விக்குண்டு வைத்துப் போனார். காதல் திருமணம் ஆனால் என்ன? குழந்தைக்கு செய்ய வேண்டியதை அவர்கள் செய்ய வேண்டாமா? அவர் பேசியதை அம்சாவின் அண்ணன் முகத்தில் சலனமின்றிக் கேட்டுக் கொண்டிருந்தான்.

நகை நட்டு எதுவும் இதுவரை கேட்காத பாஸ்கர் பரிதாபமான வனாகவும் உயர்ந்தவனாகவும் தியாகியாகவும் ஒன்றும் செய்யாத அம்சா வீட்டார் குற்றவாளிகளாவும் ஒரே நாளில் ஆகிவிட்டார்கள். அம்சா இன்னும் கொஞ்சம் கோபமானாள். அப்பா பேசியதற்கு நான் என்ன செய்வேன் என்று இவன் புலம்பினான்.

குழந்தைக்கு உடம்பு சரியில்லை என்று வாரத்தில் ரெண்டு நாளாவது போன் வருவது வழக்கமாயிற்று. ஆபீசிலிருந்து பதற்றத்துடன் வீடு போய் ஆஸ்பத்திரிக்கு இட்டுச் செல்வான். அம்சாவுக்கு தைரியமே கிடையாது. சின்ன விஷயத்துக்கெல்லாம் உடனே ஆஸ்பத்திரி என்றால் எப்படி? அல்லது அவளாகப் போகணும். அதுக்கும் தைரியமில்லை. அம்சாவின் அப்பாவிடம் இவன் தற்செயலாக ஒரு நாள் பேசியது அம்சாவின் அம்மா வழியாக அம்சாவிடமே போய்ச் சேர்ந்தது. இது அவனுக்குத் தெரியாது.

"தைரியமானவளா ஒருத்திய பாத்து இழுத்துட்டுப் போயிருக்க வேண்டியதுதானே?" ராத்திரி இருட்டில் அம்சாவின் கேள்வி செவிப்பறைகளில் விழுந்து அதிர்ந்து ரீங்கரித்தது.

நாளுக்கு நாள் அவளுடைய வாய் நீண்டது. "ரொம்ப பேசினே நாக்கை இழுத்து வச்சு அறுத்துடுவேன்" என்று ஒருநாள் அதற்கு முற்றுப்புள்ளி வைத்தான்.

இப்போது பேச்சுவார்த்தை கிடையாது. அவள் வேலைகளை அவள் செய்வாள். அவன் வேலைகளை அவன் செய்வான். குழந்தையின் வேலைகளை இருவரும் செய்வார்கள். ஆனால் ஒரு வார்த்தை பேச்சு கிடையாது.

ராத்திரி குழந்தை அழுதால் அவன் எழுந்திருக்கட்டுமே. அவனுக்கும்தானே அது குழந்தை. தினமும் நான்தான் சாகணுமா என்று அவள் அசந்து தூங்குவது போல கிடப்பாள். எப்படியும் அவள் எழுந்துதானே தீரணும் என்று அவனும் கிடப்பான். கடைசியில் அவள் தான் எழுந்து, கடவுளே என்னைக் கொண்டு போகமாட்டியா என்று உரத்த வேண்டுகோளுடன் பால் பாட்டிலை எடுத்து குழந்தையைத் தூங்க வைப்பாள்.

"சும்மா அலட்டாதே. நேத்து நைட் முழுக்க குழந்தையை நான்தான் பாத்துருக்கேன். ஒரு நிமிஷம் தூங்கவிடலை அவன். என்னமோ இவதான் சாகிற மாதிரி புலம்பறா."

மறு ஞாயிற்றுக்கிழமை பாஸ்கரின் நண்பர் குடும்பத்துடன் குழந்தையைப் பார்க்க வந்தார். குழந்தைக்கு அழகான 'ஸ்வெட்டர்' ஒன்று வாங்கி வந்திருந்தார்கள். அம்சா பாஸ்கரை ஒரு பார்வை பார்த்தாள். குழந்தைக்கு ஸ்வெட்டர் வேண்டுமென ஒரு மாசமாக அவளும் கேட்டுக் கொண்டுதான் இருந்தாள். கல்யாணத்தின் போது பக்கபலமாக நின்ற நண்பர்கள் ஆனபடியால் இருவரும் விழுந்து விழுந்து உபசரித்தார்கள். பாஸ்கர் - வசந்தா என்றில்லாமல் பாஸ்கர் - நண்பர் - நண்பரின் மனைவி - வசந்தா என்று பேச்சு சுற்றிச் சுற்றி வந்தது.

நண்பர்கள் நாள் முழுக்கச் சிரித்துவிட்டுப் போனதால் சிரிப்புக்கு அடியிலிருந்த வெற்றிடம் ஒட்டு மொத்தமாக வீட்டைச் சூழ்ந்திருந்தது. நடுவில் குழந்தை உறங்க இருவரும் கட்டிலில் படுத்திருந்தார்கள். ஃபேன் வேகமாய் சுற்றியும் காற்று வரவில்லை.

விளக்கு எரிந்துகொண்டே இருந்தது. அவள் எழுந்து எப்படியும் அணைத்து விடுவாள். அவன் எப்படியும் எழுந்து அணைத்துவிடுவான்.

•

24

உபரி

முதலில் நம்பவே முடியவில்லை.

ஏதோ ஒரு கனவின் முடுக்கில் சந்தித்த நிகழ்வோ என்றிருந்தது. சும்மா வெறும் மனப்பிராந்தியாகக்கூட இருக்கலாமோ! ஆனால், கைமேல் நிரூபணம் இருக்கையில் நம்பாமலும் இருக்க முடியவில்லை. என்ன ஆச்சர்யமய்யா!

“இப்படியெல்லாம் ஆவதற்குச் சான்ஸே கிடையாது” என்று ஒரு மனசு அடித்து சொல்லியது. இன்னொரு மனசு இல்லை. ‘இது நிஜம்தான். சந்தேகம் வேண்டாம்’ என்று உறுதி செய்து சந்தோஷத்தில் ஆழ்ந்தது. உண்மையில் இது நிஜமாகவே இருக்கட்டும் கடவுளே என்று ஏக்கத்தில் அடித்துக் கொண்டது மனம்.

ஆனால் இதற்கு வழியே இல்லியே... இன்னிக்கு நேத்துக் கதையா! இருபத்தேழு வருஷ சர்வீஸில் ஒரு நாளும் இப்படி ஆனதில்லியே.

மேனேஜர் கூப்பிடுவதாக ராமலிங்கம் வந்து சொன்னான். அவரிடம் உத்தரவுகளை வாங்கிவந்து ஃபைல்களை தயார் செய்து உள்ளே அனுப்பிவிட்டு மீண்டும் சேரில் சாய்ந்த போது அது நிஜந்தானா? சேச்சே அதெப்படி இருக்க முடியும்? சான்ஸே கிடையாதே.

குறுகுறுக்கும் மனசு சிரிப்பு மூட்டியது. தானாகவே சிரித்துக் கொண்டார். டைப்பிஸ்ட் கோபாலன் என்ன ஆச்சு சாருக்கு என்கிற மாதிரி பார்த்தான். அவன் பார்வையால் வெட்கமடைந்து சேரை விட்டு எழுந்து கேண்டீனுக்குப் போனார்.

கேண்டீன் கேஷியர் பலமாக வரவேற்றார். வராத மனுஷர் வந்திருக்கிறார். ஒரு கப் காப்பி மட்டும் சாப்பிட்டுவிட்டு வெளியே வேம்படியில் வந்து நின்றார். வெத்திலை போட்டுக் கொண்டார். இருபத்தேழு வருஷ சர்வீஸில் இப்படி ஆபீஸ்

நேரத்தில் ஸீட்டைவிட்டு எழுந்து வந்ததாக சரித்திரம் கிடையாது. செய்யும் தொழில்தானே தெய்வம். கோவிலுக்குள்ளே போனபிறகு பூஜை முடியும்வரை மனுஷனுக்கு வேற சிந்தனை வரப்படுமா என்று வெத்தலையைக் குதப்பியபடி அவர் சொல்வதை நேரில் கேட்க வேண்டும். ப்ளீச், நாக்கு சிவந்திருக்கிறதா என்று பார்த்துக் கொண்டார்.

சட்டைப் பையிலிருந்து சின்ன பாக்கெட் டைரியை வெளியே எடுத்துப் புரட்டினார். ஆபீஸ் ரிக்கார்டுகளைத் தவிர வேறு எதிலாவது தன் பேனாவை வைக்கிறார் என்றால் அது இந்த டைரி ஒன்றுதான். சகல குறிப்புகளும் அதில்தான். புரட்டி இந்த மாத வரவு-செலவுக் குறிப்பை எடுத்தார். எல்லாச் செலவு அயிட்டங்களும் கொடுத்து முடித்து 'டிக்' ஆகியிருந்தது. போன மாதக் கணக்கோடு ஒப்பிட்டுப் பார்த்தார். வரவிலும் ஒரு வித்தியாசமில்லை, செலவிலும் ஒரு வித்தியாசமில்லை. ச்சே, டைரியைச் சட்டைப் பையில் வைத்துவிட்டு ஸீட்டுக்கு வந்தார்.

எங்கோ கணக்குத் தப்பிவிட்டது என்றுதான் உறுதியாகப் பட்டது. ஆனால் டைரியை வைத்து இப்படியும் அப்படியுமாகக் கூட்டிக் கழித்துப் பார்த்தும் ஒன்றும் புலனாகவில்லை.

சரி, அழிச்சிக் கிழிச்சி முதல்ல இருந்து எடுத்து நிதானமாக ரொம்ப நிதானமாக (ஏனென்றால் பதற்றத்தில் தப்பு விட்டு விடலாமல்லவா) வரவுகளைத் தனியாக எழுதி செலவுகளைத் தனியாக எழுதி வரவிலிருந்த செலவைக் கழித்தார். அறுபது ரூபாய் மிச்சம். செலவுத் தொகையையும் அறுபதையும் கூட்டினார். கரெக்டாக சம்பளத் தொகை வந்தது.

தாளில் எழுதியதை டைரியில் எழுதியதோடு ஒப்பிட்டு 'டிக்' அடித்தார். ஒன்றும் துலங்கவில்லை. அந்த அறுபது மிச்சமாகத்தான் நின்றது.

மூன்று நாளாக - சம்பளத் தேதியிலிருந்து இன்றுவரை புரியாத புதிராக - ஒரு மர்மம் போல நின்று மனசை அலைக்கழிக்கிறது இந்த அறுபது ரூபாய்.

அக்கவுண்ட்ஸ் செஷனுக்குப் போய் சம்பள பில்லில் தவறுதலாக அறுபது ரூபாய் அயிட்டம் எதையாவது கூடுதலாகப் போட்டு விட்டார்களா அல்லது பிடிக்க மறந்துவிட்டார்களா என்று மறுபடி ஒருக்க செக் பண்ணிவிட்டு வந்தார். இல்லை, எல்லாம் கச்சிதமாக இருந்தது.

மனம் திகிலடைந்து கொண்டிருந்தது. வேலை ஒன்றும் நிம்மதியாகப் பார்க்க முடியவில்லை. சட்டைப் பையிலிருந்து பணத்தை ஒருமுறை எண்ணிப்பார்த்தார். ஒரு இருபது ரூபா நோட்டு மூன்று பத்து ரூபா நோட்டு ஒரு அஞ்சு ரூபா நோட்டு சில்லறையாக அஞ்சு ரூபா ஆக மொத்தம் அறுபது. ச்சே.....

மதியம் ஓய்வறையில் ஈஸிசேரில் சாய்ந்து கண்களை மூடிக் கொண்டார். நெஞ்சுத் துடிப்பு அதிகமானது போலிருந்தது. கையால் நெஞ்சை அமுக்கிக் கொண்டார். நிதானமாக செலவுகளை மனசில் ஓடவிட்டு கொடுத்தாச்சு கொடுத்தாச்ச என்று ஒவ்வொன்றாக மனசுக்குள் சொல்லிப்பார்த்துக் கொண்டார்.

செலவுகள் விட்டுப்போகாமல் சரிபார்க்க ஒரு வழி உண்டு. அதன் படியும் சரிபார்த்தார். அதாவது காலையில் கண் முழித்ததும் முதலில் என்ன செய்வோம்? பல் தேய்ப்பு, பேஸ்ட், பல்பொடி எல்லாம் பலசரக்குக்கடை பாக்கியில் தான் வரும். கொடுத்தாச்சு. அடுத்தது காபி, தேவையானது - காப்பித்தூள், சீனி, விறகு, தீப்பெட்டி, மண்ணெண்ணெய். மளிகைக்கடை பாக்கி, விறகுக்கடை பாக்கி ரெண்டுமே 'டிக்' அடுத்து... இப்படியாக தூங்குகிற வரைக்கும் உண்டான செலவுகள்.

ம்கூம், ஒன்றும் அகப்படவில்லை. ஏதோ ஒரு செலவுதான் தராமல் நிற்கிறது என்று உறுதியாகத் தோன்றியது. ஆனால் கண்டுபிடிக்க முடியவில்லை.

சாயந்திரம் ஆபீஸ் முடிந்து வெளியேறி ரோட்டில் நடக்கும் போது அந்த அறுபது ரூபாய் மனித ரூபம் கொண்டு இவர் கழுத்தைச் சுற்றிக் கையைப் போட்டுக் கொண்டு என்னை என்ன செய்யப்போறே என்று கேட்டபடி கூடவே நடந்து வந்தது. நின்றால் அதுவும் கூடவே நின்றது.

எதையாவது வாங்கி செலவழித்துத் தொலைத்துவிடுவோம். அப்பவாவது நிம்மதி கிடைக்கும் என்று ஒரு தடாலடி முடிவு எடுத்தார். உடனே அது கொஞ்சம் வசத்துக்கு வந்துவிட்டது. பஜாருக்குள் நுழைந்தார்.

பிள்ளைகளுக்குத் தின்பண்டம் என்று வாங்கிப்போட்டு வருஷம் எத்தனையோ ஆகிவிட்டது. சேலத்திலிருந்து அவருடைய மச்சினன் வருஷம் ஒரு தடவை குடும்பத்தோடு வந்து போகும் போது வாங்கிவரும் பண்டங்கள் தான் பிள்ளைகளுக்கு தீனி. இன்றைக்கு அறுபது ரூபாய்க்கும் ஸ்வீட் காரம் என்று வகைவகையாக வாங்கி கொண்டு போட்டால் பிள்ளைகள் அசந்து போகும். அவ்வளவும் நமக்கே நமக்கா என்று வீடே குதூகலிக்கும். அப்படி ஒரு காட்சியை இன்றைக்கு பார்த்துத்தான் விடுவோமே.

உடனே மனைவியின் இருமல் சத்தம் கேட்டுவிட்டது. மனசே ஒடிந்து விட்டது. கண்களில் நீர் கோர்த்தது. பார்வதி... என்னை கட்டிக்கிட்டு நீ என்ன சுகத்தக் கண்டே! உன் உடம்புக்கு ஒண்ணு வந்தா அதைக்கூட என்னாலே சரியாய் பார்க்க முடியலே. மானசீகமாக பார்வதியை நெஞ்சில் சாய்த்துக்கொண்டு கண்ணீர்விட்டார்.

அவளுக்கு அடிக்கடி தேவைப்படுகிற மெட்டாசின், நோவால்ஜின், அல்ஸர் மாத்திரை, மற்ற மண்டையிடித் தைலங்கள் எல்லாம் மொத்தமாக வாங்கி ஒரு முதலுதவிப் பெட்டி மாதிரி வீட்டில் எந்நேரமும் ரெடியாக வைத்திருக்கணும் என்று எத்தனையோ தரம் நினைத்து ஏங்கியிருக்கிறார். அதைத்தான் முதலில் செய்ய வேண்டும். தின்பண்டங்கள் வாங்கி ஒரே நாளில் வீணடித்து விடக்கூடாது. தப்பு.

ஆனால் பார்வதி சொல்வாள். இந்த மருந்து மாயம் எதுவுமே வேண்டாம். இந்தச்சனியன் பிடிச்ச வீட்டை மாத்திட்டு நல்ல காத்தோட்டமான ஒரு வீட்டுக்குப் போனாலே போதும். இப்படியான யோசனைகளில் பஜார் கடந்து வீடு வந்துவிட்டது. அதுவும் நல்லதுக்குத்தான். இதுவரை பணத்தைச் செலவழித்து விடவில்லையே. அதுவரைக்கும் ஒன்றும் பயமில்லை.

உடை மாற்றிக் காப்பி குடித்து தெரு பைப்பில் தண்ணீர் அடித்து வரச்சொல்லி சின்னவனை அனுப்பிவிட்டு காம்பவுண்டு வீடுகளுக்குப் பொதுவான கழிப்பறைக்குள் சென்று கதவைத் சாத்திக் கொண்டதும் தனிமையில் ஒரு பயம் வந்தது. "நாம் பாட்டுக்கு கூறுகெட்டத்தனமான இந்தப் பணத்தைச் செலவழிச்சுப்போட்டு இடையிலே ஏதாவது செலவு அயிட்டம் விட்டுப்போனது வந்துநின்னா?"

மின்னல் வெட்டுப் போல ஒரு யோசனை பொறித்தட்டியது. ஒன்றும் செலவழிக்காமல் இந்த அறுபது ரூபாயை அப்படியே வைத்திருப்பது; அடுத்த மாதம் சம்பளம் வாங்கி பாக்கிகளைக் கொடுத்த பிறகும் இந்த அறுபது அப்படியே இருந்தால் அடுத்த மாசம் தைரியமாக எந்த பயமும் இல்லாமல் இந்தப் பணத்தைச் செலவழித்துக் கொள்வது. அதுதான் சரியான முடிவு. ரைட், இனிமேல் போட்டு மனசைக் குழப்ப வேண்டாம். ஒரே முடிவு.

கொஞ்சம் சமனப்பட்ட மனசோடு கழிப்பறைக் கதவைத் திறந்தார். தூரத்தில் தெரு பைப்பிலிருந்து தண்ணீர் அடித்துக் கொண்டு அந்த காதறுந்த வாளியை தூக்க முடியாமல் சிரமத்துடன் கீழே வைத்து வைத்துத் தூக்கி வந்து கொண்டிருந்தான் சின்னவன்.

ச்சே, முதல் காரியமாக ஒரு வாளி வாங்கி விட வேண்டியதுதான்.

●

25

பின்னணி இசை இன்றி...

அவள் பாடியபடி ஒயிலாக பாத்ரூம் கதவைப் பூட்டினாள். கம்பியில் முதலில் சேலை விழுந்தது. அடுத்து ரவிக்கை விழுந்தது. ஷவர் பாத் தண்ணீர் கொட்ட - அந்நேரம் ரீல் அறுந்து போனது. ஙொய்... யென்று சத்தம் மட்டும் திரைக்குப் பின்னால் கேட்டது. நூற்றுக்கணக்கான விசில் சத்தங்கள் திரையை நோக்கிச் சீறிப்பாய்ந்தன. தியேட்டரில் லைட்டைப் போட்டுவிட்டான். வெளிச்சம்பட்டதும் சுயநினைவு திரும்பி தியேட்டர் பெருமூச்சு விட, முறுக்கு விற்கிற பையன்கள் முறுக்குத் தட்டுகளுடன் "முறுக் முறுக்-முறுக்" என்றபடி கூட்டத்தினுள் சிதறிப் பாய்ந்தார்கள்.

ஒரு ரூபாய்க்கு விற்றால் பதினைஞ்சு பைசா. காளியப்பன் அதுவரை பனிரெண்டு ரூபாய்க்கு விற்றுவிட்டான். டவுசர் பை சில்லறையில் குலுங்கியது. இன்னும் இடைவேளை இருக்கிறது. ரெண்டாவது ஆட்டம் இருக்கிறது. சனிக்கிழமையானதால் கடைகளில் வேலை பார்க்கிற பையன்கள் பூராவும் ரெண்டாவது ஆட்டத்துக்கு வந்து ஆளுக்கு பத்து முறுக்கு பனிரெண்டு முறுக்கு என்று வாங்கி விடுவார்கள். எப்படியும் முப்பது ரூபாய்க்குத் தள்ளிவிட்டால் கையில் நாலு அம்பது கிடைக்கும். ஏற்கெனவே உள்ளதும் சேர்த்து ஒன்பதே கால். இன்னும் இரண்டு மூன்று ரூபாய்தான் பிறகு.

ரஜினி ஸ்டைலில் ஒரு பெல்ட் வாங்க வேண்டியிருந்தது அவனுக்கு. சோலை அதுமாதிரி ஒன்று வாங்கிவிட்டான். முறுக்குத்தட்டுடன் இடுப்பை ஸ்டைலாக ரஜினி மாதிரி வளைத்துக் கொண்டு சோலை போகும்பாது பெல்ட் பளபளக்கிறது. பதிமூணு அம்பது. 'ஒரு சல்லி குறையாதுன்னு சொல்லிட்டான்' என்று நேற்று ராத்திரி படமெல்லாம் விட்ட பிறகு முறுக்கு விற்கிற தன் சகாக்களிடம் தான் பெல்ட் வாங்கிய கதையை பெருமையாகச் சொல்லிக் கொண்டிருந்தான் சோலை.

காளியப்பனின் அரிப்பு தாங்காமல் அவனுடைய ஆத்தா சொல்லிவிட்டாள், 'தீபாவளி வரைக்கும் உனக்குக் கிடைக்கிற காசை வீட்டுக்கு தரவேண்டாம். என்னத்தையும் வாங்கிக்க.'

சுழன்று சுழன்று முறுக்கு விற்றான்.

லைட்டை அணைக்காமலேயே மறுபடி படத்தை ஓட்டி விட்டான். அதற்கொரு விசில் கிளம்ப, லைட் அணைந்தது. ஆனால் அதற்குள் அவள் வேறு டிரஸ்ஸில் கண்ணாடி முன் அமர்ந்து தலைவாரிக் கொண்டிருந்தாள். ஏமாற்றப்பட்டுவிட்டதாக தியேட்டர் ஏய்... என்று கத்தியது.

முறுக்குத் தட்டுடன் இருட்டில் தடுமாறி வாசலை நோக்கி வந்து கொண்டிருந்தான் காளி. “எலே படத்தை மறைக்காம அந்தப்பக்கம் போறியா... மிதி வேணுமா” என்று ஒருவன் காளியப்பன் மேல் பாய்ந்தான். காளி தனக்குள் சிரித்துக் கொண்டான். அவள் காரில் போய்க் கொண்டிருந்தபோது காளி வெளியேறினான்.

வெளியே கடை வாசலுக்கு முறுக்குத் தட்டுகளுடன் பையன்கள் வந்தார்கள். சோலை ஒரு பீடியை ஸ்டைலாக பற்றவைத்தான். காளியைப் பார்த்து சும்மா கண்ணடித்தான். காளிக்கு சோலையை ரொம்பப் பிடிக்கும். ரெண்டு பேருமே ரஜினி ஆள் என்பதால் மட்டுமல்ல; இங்கே முறுக்கு விற்கிற வேலையில் காளியை சேர்த்துவிட்டதும் அவன்தான்.

இங்கு வருவதற்கு முன்னால் காளி ஒரு புரோட்டா கடையில் இருந்தான். டேபிள் துடைக்க இலை நறுக்க, இலைபோட, இலை எடுக்க, அவசரமாக ஓடிப்போய் மைதா மாவு வாங்கிவர, மாஸ்டருக்கு பீடி வாங்கி வர என்று கணக்கே இல்லாமல் வேலை செய்யணும். ராத்திரி கடை அடைத்த பிறகு ஸ்டோர்ரூமில் மாஸ்டர் சொல்வதையெல்லாம் செய்யணும். அவர் தண்ணி அடித்துக் கொண்டே ம்...ம்... என்று சொல்லிக் கொண்டிருப்பார். காளி பயத்தில் நடுங்குவான்.

சோலை பீடியை முடித்துவிட்டு காளி தோளில் கை வைத்தான் சிரித்தான். “என்னலே காளி... அந்த ஓட்டல்காரன் நாளைக்கு காலையிலே வரச்சொல்லியிருக்கான். போவமா?”

காளி மறுத்துத் தலையாட்டினான். “சும்மா உன்கூட வரணும்னா வாரேன். ஓட்டல் வேலையே நமக்கு வேண்டாஞ் சாமி.”

முந்தி அந்த புரோட்டாக்கடையில் இருந்ததே தினசரி வேண்டிய மட்டும் புரோட்டாவும் சால்னாவும் அடிக்கலாம் என்கிற ஒரே காரணத்துக்காகத்தான்.

விசில் சத்தம் பலமாய் கேட்டது. கொஞ்ச நேரத்தில் சில பேர் வேகமாய் ஒன்றுக்குப் போனார்கள். சிலர் கடைக்கு பீடி சிகரெட்

வாங்க வந்தார்கள். கற்பழிக்கிற சீன் முடிஞ்சிருக்கணும். பையன்கள் தட்டுகளைத் தூக்கினார்கள். இன்னும் கொஞ்ச நேரம் மாற்றி மாற்றி அழுது வசனம் பேசுவார்கள். இந்நேரம் சத்தமில்லாமல் முறுக்கை விற்றுவிடலாம். முறுக் முறுக்கே...

நேற்று சோலையுடன் காளியும் அந்த ஓட்டலுக்குப் போயிருந்தான். ரெண்டு பேரும் மார்க்கெட் பக்கம் சந்தித்து ஒரு மாங்காய் வாங்கி கீறி ஆளுக்குப் பாதியாய் தின்றபடி ரோட்டோரமாய் நடந்து போனார்கள். மாங்காய் காசு சோலைதான் கொடுத்தான்.

கல்லாப் பெட்டியில் இருந்த கணக்குப்பிள்ளை ரெண்டு பேரையும் ஏற இறங்கப் பார்த்தார். இவன் சும்மாகூட வந்தான் - என்று சோலை சமாதானம் சென்னான். உள்ளே போய் மாஸ்டரைப் பார்த்தார்கள். அந்நேரம் மதியச் சாப்பாட்டுக்கு பெரிய அண்டாவில் முட்டைக்கோஸ் வெந்துகொண்டிருந்தது. ரெண்டு பேருக்கும் உடைந்த அப்பளம் கொடுத்துச் சிரித்தான் மாஸ்டர். உடனே காளிக்கு அவரைப்பிடிக்காமல் போய்விட்டது. இந்தப் பக்கம் திரும்பிக் கொண்டான். புரோட்டாக்கடை மாஸ்டரின் இளிப்பு ஞாபகம் வந்தது. ச்சே.

ரெண்டாவது ஆட்டம் படம் ஓடிக் கொண்டிருந்தது. பையன்கள் கடை முதலாளியிடம் கணக்கு ஒப்படைத்துக் கொண்டிருந்தார்கள்.

காளியும் சோலையும் தியேட்டர் முகப்புக்கு வந்தார்கள். மொசைக் போட்டுக் கொண்டிருந்தார்கள். கொத்தனார்களும் சித்தாள்களும் ஜல்லியும் கருங்கல்லுமாக வேலை துரிதமாக நடந்து கொண்டிருந்தது. நாளையோட சரி. பிறகு ஒரு வாரத்துக்கு படம் கிடையாது. தியேட்டரை அங்கங்கே இடித்து ரீமாடல் செய்கிறார்கள். தீபாவளி முதல் வேற பெயரில் தியேட்டர் ஓடப்போகுது.

புது முதலாளி ரஜினி ரசிகராம், சோலை சொன்னான். தியேட்டர் திறப்பு விழாவுக்குக்கூட ரஜினி வரலாம் என்றான். சோலைக்கு எல்லாம் தெரியும்.

ஆனால் புது தியேட்டரில் உள்ளே கொண்டு போய் முறுக்கு விற்கிற வேலையெல்லாம் கிடையாது. முன்னால் ஒரு கவுண்டர் வைத்து வியாபாரம் நடக்கும்.

சோலையின் அண்ணன் ஒரு டாக்டர் வீட்டில் காளியை சேர்த்துவிடுவதாக சொல்லியிருந்தார். காளியின் அய்யா சாவதற்கு முன் அந்த அண்ணனுடன் தான் ஒர்க்ஷாப்பில் வேலை பார்த்தது.

சாப்பாடு போக மாசம் முப்பது ரூபாய் என்று டாக்டர் சம்சாரம்

சொன்னது. ஆனால் ராத்திரி இங்கதான் தங்கணும். பின்னாடி ஒரு ஷெட் இருந்தது. அங்கே சமையல்கார பிச்சுமணியோடு தங்கிக்கிட வேண்டியது. அதிகாலை மூணு மணிக்கு எல்லாம் எழுந்து டிப்போவுக்கு பால் வாங்கப்போயிறணும். ஏன்னா நாலு மணிக்கு பெரிய பாப்பா படிக்க உட்காரும்போது புதுப்பாலில் காப்பி வேணும். ஃபிரிட்ஜ்ஜில் வைத்த பால் பெரிய பாப்பாவுக்கு பிடிக்காது.

ஆனால் வழக்கமாக ரெண்டாவது ஆட்டம் படம் விட்டுத் தியேட்டர் பெஞ்சுகளில் பையன்களோடு பேசியபடி படுத்து உறக்கம் வரவே மூணுமணி ஆகிவிடும். முந்தி புரோட்டாக்கடையிலும் படுக்க மூணு மணி ஆகிவிடும். இப்ப எப்பிடி மூணு மணிக்கு எழுந்திரிப்பது என்று முதல் நாளே கவலையாகிவிட்டது.

அந்தக் கவலை உனக்கு வேண்டாம், நானாச்சு எழுப்பி விட என்றார் பிச்சுமணி. ராத்திரி டாக்டரய்யா வீடு திரும்பியதும் அவனை வரச்சொன்னார்கள். ஷெட்டிலிருந்து வீட்டு முன்வாசலுக்குப் போனான். பிச்சுமணியும் கூடவே வந்தார் இடது காலை சாய்த்து நடந்தபடி.

இவனா? ரொம்பச் சின்னப்பையனா இருக்கானே? என்றார் டாக்டரய்யா. நல்லா வேலை பார்க்கக்கூடிய பையன் என்று பிச்சுமணிதான் சமாதானம் சொன்னார்.

மத்தியானம் மூணு மணியிலிருந்து அஞ்சு மணிவரைக்கும்தான் காளி வீட்டுக்குப் போய் ஆத்தாளைப் பார்த்து வரமுடியும். அவளும் அந்நேரம்தான் இருப்பாள். அவள் வேலை பார்க்கிற வீடுகள் எல்லாமே பங்களாத் தெருவில் இருந்தன. பலநாள் ராத்திரி அங்கேயே ஏதாவது ஒரு வீட்டில் பாத்திரம் கழுவி முடித்துவிட்டு படுத்துவிடுவாள். காளி சின்னப்பையனாய் இருந்த வரைக்கும் பிரச்சினை. இப்பத்தான் அவனையிட்டு கவலை இல்லையே.

சினிமா தியேட்டர் வேலை நிலைக்காமல் போனதில் ரொம்ப வருத்தம் காளிக்கு. டாக்டரய்யா வீட்டுக்கு வந்ததிலிருந்து சினிமாவுக்கே போக வழியில்லை. மத்தியானம் டாக்டர் வீட்டு ஆட்கள் எல்லோரும் தூங்குகிற நேரம்தான் ரெஸ்ட். பிச்சுமணிகூட அந்நேரம் ஒரு குட்டித் தூக்கம் போட்டுவிடுகிறார். மற்ற நேரமெல்லாம் யாராவது ஒரு வேலை ஏவிக்கொண்டே இருந்தார்கள். பஜாருக்கும் வீட்டுக்கும் சைக்கிள் மிதித்தே கால் செத்தது. அதிலும் ஆறாப்பு படிக்கிற அந்தப் பையன் இருக்கிறானே. நினைத்தால் உடனே பம்பரம் வேணும். இல்லாட்டி மிஷின் கன்

வேணும். வீட்டில் உள்ளது எதுவும் வேண்டாம். அந்தப் பையன் சொன்னதுக்கெல்லாம் டாக்டர் சம்சாரம் ஆடும். பிள்ளைகளைக் கண்டிச்சு வளக்கலேன்னா என்னத்துக்கு ஆகப்போகுதுக என்று பிச்சுமணி காளியிடம் சொல்லிக் கொள்வார்.

அந்தப் பையனை காளிக்கு பிடிக்கவில்லை. ஆனால் பெரிய பாப்பா என்கிற அந்த அக்காவை அவனுக்கு ரொம்பப் பிடித்துவிட்டது. பேர்கூட அவனுக்கு ரொம்பப் பிடித்துவிட்டது. புஷ்கலா அடிக்கடி தாவணியில் மூக்குக்கண்ணாடியை துடைத்து மாட்டிக் கொண்டு எதையாச்சும் படித்துக் கொண்டே இருக்கும். பரீட்சை முடிந்தது என்றால் உடனே காளியை வெங்கடேஷ் வீடியோ சென்டருக்கு அனுப்பி கேஸட் வாங்கி வரச் சொல்லும். சாமி ரூம் பக்கத்தில் தான் டி.வி. ரூம் இருந்தது. அக்காவுக்கு சா. ஸா ரெண்டும் வராது. 'சாமி ரூம்' என்பதை "தாமி ரூம்" என்று தான் சின்னப் பாப்பாக்கள் மாதிரி சொல்லும். வீடியோ படம் போட்டதும் "நீயும் தும்மா உட்கார்ந்து பாருடா" என்று சொல்லும். ஆனால் டாக்டரம்மா விடாது. ஓடு ஓடு போய் அரைக்கிலோ வெண்ணெய் வாங்கிட்டு வா.

இப்பக் கூட டி.வி. ரூமில் படம்தான் ஓடிக்கொண்டிருக்கிறது. காளி அய்யா காருக்கு கேட்டைத் திறந்து விட்டு திரும்பியபோது ரஜினியின் தங்கச்சியை நாலு முரடன்கள் விரட்டிக் கொண்டிருந்தார்கள். இப்ப உள்ளே போனால் படம் பார்க்கலாம். ஆனால் அப்படியெல்லாம் போகப்படாது. அது அய்யாவுக்குப் பிடிக்காது. அவுகளா கூப்பிடாம நாம் அவுக முன்னால் போயி ஒருக்காலும் நிக்கவே படாது என்று பிச்சுமணி சொன்னார். ஷெட்டில் படுக்கை விரித்து கொசுவுக்கு புகை மூட்டம் போட்டுக் கொண்டிருந்தார் பிச்சுமணி.

சரி தூங்கிடலாம். காலையில் சீக்கிரம் எழுந்திருக்கணுமே.

கொஞ்ச நேரத்தில் தூக்கம் அவனை இழுக்க ஆரம்பித்தது. பிச்சுமணி லேசாக அவனைக் கூப்பிட்டுப் பார்த்தார்.

காளி... ஏ... காளி... தூங்கிட்டியா?

பிச்சுமணி கூப்பிட்டது காளிக்கு கேட்டது என்றாலும் நன்றாகத் தூங்கிவிட்டது போல பேசாமல் கிடந்தான். இல்லாவிட்டால் அவர் ஓடிப்போன தன் பொண்டாட்டியைப்பற்றி அவள் இடுப்பு இவ்வளவு அகலம் இருக்கும்டா என்று ஆரம்பித்து பயங்கரமாக பெருமூச்சுகள் விட்டுக் கொண்டு பேச ஆரம்பித்துவிடுவார். கொசுவின் ரீங்காரத்துக்கிடையே அவருடைய பெருமூச்சுகளைக் கேட்கக் குலை நடுங்கும் காளிக்கு.

காளி... தூங்கிட்டியா... காளி...

பிச்சுமணி மெல்ல உருண்டு காளியின் பக்கமாக வந்தார். அவன் கண் அயர்ந்து மூழ்கிய தருணத்தில் பிச்சுமணியின் மூச்சுக் காற்றும் வியர்வை நெடியும் காளியைத் தாக்கின. அவனது இடுப்பில் கை விழுந்தது.

மறுநாள் டாக்டர் வீட்டம்மா எவ்வளவோ கேட்டும் காரணம் சொல்ல காளி மறுத்துவிட்டான். "நான் நின்னுக்கிர்றேம்மா" என்று மட்டும் சொன்னான்.

ஆத்தாளும் கேட்டாள். சாப்பாடு போக முப்பது ரூபான்னா லேசா. ஆனா காளி ஒன்றும் பேசவில்லை. சம்பளப் பணத்தை ஆத்தாளிடம் கொடுத்துவிட்டு பாயில் படுத்துக் கொண்டான். எழுந்திருக்கவே இல்லை.

சாயந்திரம் ஆத்தா போகும் போது காளியிடம் அஞ்சு ரூபாய் தாள் ஒன்றைக் கொடுத்து அவன் ஆசைப்பட்ட பெல்ட் வாங்கிக்கிடச் சொன்னாள்.

இருள் குடிசைக்குள் கவிந்தது. சுருண்டு கிடந்தான் பாயில். கொசுக்களின் சத்தம் மெல்லக் கேட்டது. கொசுவின் சத்தம் கேட்டதும் பிச்சுமணியின் வியர்வை வீச்சம் முகத்திலடித்தது. பயப்படாதடா.. காளி... ம்... பயப்படாதே... என்ன... பயப்படாதே என்று பழைய புரோட்டாக்கடை மாஸ்டர் முடிவில்லாமல் சொல்லிக்கொண்டே இருந்தார். தின்ற புரோட்டா அத்தனையும் வாந்தியாய்க் கொட்டியது.

வயிற்றைப் புரட்டிக் கொண்டு வாந்தி வந்தது. பாயை விட்டு எழுந்து உட்கார்ந்தான். வாய் கொப்பளித்து தண்ணீர் குடித்தான். காய்ச்சல் வருகிற மாதிரி இருந்தது.

ரெண்டு நாள் லேசான காச்சல் இருந்து கொண்டே இருந்தது. மூணாவது நாள் எழுந்துவிட்டான். ஆத்தா வெந்நீர் வைத்துக் கொடுத்து விட்டு சாமியைக் கும்பிட்டுவிட்டு வேலைக்குப் போனாள்.

காளி குளித்துவிட்டு டாக்டரய்யா வீட்டுக்குப் போனான். ரெண்டு டவுசரை ஷெட்டில் விட்டுவிட்டான். அதை எடுக்கலாம் என்று போன நேரம் மத்தியான சாப்பாட்டு நேரம். சாப்பிட வராமல் டாக்டர் பையன் காம்பவுண்டுக்குள்ளே சைக்கிள் சுற்றிக் கொண்டிருந்தான். டாக்டர் சம்சாரம் கூப்பிட்டுக் கூப்பிட்டு அலுத்துக் கொண்டிருந்தது.

அந்தப் பையனா கேப்பான்? சுத்த வீம்பு புடிச்ச பயலாச்சே கொஞ்ச நேரம் கையில் ரிமோட் கண்ட்ரோல் வைத்துக் கொண்டு

திரும்பத் திரும்ப ரஜினியை சண்டை போட வைத்ததை நினைத்துக் கொண்டே நடந்தான்.

பிச்சுமணியைக் காணவில்லை. உள்ளே சமையல் கட்டில் இருப்பான் என நினைத்துக் கொண்டான்.

'பெல்ட்' வாங்கிவிடலாம் என்று மார்க்கெட் பக்கம் போனான். கடையில் விலையை விசாரித்தான். பிறகு சும்மா விலையை மட்டும் கேட்க வந்தவன் போல வாங்கும் விருப்பம் ஏதும் இன்றித் திரும்பினான்.

ஒரு மாங்காய் வாங்கி கீறிக் கடித்தபடி ரோட்டின் ஓரமாக நடந்து வந்தான். ஓட்டலுக்குப் போய் சோலையைப் பார்க்கணும் என்று வாசலில் நின்றான்.

சோலை மேஜை துடைத்த துணியை வாளியில் கொழகொழ என்று பிழிந்தபடி "சாப்பாடு போக நாப்பது ரூபாய்" என்றான் காளி கொண்டு வந்த மாங்காயில் பாதியை சோலையிடம் கொடுத்தான். "ம்... யார்ரா அது" என்று ஒருத்தன் சோலையிடம் கேட்டபடி வேகமாய் உள்ளே போனான்.

"இந்தா போறானே இவன் மண்டையை ஒரு நாளைக்கு உடைக்கணும்" என்றான் சோலை. "கொஞ்சம் தூங்கிட்டா அடிப்பான். தடிப்பய, மண்டயைப் பாரு லூஸ் பய" என்று சிரித்தான். காளிக்கு சிரிக்க வரவில்லை.

மெல்ல நடந்து வீடு திரும்பினான். செக்கடித் தெரு திருப்பத்தில் ட்ரம் அடித்துக் கொண்டு சினிமா விளம்பர வண்டி போனது. கொஞ்சம் நின்று பார்த்தான்.

வழியில் கிடந்த சாக்கடையை தாவிக் கடக்காமல் சுற்றி நடந்தே கடந்தான்.

நாளைக்கி மறுபடியும் வேலைக்கு வாயேண்டா என்று டாக்டர் சம்சாரம் கூப்பிட்டது. நீயும் இங்க வர்றியா என்று சோலையும் கேட்டான்.

உள்ளே வந்து ஓலைப்பாயை விரித்துப் படுத்தான்... பசித்தது. உடனே எழுந்து சாப்பிடப் பிடிக்காமல் அப்படியே படுத்துக் கிடந்தான். கூரையைப் பார்த்தபடி அய்யாவின் ஞாபகம் பெருகிப் பெருகி வந்துகொண்டிருந்தது. அய்யாவின் தாடி அய்யாவின் வியர்வை வாசம் என.

●

26

தாமதம்

பாண்டி ஒர்க்ஷாப்பை விட்டுக் கிளம்பியபோது இருட்ட ஆரம்பித்திருந்தது. கூட வேலை பாக்கிற குமரன் சொன்னான். "பாண்டி, இன்னிக்காவது நேரே வீட்டுக்குப் போங்க" சிரித்துக் கொண்டே தலையை ஆட்டினான் பாண்டி.

ஆனால் அடுத்த தெரு திரும்பியதும் குமரன் டாட்டா சொல்லிப் பிரிந்தான். பாண்டி 'நேரே வீட்டுக்குப் போய் என்ன செய்யப்போகிறோம்' என்று நினைத்தான். அம்சவல்லி இந்நேரம் டேப்ரிக்கார்டரில் பாட்டுக் கேட்டுக் கொண்டிருப்பாள். 'காற்றுக் கென்ன வேலி கடலுக்கென்ன மூடி' அதுதான் பாஸ்கருக்கு பிடிச்ச பாட்டு. பாஸ்கர்...

ஒரு ஆம்லெட் வாங்கிக் கொண்டு கிளாஸைக் கையில் தூக்கிப் பார்த்தான் பாண்டி. இன்னும் பாதி இருந்தது. தான் எவ்வளவு நல்லவன், யாருக்காவது கெடுதல் நினைச்சது உண்டா? இந்த ஞாபகம் வந்ததும் மனசில் பெரும் இருட்டாய் சோகம் கவிந்தது. நீ ஒரு மிருகம். ச்சி... நீயெல்லாம் ஒரு மனுஷனா. அம்சா அழுதாள். குமுறலும் கேவலுமாக அழுதாள். பாண்டிக்கு தெரியும். அவள் பாஸ்கரை நினைத்துதான் அழுகிறாள் என்று.

கடையை விட்டு வெளியேறிய போது பாண்டி லேசாகத் தள்ளாடினான். இல்லை அப்படி ஒண்ணும் இன்னிக்கு ஜாஸ்தி இல்லியே... வாசனை பீடாவை வாயில் திணித்துக் கொண்டான். அம்சாவுக்கு வாடையைக் கண்டுபிடிக்க முடியாது என்று நினைத்துக் கொண்டான். குழந்தையின் நினைவு வந்தது. அவனுக்கு அழுகை வந்துவிட்டது. என்மேல் தப்பே இல்லடா கண்ணு. உங்க அம்மா செய்தது நாயமா? இன்னும் அவனை நினைக்கலாமா? நான் ரொம்ப நல்லவன்டா கண்ணா.

"நல்லவன் மட்டுமில்லை. நியாய அநியாயம் எதுங்கிறதும் தெரியும். நான் உனக்குத் தாலி கட்டிட்டேன்கிறதுக்காக உன்னை

எதுக்குமே கட்டாயப்படுத்த மாட்டேன். மனசார என்னக்கி உனக்கு தோணுதோ அதுவரைக்கும் நான் காத்திருப்பேன்'' ''முதலிரவில் அவளிடம் இதைச் சொன்ன போது பாண்டிக்கு உடம்பு புல்லரித்தது. தான் ஒரு உயர்ந்த கதாபாத்திரம் ஆகிவிட்டதாக நினைத்துப் புளகாங்கிதமடைந்தான்.

மறுநாள் பாஸ்கரைத் தேடி அவர் ஆபீஸ் போனான். ஆனால் அவர் வடக்கே வெகுதூரம் மாறுதல் வாங்கிக்கொண்டு போயிருந்தார். ''நேத்துத்தான் ரிலீவ் ஆகிப் போறாரு சார்'' என்றார்கள்.

ஊரிலிருந்து மூட்டை முடிச்சுகளோடு டவுனுக்கு குடி வந்தபோது பாண்டிக்கு லேசாக தாடி வளர்ந்திருந்தது. ஒர்க்ஷாப்பில் எல்லோரும் கேலி செய்தார்கள். குழந்தை பிறக்கும் வரைக்கும் எடுக்க மாட்டியா என்று. அவன் ஒரு புன்னகையில் எல்லாத்தையும் ஒதுக்கிவிட்டு வேலையில் கவனம் செலுத்தினான். என் மனம் என்னையன்றி யாருக்குத் தெரியும் என்று தத்துவமாக நினைத்துக்கொண்டான்.

அம்சவல்லியின் அப்பாவும் அண்ணனும் வந்திருந்த போதுகூட சொன்னான், ''காதலுங்கிறது புனிதமானதோ இல்லியோ எனக்குத் தெரியாது. ஆனால் அது ஒண்ணும் தப்பான விஷயமில்லை. நீங்க வெளிப்படையா எங்கிட்ட சொல்லியிருக்கலாம். இதுக்காக அம்சாவை மறுக்கிற ஆளில்லை நான். வீணாலே அவளைக் கொடுமைப்படுத்திட்டீங்க.''

ஆனால் அவனுடைய தியாக உள்ளத்தை ரெண்டு மாசமாகியும் அம்சா புரிந்து கொள்ளாதபோது பாண்டிக்கு ரொம்ப வேதனையாக இருந்தது. அவன் அவளை எவ்வளவு மதிப்புடன் நடத்தி வந்தான். தொட்டுப் பேசுவதே கிடையாது. ''நீங்க நாங்க'' என்று மரியாதையாகவே பேசினான்.

அவளாக மனம் திருந்தி இவனுடைய உயர்ந்த உள்ளத்தைப் புரிந்து இவன் காலில் விழுந்து ''என்னை மன்னிச்சு ஏத்துக்குங்க'' என்று வருவாள் என ஒவ்வொரு மாலைப் பொழுதும் எதிர்பார்ப்புடன் ஒர்க்ஷாப்பிலிருந்து திரும்பி வருவான். ஆனால் அவளோ டேப்பில் பாட்டுக் கேட்டபடி கண்களை மூடிப் படுத்திருப்பாள். நாளாக நாளாக அவன் பொறுமை இழக்க ஆரம்பித்தான்.

வேற ஒண்ணும் செய்ய வேண்டாம். சாயந்திரம் முக மலர்ச்சியோட 'வாங்க'ன்னு ஒரு வார்த்தை ஒரே ஒரு வார்த்தை. ஆனால் உண்மை அதுவல்ல. அவள் டேப்பில் பாட்டுக் கேட்பதுதான் பிரச்னை. அவனுக்கு வர வர அவள் யோசனையாய் இருந்தாலோ

அல்லது கண்களை மூடிச் சாய்ந்திருந்தாலோ வருத்தமாய் இருந்தாலோ கண்டிப்பாக அவள் பாஸ்கரை பற்றிய நினைவில்தான் மயங்கிக்கிடப்பதாக அவனுக்குப் புரிய ஆரம்பித்தது.

அவன் கல்யாணத்துக்கு முன்பு ஓரிரு தடவை சகாக்களோடு சேர்ந்து குடித்திருக்கிறான். சும்மா ஒரு ஜாலிக்காக. ஆனால் கல்யாணத்துக்குப் பிறகு இல்லவே இல்லை. அன்றைக்கு ஆயுத பூஜை லீவானதால் எல்லோரும் சாமி கும்பிட்டு விட்டு ஒர்க்ஷாப்பிலிருந்து நேரே கடைக்குப் போனார்கள். பாண்டி வீட்டுக்குப் போறேன் என்று பிடிவாதம் செய்தான். அட சும்மா வா மாப்ளே பகல்ல வீட்லே போயி என்ன பண்ணப்போறே என்று கேலி பேசிச் சிரித்தார்கள்.

ஒரு ஈ எறும்புக்குக்கூட கெடுதல் நினைக்காத எனக்கு ஏன் வாழ்க்கை இப்படி ஆனது? எல்லாரும் சந்தோஷத்தில் குடிக்க இவன் சோகமயமாகிக் கொண்டிருந்தான்.

அவள் எல்லாவற்றையும் மன்னிக்கத் தயாரானாள். குடிப்பது, இரவில் முரட்டுத்தனமாக நடந்து கொள்வது எல்லாவற்றையுமே. அவன் வேகமாப் பேசுகிறானே. அதை மட்டும் நிறுத்தினால் போதும். இந்த பச்சைக் குழந்தை என்ன செய்யும்? அது உன் பிள்ளைதாண்டா பாவி? அது உனக்கு என்ன கொடுமை செஞ்சது?

உடம்பை மட்டும்தானேடி எனக்கு?

காதுகளைப் பொத்திக் கொண்டு கத்தினாள். நிறுத்து மிருகமே. நீ எல்லாம் ஒரு மனுசனா... ச்சீ...

காலைப் பொழுதுகள் பாண்டிக்கு குற்ற உணர்வுடன் விடிந்தன. அவளிடம் மன்னிப்புக் கேட்கலாமா என்று நினைத்து மனம் குன்றி எழும்போது மணி எட்டுக்கு மேலாகியிருக்கும். எட்டரைக்கு ஒர்க்ஷாப்பில் நிற்க வேண்டும். அவரசரமாய் குளித்து கிளம்பும் போது அவள் டிபன் பாக்ஸை வெளியே எடுத்து வைத்துவிட்டு உட்புறம் திரும்பி அழுவது தெரியும். ஒவ்வொரு சமயம் பிள்ளையும் அந்நேரம் அழும். சரி, சாயந்திரம் வந்து எல்லாத்தியும் சரி பண்ணிறலாம் என்று சைக்கிளை எடுப்பான்.

மாலை திரும்பும் போது, காலையில் அவள் டிபன் பாக்ஸைக் கொடுத்துவிட்டுத் திரும்பி நின்று அழுதாளே, அந்தப் பாவியை நினைச்சுத்தானே அழுதாள். உடனே பாண்டிக்கு ஒரு ஈ எறும்புக்குக் கூடத் தான் தீங்கு நினைக்காதவன் என்பது ஞாபகம் வந்துவிடும். நேரே வீடு வர முடியாது.

சில நாள் ரொம்ப கட்டுப்பாட்டுடன் வீட்டுக்குத் திரும்பியிருக்கிறான். சினிமாவுக்கு இல்லாட்டி கோயிலுக்குப் போகலாமா? கோயிலுக்குப் போவமே. எல்லாத்துக்கும் சேத்து சாமிகிட்ட மன்னிப்புக் கேட்டு திருந்திடலாம் நாளயிலிருந்து என்கிற தீர்மானத்துடன்.

ஆனால் அன்றைக்கு பாத்து அவளுக்கு தலைவலி மண்டையைப் பிளக்கும். அல்லது அடிக்கடி வருகிற நெஞ்சு வலி வந்துவிடும். இல்லாட்டிப்போனா பிள்ளைக்கு முடியாமல் போகும். ப்ச் என்று விரக்தியடைந்து மெடிக்கல் ஷாப்புக்கு மருந்து வாங்கப் போவான்.

நான் திருந்தி வாழணும்னுதானே நினைக்கிறேன் அம்சவல்லியை இப்படி கொடுமைப்படுத்தி நோகடிக்க எனக்கு சம்மதமே இல்லையே. அவ நல்லா சீவி சிங்காரிச்சுக்கூட நிற்க விடாம பண்ணிட்டனே. நான் ஒரு பாவி. எந்த ஒரு ஈ எறும்புக்குக் கூட கெடுதி நினைக்காத நானா இப்படி ஆயிட்டேன். அடக்கடவுளே. ஒரு ஈ எறும்பு...

மருந்து வாங்கிக் கொண்டு திரும்பும் போது நடை தள்ளாடும். அவள் மறுபடி அழுவாள். பிள்ளை கண் திறக்காமல் கெடக்கும் போது இப்படி வந்து நிக்கறியே நீ ஒரு மனுசனா? ச்சீ...

அவள் ஒருபோதும் தன் மனசைப் புரிந்துகொள்ளமாட்டாள் என்று நினைத்து நெஞ்சு வேகும். பாண்டிக்கு கோயில் கொடை, ஊரில் கல்யாணம், விசேஷம் என்று அவளுடைய வீட்டுக்கு போய் தங்கி இருக்கிற ஒரு வாரம் பத்து நாள் பாண்டி அவளிடம் ரொம்ப மிருதுவாக நடந்து கொள்வான். பஸ் ஸ்டாப்பில் இறங்கி ஊருக்குள் நடக்கும் போது ஒரு பெரிய ஆலமரம் நிறைய விழுதுகளுடன் நிற்கும். அதைக் கடக்கும் போது பச்சையான ஒருவாசம் வரும். அந்த காற்றுப்பட்டதும் பாண்டி ஒரு பெருமூச்சு விடுவான். அவனுக்கு உடனே எல்லாம் ஞாபகம் வந்து விடும். தாலி கட்டிட்டான்கிறதுக்காக அவளைக் கட்டாயப்படுத்துகிற ஆள் இல்லை அவன்.

ஒரு உண்மையான கதாபாத்திரமல்லவா அவன்? முதலிரவில் பேசிய வசனங்களும் அன்றைய உன்னத மனநிலையும் கூட மீண்டும் ஞாபகம் வரும்.

திரும்ப ரெண்டு பேரும் டவுனுக்கு திரும்பி வீடு வந்து புழுக்கமான வீட்டின் காற்று வராத அறைக்குள் அவள் டேப் ரிக்கார்டரைத் தொட்டதும் பாண்டிக்கு தான் ஒரு ஏமாளி என்பது மறுபடி நினைவு வந்துவிடும். ஒரு ஈ எறும்புக்குக்கூட துன்பம் விளைவிக்காத தான் வஞ்சிக்கப்பட்டதை எப்படி மறக்க முடியும்?

தள்ளாடி வரும் அவன் சட்டையைப் பிடித்து ஆத்திரமாய் உலுக்குவாள். ஊரிலே எல்லோருடைய முன்னாலும் யோக்கியன் மாதிரி நடிச்சியேடா பாவி அம்சா... அம்சா-ன்னு ச்சீ... துரோகி அவள் கூட ஊரில் இருக்கும்போது நினைத்தாள். வாழ்க்கை இப்படியே நல்லபடியாகத் திரும்பிவிடட்டும். வேறு ஒண்ணும் வேண்டாம். அவன் குடிக்காமல் வீடு வந்தால் போதும். தன் மீதும் தப்பு இருக்கிறதே. என்றைக்கு அவனைச் சீராட்டிப் பாராட்டினேன்? அவனும் நல்லவன்தானே?

பாவி திரும்பவும் குடிச்சிட்டு வந்து நிற்கிறானே? எல்லாம் மறுபடி உடைந்து போனது. குமுறிக் குமுறி அழுதாள். ஆனால் அவனுக்குப் புரிந்துவிட்டது. அவள் ஏன் அழுகிறாள் என்பது. ஆத்திரமாய் வந்தது. அவளைக் கிழித்து உள்ளே இருக்கும் பாஸ்கரை எடுத்து வெளியே சாக்கடையில் போட்டு மிதித்து மண்ணோடு மண்ணாய்ப் புதைத்துவிட வேண்டும். எல்லாம் சரியாப்போகும். ராஸ்கல்...

ஒருமுறை அம்சாவின் அண்ணன் வந்தபோது பாண்டி குடி போதையில் கண் திறக்க முடியாமல் கிடந்தான். "சத்தம் போடக்கூடாது அம்சா" என்று அண்ணன் கடிந்து கொண்டபோது கண்கள் சிவக்க அண்ணனை ஒரு முறைப்பு முறைத்தாள். "பாஸ்கர்ங்கிற பேரை இனிமே வாயாலே சொல்லுவியா? சொல்லுவியா?" என்று வாயிலேயே அடித்தவன் அண்ணன். தலையைத் தாழ்த்திக் கொண்டான் அண்ணன். அன்று அடித்த கை கூசியது. பெரும் குற்ற உணர்வு அழுத்த ஊருக்குக் கிளம்பிப் போனான்.

மறுநாள் வழக்கம் போல பாண்டி எழுந்திருக்கவில்லை. வயிற்று வலியால் துடித்தான்.

"இதுக்கு மேல் குடிச்சே குடல் வெந்துதான் சாவே" என்று டாக்டர் சொன்னது அவன் லீவு முடியும் வரை காப்பாற்றியது. மறுபடி வேலைக்குப் போனான். ஆனால் ரொம்ப வயசாகிப்போனது போல உணர்ந்தான். சைக்கிள் மிதிக்கவே கஷ்டமாயிருந்தது. சாயங்காலம் ஒர்க்ஷாப் வாசலில் அம்சா குழந்தையுடன் வந்து நின்றாள். பாண்டி பதறிப்போனான். 'என்ன... என்னம்மா...' என்று வந்தான்.

"ஒண்ணுமில்லே. வாங்க வீட்டுக்குப் போவம்" என்று சொல்லி மெல்ல சினேகமாகச் சிரித்தாள். அவளைப் பின்னால் உட்கார வைத்து சைக்கிளை மிதிக்கிற தெம்பு இல்லையே என்கிற வருத்தம்

மனசை துன்பப்படுத்தியது. மெதுவாக உருட்டிக்கொண்டே நடந்தார்கள். சைக்கிள் பின் கேரியரில் உட்கார்ந்து வேடிக்கை பார்த்துக் கொண்டே வந்தான் பையன். பையனின் வெகுளியான குழந்தை முகம் இவளை மிகவும் வேதனைக்குள்ளாக்கியது. அம்சாதான் எப்படி இளைச்சுப்போயிட்டா. தலையைக்கூட சீராக வாரிப்பின்னாமல் சும்மா ஒரு முடிச்சுப்போட்டிருந்தாள். முகத்தில் பவுடர் பூசாமல் எண்ணெய் வழியும் முகம் போல் கரும் நிழல் படிந்திருந்தது. அவள் முகத்தைப் பார்ப்பதைத் தவிர்த்து முன்னே பார்த்தபடி சைக்கிளை ரோட்டில் உருட்டினான்.

பூக்கடைப் பக்கம் வந்ததும் அம்சா பூ வாங்கித் தரச்சொன்னாள். “கோயிலுக்குப் போயிட்டு வீட்டுக்குப் போவமா” என்றாள். இப்படி ஒரு சாயங்காலமும் தங்கள் வாழ்க்கையில் வந்தது நிஜம்தானா என்று தனக்குள் கேட்டபடி கோவிலுக்குப் போனார்கள்.

சாமி கும்பிடும்போது இருவர் கண்களிலும் நீர்நிறைந்து மனம் நடுங்கியது. சாமி, இப்பிடியே எல்லாம் சரியாக்கி விட்டுரு...

ராத்திரி பயல் உறங்கிய பிறகு அவனுக்குப் பால் ஆற்றி எடுத்துக் கொண்டு வந்தாள். மாத்திரையும் கொண்டுவந்தாள். அவன் பக்கத்தில் ரொம்ப நெருக்கமாக வந்து உட்கார்ந்தாள். சாயந்திரம் அவள் தலையில் வச்ச பூவின் வாசமும் மாத்திரையின் வாசமும் ஒரு சேர அவனைத் தாக்கின.

இந்த நெருக்கமும் அவள் உட்கார்ந்திருந்த ஓவியம் போன்ற சாய்வும் அவனால் தாங்க முடியவில்லை. அம்மா... என்று வாய் விட்டுக் கேவினான். மூஸ்மூஸென்று மூச்சை இழுத்துக்கொண்டு அழுதான்.

இந்த சாயந்திரமும் இந்த ராத்திரியும் நீ ஒர்க்ஷாப்புக்கு பிள்ளையோடு வந்ததும் கொஞ்ச காலம் முன்னாடியே நடந்திருக்கக்கூடாதா. தொலச்சிட்டோமே. தொலச்சிட்டோமே. நினைப்பே தாங்க முடியாததாகி மூர்ச்சை வந்தது போல அம்சாவின் மடியில் இற்று வீழ்ந்தான்.

அம்சாவும் அவனை ஒரு குழந்தையைப் போல ஆதரவோடு சேர்த்து கட்டிக்கொண்டாள்.

அன்று முதல் புதுவாழ்வு தொடங்கியதாகத்தான் இருவரும் நினைத்தார்கள். ஆனால் பாண்டி ஒர்க்ஷாப்பு விட்டு நேரே வீட்டுக்கு வந்தால் அம்சா டேப் ரிக்கார்டரில் பாட்டுக் கேட்டுக் கொண்டிருப்பாள். விஷம் தலைக்கு ஏறும் பாண்டிக்கு அடிக்க

கையை ஓங்கிகொண்டு வருவான். டேப்ரிக்கார்டரை தூக்கி விட்டெறியப் போவான். அப்படி ஏதாவது பண்ணினே? என்று அவள் மிரட்டுவாள். வாக்குவாதம் முற்றிவிடும்.

ஆனால் ராத்திரி பாண்டி 'போதாதா அம்சா? போதாதா?' என்று இறங்கி வருவான். அவளும், நீதானே அப்படி பேசினே? நான் சும்மா பாட்டுத்தானே கேட்டேன். அது தப்பா? என்று அவன் கையை இழுப்பாள். அவன் கிள்ளுவான். அவள் அவன் தலையில் கொட்டுவாள். அவன் செல்லமாக அவளை அடிப்பான். அடிச்சே? என்று அவள் விரலை ஆட்டிச் சிரிப்பாள்.

●

27

ஏழாம் திருநாள்

எல்லாம் முறைப்படித்தான் செண்பகவல்லி செய்து வருகிறாள். வேளை தவறாமல் மருந்து கொடுக்கிறாள். நாள் தவறாமல் டவுனுக்குப் போய் டாக்டருக்கு உண்டான காணிக்கையைச் செலுத்தி வருகிறாள். பீடிக் கம்பெனிக்கும் போகவில்லை. வீட்டில் வைத்து பீடி சுற்ற இலையும் வாங்கிவரவில்லை. எந்நேரமும் பிள்ளையைத்தான் பார்த்துக் கொண்டிருக்கிறாள்.

இருந்தாலும் பயலுக்கு வயித்துப் போக்கு நிக்கவே இல்லை. ஆறு நாளாகிவிட்டது. இடையிடையே வாயாலேயும் எடுக்கிறான். ஆறு மாசத்துப் பச்சை மண்ணு என்னத்துக்காகும். துணியோடு துணியாக துவண்டு போய் கிடக்குது. அவனைப் பாக்கப் பாக்க அவளுக்கு நெஞ்சை அடைத்துக்கொண்டு வருகிறது.

அவள் தன் உஷார் இல்லாமல் திரிந்தாள். என்ன செய்கிறோம் என்றே தெரியாமல் ஏதேதோ செய்து கொண்டிருந்தாள். வாசலுக்குப் போனாள். பிறகு உடனே திரும்பி உள்ளே போனாள். பிறகு பின்பக்கம் போவாள். திரும்ப உள்ளேயே வருவாள். சுத்திச்சுத்திப் பிள்ளையிடமே வந்தாள். இப்ப போயிருக்கானா என்று துணியைத் தூக்கிப் பார்ப்பாள். இல்லை என்று தனக்கே சொல்லிக்கொண்டு எழுந்து நிற்பாள்.

“சும்மா சும்மா படுத்திருக்கிற பிள்ளையை பாத்துகிட்டே நிக்காதே. எல்லாம் நாளக்கிச் சரியாப் போகும். மருந்து மட்டும் தவறாமல் குடுத்துட்டு உண்டான சோலிகளப் பாரு” என்று நிதமும் காலையில் வேலைக்குப் போகும்போது புருஷன் சத்தம் போடுவது ஞாபகம் வந்து அடுப்புக்கு போவாள். ஒரு ஏனத்தக் கழுவுவாள். உடனே பிள்ளை ஞாபகம் வந்துவிடும்.

இவள் வருகிறதைப் பார்த்து மனசு கேளாமல் கருப்பாயி மதினிதான் வந்து வந்து எட்டிப்பார்த்து விட்டுப் போவாள். தன் கையாலே சோத்தை அள்ளித் தின்னுட்டு தன் காலாலே பிள்ளை என்னைக்கு நடக்குதோ அது வரைக்கும் நமக்குத் துன்பந்தான்

என்றாள் மதினி. ஆறு பிள்ளைகளைப் பெத்து மூணு பிள்ளையைப் பறி கொடுத்தவள் அவள்.

“தைரியமா இருடா தாயி... புள்ளக்கி ஒண்ணுஞ் செய்யாது. அதுக்காக இப்பிடி கொலப்பட்டினியா நீ கிடக்கலாமா...” என்று ஒரு கிண்ணத்தில் நெல்லுச்சோறும் கட்டிப்பருப்பும் கொண்டு வந்து சாப்பிடச் சொல்லி வைத்துவிட்டுப் போனாள். அது தூண் ஓரத்தில் அவள் வைத்தபடிக்கே இருந்தது.

செண்பகவல்லிக்குச் சாப்பிடவே மனசு வரலை. சேலை முந்தானியைத் தரையில் விரித்துப் பிள்ளை பக்கத்தில் சுருண்டு படுத்தாள். கண் மூடிக்கிடந்தது பிள்ளை. ‘‘எஞ் செல்லமே, உனக்குச் சீக்கிரமா தேவலையாகாதா... ஏ மாரித்தாயி எம் புள்ளயக் காப்பாத்து... என்று மனசு உருகினாள். சரியாப் போனதுனா தாயீ... உன் சந்நிதியில் பிள்ளக்கி முடி இறக்கி மாவிளக்கு எடுப்பேன்’’ என்று மறுபடி உறுதியாக சாத்தியம் செய்தாள்.

என்னவோ தோன்றியது போல கொஞ்சம் பதறி எழுந்து பிள்ளையின் நெஞ்சுத்துடிப்பை உற்றுக் கவனித்தாள். மூச்சு வருகிறதா என்பதை உறுதி செய்தாள். ச்சி... எம் புள்ளக்கி என்ன? ஒண்ணுமேயில்லை. வாயாலே வயித்தாலே போறது ஒரு பெரிய இதா? நாளக்கே கூட சரியாப் போகும். என் புத்தி ஏந்தான் இப்படிப் போகுதோ...

அவள் புருஷன் சொல்வதுபோல ஒண்ணுமில்லாததைப் போட்டு தான் தான் பெரிசுபடுத்திக்கொண்டு வீணாய்க் கவலைப்படுவதாக தோணியது. என் செல்லத்துக்கு ஒண்ணுமில்லை.. என் ராசா... என்று உச்சி மோந்து முத்தமிட்டாள். சரி... இந்த மதினி குடுத்த சோத்தைத் தின்னுட்டு உலையை வப்போம்... ராத்திரியாச்சும் அந்த மனுஷன் பாவம் நல்ல சோறு சாப்பிடட்டும் என்று நினைத்தபடி சாப்பிட்டாள். கொஞ்சம் தெம்பு வந்தது மனசுக்கு. வேகமாக வேலையில் இறங்கினாள்.

உலை கொதித்துக் கொண்டிருக்க அடுப்பில் விறகைத் தள்ளிவிட்டபடி தன்னை மறந்து தீயைப் பார்த்துக் கொண்டிருந்தாள். பிள்ளை வயிறு ஒட்டிக்கிடக்கையில் தான் மட்டும் பருப்பும் சோறும் தின்றது உறுத்த ஆரம்பித்தது, வயிற்றைப் பிசைந்தது. எழுந்து பிள்ளையிடமே வந்தாள்.

வந்து பார்த்தாள். துணியெல்லாம் மஞ்சளாக மறுபடி. எந்தெய்வமே..என்று சத்தமாக வாய்விட்டு அரற்றி நான் என்ன செய்வேன்... என்ன செய்வேன்... ஏ மாரித்தாயி என்று வாய்

குழறினாள். தலையைச் சுற்றுகிறாற்போல வந்தது. துணியை மாற்றிக் குழந்தைக்குச் சுத்தம் செய்தாள்.

பல்லைக் கடித்து அடக்கியும் முடியாமல் வெடித்து, வெடித்து கேவினாள். துணிகளைப் பின்புறம் கொண்டு சென்று அலசினாள். எம்மா... இப்பிடிப் போகுதே பிஞ்சு வயிறு எப்பிடித் தாங்குமோ என்று துணியைக் கையில் வைத்துப் பார்த்து பார்த்து முட்டங்காலில் முகத்தைத் தேய்த்து அழுதாள்.

இதுக்கு முந்தி ரெண்டு முறை உண்டாகியிருந்தும் பிள்ளை தங்கவில்லை. ஆறாவது மாசத்திலும், எட்டாவது மாசத்திலுமாக ரெண்டும் கழிந்துவிட்டது. மாமியாக்காரி அப்பப் பேசின ஜாடைமாடை இப்ப நெனச்சாலும் நெஞ்செல்லாம் வலிக்கும். இவள் புருஷன் கூட ஆஸ்பத்திரியில் வயித்தைக் கழுவிப் பாப்பமா என்று கேட்டான்.

அந்தத் துன்பமெல்லாம் தீர மூணாவதாக இவன் ஜனித்தான். பத்து மாசமும் உசிரைக் கையில் பிடிச்சுத்தான் நடந்தாள். அப்படியும் ஆயுதம் போட்டுத்தான் இவனை எடுத்தார்கள்.

இவனையும் பறிச்சுராதே தாயி என்று வேண்டிக்கொள்ள நினைத்து, பிறகு உடனே அப்படி நினைப்பு வந்ததுக்காக வாயில் அடித்துக் கொண்டாள்.

துணியை அலசிக் காயப்போட்டுவிட்டு வந்தாள். புள்ள கண்ணே திறக்கவில்லை. எப்படி முகம் பார்த்துச் சிரிப்பானே எஞ் செல்லம். தங்கம்... தங்கம்... என்று சத்தமாக கூப்பிட்டாள். துணியை அலசின வாடை திடீரென இப்போது முகத்திலடித்த மாதிரி வயிற்றைக் குமட்டிக் கொண்டு கண்ணை இருட்டி வந்தது.

பிள்ளை மேலே விழுந்துவிடக் கூடாதென்று ரெண்டடி பின் வாங்கினாள். உடனே அடிவயிறு எவ்விக் கொள்ள வாந்தி வந்தது. உடம்பெல்லாம் நடுங்க பல்லைக் கட்டிக்கொண்டு வந்தது. ஸ்... ஊ ஊ என நடுங்கினாள். அப்படியே சுருண்டாள்.

ராத்திரி புருஷன்காரன், "சோறு தீஞ்சு போச்சு. வாயில் வைக்க முடியலை" என்று சத்தம் போட்டபோது கேவி அழுதாள்.

சரி சரி, உடனே ஒப்பாரி வைக்காதே என்று அடக்கினான். கையைக் கழுவிவிட்டு வந்து "இன்னக்கி எத்தனை மட்டம் வயித்தால் போச்சி" என்று கேட்டான்.

"அது போயிக்கிட்டேதானே இருக்கு. எங்க நின்னுருக்கு" என்று மூஸ் மூஸென்னு மூச்சிரைப்புக்கு ஊடே சொன்னாள்.

“சரி. வாயாலே எத்தனை மட்டம் எடுத்தான்?” கொஞ்ச நேரம் யோசித்தாள். இன்றைக்கு வாயாலே எடுக்கவே இல்லை.

“பிறகு? அதான் நாஞ் சொல்லிக்கிட்டே இருக்கேன் கொஞ்சம் கொஞ்சமாத்தான் சரியாகும். நீ கேட்டாதானே?”

அவளுக்கும் யோசனையாகிவிட்டது. இன்று முழுக்க வாயாலே எடுக்கவில்லை. அவள்தான் கக்கிக் கொண்டு கிடந்தாள். அப்பன்னா பிள்ள உடம்பு சரியாயிருமா? கொஞ்சம் நம்பிக்கை வந்த மாதிரி இருந்தது.

ராத்திரி வேளை மருந்தையும் டாக்டர் எழுதிக் கொடுத்த மாவுக்கஞ்சியையும் கரைத்துப் புகட்டினாள். புருஷன் தூங்கின பிறகும் அவள் தூங்காமல் சிம்னி விளக்கைத் தூண்டிவிடுவதும் துணியைப் பார்ப்பதும் ‘சரியாப்போகும்’ என்று வாய்விட்டுச் சொல்லிக்கொண்டு படுப்பதுமாக இருந்தாள். பிறகு தன்னை மறந்து தூங்கிப்போனாள்.

சாமத்தில் புருஷன் முழிப்புத்தட்டி நைஸாக அவளைச் சீண்டினான். ச்சீ… என்று அவனைத் தட்டி விட்டு “ஐயோ தூங்கிட்டமே” என்று பதறி எழுந்து விளக்கை எடுத்துக் கிட்ட வைத்துப் பயலை பார்த்தாள். இல்லை. வயித்துப்போக்கு நின்றுவிட்டது.

உடனே அவளுக்குப் பசி கிள்ளியது. நேற்று மதியம் ரெண்டு வாய் கஞ்சி குடித்தது. அந்நேரமே எழுந்து போய் சோற்றை வைத்துச் சாப்பிட்டாள். வந்து படுக்கவும் புருஷன் மறுபடி சுரண்டினான். இப்போது அவள் தட்டவில்லை. அவன் பிடிக்குள் கோழிக்குஞ்சு மாதிரி அடங்கிக் கிடந்தாள்.

அதிகாலையில் ஒருக்க எழுந்து பார்த்தாள். பிள்ளை அசந்து தூங்கிக் கொண்டிருந்தான். ‘தூங்கட்டும் தூங்கட்டும்’ என்று சொல்லிக்கொண்டாள். ராத்திரி போட்டிய கஞ்சி வயிற்றில் தங்கிவிட்டது. இனி வயிறு குளுந்துரும் என்று நினைக்கவும் தூக்கமெல்லாம் போய்விட்டது. எழுந்து சோறாக்கப் போனாள்.

தூக்குவாளியை சைக்கிளில் மாட்டிக் கொண்டு புருஷன் வேலைக்குக் கிளம்பியபோது கருப்பாயி மதினி வந்தாள், “என்னடா தாயி… பய எப்பிடி இருக்கான்” என்றபடி.

அவன் குறுக்கிட்டு “பய நல்லாத்தானக்கா இருக்கான். இவதான் கழுத மனுசர நிம்மதியா வேலக்கிப் போக விடமாட்டங்கா” என்றான்.

“ஆமப்பா... உனக்கென்ன சொல்லிட்டுப் போயிருவே. நேத்து இவ கிடந்த கிடை எனக்குல்லா தெரியும்.”

அவன் கேலியாக சிரித்தபடி சைக்கிளில் ஏறி மிதித்தான்.

கதவைச் சாத்திவிட்டு உள்ளே வந்து அந்த மருந்துப் பாட்டிலையும் கஞ்சி மாவு டப்பாவையும் வாஞ்சையுடன் கையில் எடுத்துப் பார்த்தாள். ஏதோ சத்தம் கேட்டுப் பிள்ளையிடம் வந்து பார்த்தாள். மறுபடி துணி மஞ்சளாகியிருந்தது. திகிலடைந்து போனாள். வேகமாகப் புருஷனைக் கூப்பிடத் திரும்பினாள். ஆனால்... மறுபடி நன்றாகக் கவனித்தபோது நேற்றுப்போல வயிற்றுப்போக்காக இல்லை. “ராத்திரி மாவுக்கஞ்சி குடிச்சானில்ல'' என்று சொல்லிக் கொண்டாள்.

சுத்தம் செய்து வேறு படுக்கை விரித்து பயலைத் தூக்கிப் படுக்கப் போட்டாள். பயல் கண் முழித்துப் பார்த்தான்.

அவள் கோபம் கொண்ட மாதிரி “உங்கள் அப்பன் இருக்கிற வரைக்கும் பேசாம இரு. அவரு போனப் பிறகு என்ன பயம் காட்டு. உன்ன என்ன செய்றம் பாரு...” என்று அடிக்கக் கையை ஓங்கினாள்.

ஆறு நாளைக்குப் பிறகு பயல் முகம் பார்த்துச் சிரித்தான்.

●

28

அலையும் வாசம்

புளிப்பு வாசம் அறையெங்கும் பரவியது. சுவாசத்தில் கலந்து புளிப்பு தலைக்கு ஏறவும் தம்பிக்கு முழிப்புத் தட்டியது. கண்ணை மூடியபடி படுத்திருந்தான். கட்டிலில் அடுத்தடுத்து குழந்தைகள் இருவரும் மனவியும் படுத்திருந்தார்கள். ஃபேன் புளிப்பைச் சுற்றிச் சுற்றி விட்டது. பக்கத்தில் புளிய மரம் ஏதுமின்றி வாசம் வந்தது எப்படி எனத் திகைக்கையில் யாரோ நம்பியை தட்டி எழுப்பினார்கள். பாட்டியின் கை தொட்ட மாதிரி இருந்தது. ஆனால் பாட்டி இறந்து ஒரு வாரமாச்சே. மீண்டும் பலமாய் தட்டியதும் திகிலுடன் கண்விழிக்க திறந்த ஜன்னல் வழியாக புளிய மரத்தின் கிளை ஒன்று உள்ளே கட்டில் வரை நீண்டு பசிய புளி இலைகளுடன் அவனைத் தட்டிக் கொண்டிருந்தது. உடனே சாத்தூரப்பன் ஞாபகமும் புளிய மர உச்சியில் நின்று முனி ஆடுமே என்ற ஞாபகமும் வர முனியசாமி... முனியசாமி... முனியப்பா... முனியப்பா... என்று ஜபிக்க ஆரம்பித்தான். மரக்கிளை மெல்ல மெல்ல தன் நீளம் சுருக்கி ஜன்னல் வரை போனது. அது ஜன்னலுக்கு வெளியே போனதும் எழுந்து ஓடிப்போய் ஜன்னல் கதவுகளை அடைத்தான். அடுத்த ஜன்னலையும் அடைத்தான். கதவையும் தாளிட்டான்.

குழந்தைகளை இரவு விளக்கின் நீல ஒளியில் பார்த்தான். முனியின் கோபம் ஏதும் செய்துவிடக்கூடாதே என கொஞ்சம் விபூதியை எடுத்து முனியப்பா காப்பாத்து என்று மனசில் சொல்லி தூங்கும் குழந்தைகளின் நெற்றியில் இட்டான்.

நீதான் துணையப்பா என்று சொல்லிக் கொண்டான். அவ்வளவுதான். நம்ம குலதெய்வம் முனியப்பன் பேரைச் சொன்னால் எப்பேர்ப்பட்ட முனியும் ஓடிப்போயிராதா என்றான் சாத்தூரப்பன். நம்பியும் மற்ற சேக்காளிகளும் சாத்தூரப்பனைச் சுற்றி உட்கார்ந்திருந்தார்கள். கண்மாய்க் கரையில் வேலி மர நிழலில் சபை

கூடியிருந்தது. அந்நேரவரைக்கும் கள்ளன் போலீஸ் விளையாடி களைத்திருந்தார்கள். எப்போதும் கள்ளன் சாத்தூரப்பனை மட்டும் யாராலும் பிடிக்க முடியாது. பிடிபட்டால்தானே அடுத்த ஆட்டையில் போலீஸ் ஆக முடியும்? அவன் ஒருபோதும் போலீஸாகவே மாட்டான். எல்லா ஆட்டையிலும் கள்ளன் தான். எந்த மரத்திலும் உச்சிக்கு ஏறிவிடும் அவனை யாரால் பிடிக்க முடியும்?

நம்பி எப்போதும் போலீஸ்தான். நம்பி போலீஸ் என்றால் எல்லோருக்கும் குஷியாக இருக்கும். அவனால் மரத்தில் ஏறமுடியாது. ரொம்ப பயந்தாங்குளி. தண்ணீருக்குள் காலை வைக்கவும் பயப்படுவான். கண்மாய்த் தண்ணீருக்குள் பத்தடி போனால் ஒரு சின்னத்திடல் உயரமாய் இருக்கும். அதில் ஏறி நின்று கொள்வார்கள். சில பையன்கள் மரத்தில் ஏறிவிடுவார்கள். நம்பிக்கு அழுகை வந்து போங்கடா நான் ஆட்டைக்கு வல்லே என்பான். சாத்தூரப்பன்தான் சரி நான் இறங்கி வர்றேன் பிடி என்று தரைக்கு வருவான். எப்படி தரையில் குதிப்பான். எப்படி ஓடுவான்னே கண்டுபிடிக்க முடியாது. வேகுவேகு என்று பின்னால் ஓடியதுதான் மிச்சம். நம்பியால் பிடிக்க முடியாது. மூச்சு மேலும் கீழும் இரைக்க நம்பி அழுவான். சரி சரி அழாதே என்று சாத்தூரப்பன் கிட்ட வந்து தொட்டுக்கோ என்று கையை நீட்டுவான். நம்பி தொடப்போகும் சமயம் டக்கென்று கையைப் பின்னுக்கு இழுத்து மறுபடி ஓடுவான். நம்பி அழுகையைப் பெரிதாக்குவான்.

சரி, போதுமப்பா விளையாட்டு என்று எல்லோரையும் கூட்டிக் கொண்டு சாத்தூரப்பன் அந்த ஒத்தைப் புளிய மரத்துக்குப் போவான். அந்தக் கூட்டத்தில் சாத்தூரப்பன்தான் கொஞ்சம் உயரமாக இருப்பான். நம்பியும் அவனும் ஒரே கிளாஸ்தான். சாத்தூரப்பன் ரெண்டு ரெண்டு வருஷமாக ஒவ்வொரு வகுப்பையும் கடப்பதால் வயது அதிகமானாலும் நம்பியோடு இருந்தான்.

ஒத்தைப்புளிய மரத்தைப் பார்க்க அவன் நடந்ததும் சில பையன்கள் எங்க அம்மா தேடுவா நாம் போறேன் என்றோ, சாப்பிட நேரமாச்சு நாம் போறேன் என்றோ நைசாக கழன்று விடுவார்கள்.

அது தன்னந்தனியாக கண்மாய்க்கரை மீது நின்று கொண்டிருந்தது. சுடுகாட்டுக்குப் போகிற வழியில் கிளைகள் விரித்து நின்றது. பெரிய மரம். முண்டுகளோடும் பருத்த கிளைகளோடும் கொப்புகளோடும் நம்பிக்கு பாட்டியை நினைவுபடுத்தி அசைந்து நிற்கும். அதன்

உச்சியில் முனி இருந்தது. முனி இருந்த காரணத்தால் அந்த மரத்துப் பழங்கள் அப்படி இனிக்கும்.

சாத்தூரப்பன் இல்லாமல் நம்பி அந்தப் பாதைக்கே போக மாட்டான். அது காற்றில் ஆடுவதைப் பார்க்கப் பயமாக இருக்கும்.

அதிலும் சாயங்காலம் இருட்டுகிற நேரத்தில் முனி கீழே இறங்கி கண்மாயில் குளித்து முழுகி மரம் ஏறும் சமயங்களில் தலையை விரித்துப் போட்டு கால்களை நீட்டி மரத்தடியில் உட்கார்ந்து ஈரத்தை உலர்த்தும். அந்நேரம் பேய்க் காற்று வீசும். மரம் வேரோடு அசையும். ஒரு பயல் அந்நேரம் நிற்கமாட்டான். ஓட்டம் கிண்ணி விடுவார்கள். வீட்டுக்கு ஆனாலும் கூட விளையாட்டு மும்முரத்தில் சில சமயம் மறந்து போகும். இருட்டுகிற நேரத்திலும் புளிய மரப்பக்கம் விளையாடிக் கொண்டிருப்பார்கள். மர உச்சியிலிருந்து நடுக்கண்மாய்க்குள் முனி குதிக்கும் போது தான் எப்படியும் சத்தம் கேட்டு விடுமே. தொப்பென்ற சத்தம் கேட்டதும் பயகளுக்கு ஞாபகம் வந்துவிடும். அவ்வளவுதான். கூப்பாடு போட்டபடி பின்னால் திரும்பிப் பார்க்காமல் ஓட்டம் எடுப்பார்கள்.

ஆனால், அந்த நேரத்திலும் சாத்தூரப்பன் பயப்படாமல் அதே நேரத்தில் ஏறி புளியம்பழம் பறித்து வருவான். அந்நேரம் பறிக்கும் பழம் மாம்பழம் மாதிரி இனிக்கும். பேய் பிடித்தவர்களின் பேயை ஊருக்கு அப்பால் விரட்டும்போது சுடுகாட்டு ஒத்தப்பனையிலும் இந்தப் புளிய மரத்திலும் ஆணி அடிப்பார்கள். பனையேறி மகள் இருளாயிக்கு பிடித்த பேயை விரட்டியபோது அடித்த ஆணி ரொம்ப பெரிய ஆணி. அதில் காலை வைத்துதான் சாத்தூரப்பன் மரம் ஏறுவான்.

நம்ம குல தெய்வம் முனியப்பன் இருக்கையில் எந்த முனி நம்மள என்ன செய்யும். அவன் சொல்லும் போது சுற்றிலும் உட்கார்ந்திருக்கும் யாருக்கும் கேள்வி கேட்கத் தோன்றாது. குடிமகன் வேல்சாமியின் மகன் அவன். அவனுக்கு கண்டிப்பாக எல்லாம் தெரிந்திருக்கும். அவனால் முடியாததும் எதுவும் கிடையாது. வேல்சாமியைப் பற்றி பாட்டி நிறைய கதை சொல்லியிருக்கிறாள்.

நடுச்சாமத்தில் கூட சாத்தூரப்பன் தனியாக சுடுகாட்டுக்குப் போயிருக்கிறான். அன்னைக்கு ஒரு நாள் ராத்திரி அவன் ஒன்றுக்கு இருக்க எழுந்து வெளியே வந்தபோது சுடுகாட்டுப் பக்கம் ஒரே சத்தமாகக் கேட்டிருக்கிறது. உடனே சரி என்னான்னு பாப்பமே என்று சாத்தூரப்பன் கிளம்பி விட்டான். புதருக்குள் மறைந்து, மறைந்து போய் சுடுகாட்டுப் புளிய மரத்தில் பசக்குன்னு மேலே

ஏறி வசம்மாக ஒரு கொப்பை பார்த்து உட்கார்ந்து கொண்டு ஒளிந்து ஒளிந்து பார்த்தான்.

எரிந்து கொண்டிருக்கிற பிணத்தின் சதையையும் எலும்புகளையும் பங்குபோட பூதங்களும் பிசாசுகளும் போட்ட சண்டை இருக்கே, ராத்திரி வீடு வீடாப் போயி சோறு வாங்க எங்க அய்யா ஒரு ஈயச்சட்டி வச்சிருப்பாரே அது மாதிரி பெரிய சட்டிகளை வச்சிக்கிட்டு ஒவ்வொரு பிசாசும் போட்ட சண்டை இருக்கே, சேச்சே ச்சே... என சாத்தூரப்பன் பெரியாள் மாதிரி சலித்தான்.

அந்தச் சண்டையில் பேய் வரலியா என்று நம்பி கேட்டான். சாத்தூரப்பன் பேச்சை நிறுத்தி நம்பியை கேலியாகப் பார்த்தான். பேய் வேறே பூதம் வேறயா? ஆம்பளைப் பேய்தான் பூதம். பொம்பளைப் பேய்தான் பிசாசு என்றான். இதுகூடத் தெரிலியா உனக்கு. பெரிய பஸ்ட் ரேங்க் வாங்கிற? என்று பையன்கள் சிரித்தார்கள். நம்பி முகம் வாடியது. சரி சரி, விடுங்கப்பா பிள்ளை முகம் வாடிப்போச்சு என்றான் சாத்தூரப்பன். மேலும் சிரிப்பு உண்டாகும்.

அந்த மாதிரி நேரங்களில் சாத்தூரப்பனை நம்பிக்கு பிடிக்கவே செய்யாது. அதேபோல விளையாட்டு முடிந்து கண்மாயில் பயக குதியாளம் போடும் போதும் எல்லாப் பயகளும் டவுசர்களை கரையில் கழட்டிப் போட்டுவிட்டு உள்ளே குதிப்பான்கள். நம்பி கரையில் டவுசர்களுக்குக் காவல் இருப்பான். அவனுக்கு நீச்சல் தெரியாதே. கண்மாய்ப் பக்கமே போகக்கூடாது என்று தினமும் அம்மா வேறு சொல்லி அனுப்புவாள்.

நல்லா கறியும் சோறும் திங்கணுமப்பா. அப்பத்தானே வீரம் வரும். வெறும் கத்தரிக்காய் திங்கிற சாதியிலே பிறந்திட்டியே. நீ எங்கே நீஞ்சப்போறே என்று நம்பியை சாத்தூரப்பன் கேலி பேசுவான். மற்றவர்கள் முன்னிலையில் அவமானப்பட்டு நம்பி கோபமாக 'போடா' என்று வீட்டுக்குப் போய்விடுவான். அப்புறம் கொஞ்சம் நாள் நம்பி விளையாடவே வர மாட்டான் வீட்டிலேயே கிடப்பான். அல்லது சாத்தூரப்பன் கோஷ்டி இல்லாத வேறு பிள்ளைகளோடு வீட்டுப்பக்கமாக தெருவில் விளையாடுவான். அதற்குள் சாத்தூரப்பன் கோஷ்டி பூச்சி ஓடைக் காட்டுக்குள் வேட்டைக்குப் போயிருப்பார்கள். குடிமகன் வேல்சாமி பெரிய வேட்டை நாய்கள் வளர்த்தார். பனையேறி மாடசாமி, குருவன், பள்ளத்தெரு ஆட்களில் சிலர் எல்லாம் ஒரு வேட்டைகோஷ்டி. அது பெரியாட்கள் வேட்டை சாத்தூரப்பன் தலைமையில் சின்னக்

கூட்டம் ஒரு தெரு நாயை இழுத்துக் கொண்டு போகும். வேட்டை முடிந்து சாயங்காலம் ஒத்தப்புளியமரம் வந்து புளியம்பழம் தின்று கண்மாயில் குளித்து அன்றைய ஆட்டை முடியும்.

நம்பி எல்லாம் கேள்விப்பட்டு போனாப்போகட்டும் என்று வீட்டிலே இருப்பான். எல்லாம் நாலைந்து நாள் தான். ஆறாவது நாள் சாத்துரப்பன் நம்பியைத் தேடி வந்துவிடுவான். வாசலில் நின்று நம்பி நம்பி என்று கூப்பிடுவான். நம்பி வந்ததும் கையில் பொத்திக்கொண்டு வந்த சின்னஞ்சிறு கவுதாரிப் பறவையைக் காட்டுவான். ‘கிச் கிச் கிச்’ என்று சிவந்த வாயைத் திறந்து கத்திக் கொண்டிருக்கும். கறுப்பும் வெள்ளையுமாய் புள்ளிகளுடன் வேட்டையில் பிடிச்சது என்பான். நம்பி மெதுவாக அதைத் தொட்டுப்பார்ப்பான்.

உனக்குத்தான் வச்சுக்கோ என்று சாத்தூரப்பன் கொடுப்பான். நம்பி அவசரமாக கையைப் பின்னால் இழுத்து, வேண்டாம், வேண்டாம், நீயே வச்சிக்க என்பான். சாத்தூரப்பன் சிரிப்பான். கத்திரிக்கா ஞாபகம் வந்து நம்பிக்கு கோபம் வரும்.

சரி, கவுதாரிக்கு வயிறு பசிக்குது. கவுதாரிக்கு கொஞ்சம் அரிசியும் கவுதாரிக்காரனுக்கு கொஞ்சம் தின்பண்டமும் கொண்டா என்று சாத்தூரப்பன் கேட்பான். ஒண்ணும் கிடையாது போ என்பான் நம்பி.

‘இங்க பாரு வீட்டு வாசலுக்கு வந்த பட்சிகளை பசியாத்தாம பட்டினியா அனுப்பறது பெரிய பாவம்’ என்று ஒரு குறவர் குழந்தைகளை மிரட்டினார். குழந்தைகள் உள்ளே ஓடி வந்து நம்பியின் மனைவியிடம் கொஞ்சம் அரிசி வாங்கிக்கொண்டு வாசலுக்கு ஓடினார்கள். நம்பி ஈஸிசேரை விட்டெழுந்து வாசலுக்குப் போனான். “டாடி டாடி, இது என்ன பேர்ட் டாடி?” என்று குழந்தைகள் குதித்தன. காம்பவுண்டுக்கு வெளியே காடை கவுதாரிகளுடன் குறவர் நின்று கொண்டிருந்தார். காடைகளைப் பார்த்ததும் நம்பிக்கு ஊர் ஞாபகம் வந்தது. குறவர் உடம்பெல்லாம் சிரங்கு. கொளுத்தும் வெயிலில் செருப்பில்லாமல் நின்று கொண்டிருந்தார்.

“சாமி இதுகளை வச்சிக்கிட்டு பத்து ரூபா குடு சாமி” என்றார்.

“வாங்கிடலாம் டாடி... டென் ரூபீஸ்தானே, டாடி” என்று குழந்தைகள் குதித்தன. மம்மிகிட்ட கேட்டுட்டு வாங்கலாம் என்றான் நம்பி. குழந்தைகள் உள்ளே ஓடின. போன குழந்தைகள் திரும்பி வாசலுக்கு வரவில்லை. மம்மி வேண்டாம் என்று சொல்லியிருப்பாள் என்பதுதான் நம்பிக்குத் தெரியுமே. குறவருக்கு ஒரு ரூபாய் கொடுத்துப் போகச் சென்னான். கவுதாரி நம்பியைப்

பார்த்து கத்திக்கொண்டே போனது. அது சொன்ன சேதி நம்பிக்குப் புரியவில்லை. கீச்கீச்சென்ற அதன் குரல் மட்டும் ரொம்ப நேரம் கேட்டுக் கொண்டேயிருந்தது.

ஊரின் மத்தியான வெயிலை ஞாபகப்படுத்திய கீச்சொலியாக அது வெயிலில் கரைந்து போனது. உச்சிவெயிலில் பட்சிகள் கரையும். புளிய மரத்தில் உட்கார்ந்திருக்கும் பட்சிகளெல்லாம் உச்சி நேரத்தில் அலறி எழுந்து மரத்தை விட்டுப் பறக்கும். அது முனி உச்சத்தில் தலையை ஆட்டும் நேரம்.

லீவு நாளில் உச்சி நேரத்தில் நம்பியை வெளியே விடமாட்டாள் பாட்டி. வெளித் திண்ணையில் படுத்துக் கொண்டு காவல் இருப்பாள். பேசாம உள்ளேயே கிடக்கணும். பாட்டிக்கு ஆஸ்பத்திரியில் வைத்துப் பேரன் தன்னை கவனிக்கவில்லையே என்ற ஏக்கம் சாகப் போகிற நாட்களில் அதிகமானது. ரெண்டு மாசம் படுத்தே கிடந்தபோது நம்பி எட்டிக்கூடப் பார்க்கவில்லை. வங்கியில் ஆடிட் நடந்துகொண்டிருந்தது. அப்புறம் திருவனந்தபுரம் ட்ரெயினிங் வந்துவிட்டது. ட்ரெயினிங்கில் இருந்தபோது பாட்டி இறந்த சேதி வந்தது. வரமுடியாமல் போய்விட்டது.

ட்ரெயினிங் முடிந்து வந்ததிலிருந்து பாட்டியின் தோற்றம் இருந்து மறைந்ததான வெற்றிடக்கோடு திரும்பிய பக்கமெல்லாம் தெரிந்தது.

அத்தையின் வீட்டில் இறங்கினான் நம்பி. பாட்டி கடைசி நாளன்று படுத்திருந்த திண்ணையில் குத்துவிளக்கு எரிந்து கொண்டிருந்தது. அப்பா இருந்திருந்தால் கிழவியை டவுனுக்கு கொண்டு போயி பார்த்திருப்பாரு; பேரன் விட்டுட்டான் என்று ஊரார் பேசிய பேச்சு அந்த வீடு முழுக்க நிறைந்திருந்தது. வீட்டுக்குள் இருக்க முடியாமல் திணறியது நம்பிக்கு.

சாத்தூரப்பன் வீட்டைத் தேடிப் போனான். பெரிய பெரிய தெருவாக முன்பு தெரிந்ததெல்லாம் இப்போது சந்துகள் போலத் தெரிந்தன.

முடி வெட்டுகிற கத்திரிக்கோலின் சத்தம் துரிதமாகக் கேட்டது. சாக்கு விரித்து அதில் ஒரு கருத்த பெரியவரை உட்கார்த்தி சாத்தூரப்பன் முடிவெட்டிக் கொண்டிருந்தான்.

சுற்றிலும் உரோமங்கள் தெறித்து விழுந்துகொண்டிருந்தன.

வேட்டை நாய்களின் குரலை அடக்குகிற வேல்சாமியின் குரலைக் காணோம். வெளித்திண்ணையில் கண்பார்வை தொலைந்து

சுருங்கிய உடம்புடன் வேல்சாமி படுத்துக்கிடந்தார். சாயங்கால வெயிலானாலும் சூடு தணியாமலிருந்தது. சாத்தூரப்பனின் அய்யாவுக்கு வணக்கம் சொன்னான். "யாரு…" என்று அவர் எழுந்து உட்கார்ந்து துழாவினார். அவர் கைகளைப் பற்றி "நம்பி" என்றான்.

"அய்யா நீங்களாய்யா… நல்ல புள்ளை… நல்ல படிப்பு படிச்சு நல்ல உத்தியோகத்துக்குப் போன புள்ள."

சாத்தூரப்பன், நம்பியின் குரல் கேட்டு ஒரு கணம் முடி வெட்டுவதை நிறுத்தி திகைத்து "வாங்க நம்பி" என்றான். "எப்ப வந்திக" என்று கேட்டபடி மறுபடி கத்திரியைப் போட்டான். பெரியவரை அனுப்பிவிட்டு சாக்கை உதறி வியர்வையைத் துண்டால் துடைத்தபடி "அம்மா எல்லாம் சுகந்தானே" என்றபடி வெளியே வந்தான். முகம் முற்ற ஆரம்பித்திருந்தது. ரெண்டு மூணு இடங்களில் நரை முடி. "பாட்டி செத்ததுக்கு வரலே போல" என்றான்.

"ஆமா… ட்ரெயினிங்… அதான் இப்ப வந்தேன்."

நம்பி புளிய மரத்தைப் பற்றிய நினைவுகளுடன் இருக்க சாத்தூரப்பன் தீப்பெட்டி ஆபீசில் அவன் வேலை பார்க்கிற கதையை விலாவாரியாகச் சொல்லிக்கொண்டிருந்தான். சும்மா இருக்கும் போது வர்ற ஆட்களுக்கு முடியும் வெட்டுறது என்று சேர்த்துச் சொன்னான்.

அத்தை வீட்டிலிருந்தே கண்மாய்க்கரைப் பக்கம் போயிருக்கலாம். ஏனோ கூட சாத்தூரப்பனும் இருக்கணும் போலத் தோன்றி விட்டது. அப்புறம் அவனையும் பார்த்தாகணுமே.

கடைசியில் நம்பிதான் கிளம்பினான். "அப்படியே வெளியே போயிட்டு வருவமா?" சரி என்று முகத்தைக் கழுவிக்கொண்டு கிளம்பினான். சாத்தூரப்பன் "இந்தப் பக்கம் போவோம்" என்றான்.

"கண்மாய்ப் பக்கம்தான் போகணும். நம்ம புளிய மரத்தைப் பார்க்க வேண்டாமா" என்றான் நம்பி.

"எந்தப் புளியமரம்?" என்று முழித்தான் சாத்தூரப்பன்.

வறண்ட காற்று முகத்திலடித்தது. சாத்தூரப்பனுக்கு அந்தப் புளிய மரமே மறந்துவிட்டது. எப்படி மறந்தே சாத்தூரப்பா?

கண்மாய்க்கரையில் ஏறினார்கள். சிறுவர்கள் கண்மாய்க்குள் கிரிக்கெட் விளையாடிக் கொண்டிருந்தார்கள்.

“கிரிக்கெட் நம்ம ஊருக்கே வந்துருச்சா...” என்றான் நம்பி.

“நல்லா கேட்டீங்க போங்க. வருசா வருசம் கம்மாய்க்குள்ள டோனமெண்டு நடந்துக்கிட்டிருக்கு. அதையிட்டு நம்ம தெருவுக்கும் மேலத் தெருவுக்கும் கூட சாதிப்பிரச்சனை ஆயிப் போச்சு போன வருசம். அதனாலதான் வாக்கிங் அந்தப் பக்கம் போவம்னு சொன்னேன்” என்றான் சாத்தூரப்பன்.

எதிர்பார்த்தபடி புளிய மரம் பச்சை இழந்து காய்ந்து கிழடாகி நின்றது.

பசுமைப் புரட்சியின் வீரிய வித்துக்களின் அடங்காத தாகத்தை அடக்க விவசாயிகள் சுற்றிச் சுற்றி கிணறு தோண்டி பம்பு செட் வைத்து தண்ணீரை உறிஞ்சி கண்மாயை மைதானமாக்கி விட்டிருந்தார்கள்.

குளிக்கத் தண்ணி இல்லாத கண்மாய்ப் பக்கம் எப்படி குடி இருக்க என்று புளிய மரத்தை விட்டு முனியும் போய்விட்டது. முனியோடு புளியம்பழங்களும் போய்விட்டன.

இதுதான் இப்ப பஸ் ஸ்டாண்ட் என்றான் சாத்தூரப்பன். புளிய மரத்தடியில் சிமிண்டு பெஞ்சு ஒன்று கட்டியிருந்தது. கண்மாய்க் கரையைச் சுற்றிக்கொண்டு தார் சாலை ஓடியது.

முத்துச்சாமியாபுரம், சிறுகுளம் பஸ் எல்லாம் இந்த வழியாத்தான் போகணும். பக்கத்தில் ஒரு டீக்கடையும் கூட இருந்தது. டீ சாப்பிடுங்க என்று சாத்தூரப்பன் டீ வாங்கிக் கொடுத்தான். எந்த ருசியும் இல்லாத டீ. நம்பி புளிய மர உச்சியைப் பார்த்தான். ‘கர்... கர்...’ என்று அண்டங்காக்கா ஒன்று உட்கார்ந்து கத்திக் கொண்டிருந்தது.

ரொம்ப நேரம் நிற்க மனமின்றி அத்தை வீட்டுக்கு வந்தான். அத்தையின் மகளை பெண் எடுக்காததில் அத்தையின் பிரியம் விட்டுத்தான் தெரிந்தது. மோர் ஊற்று முன்னால் இன்னும் கொஞ்சம் சாதம் வைக்கட்டுமா என்று அத்தை கேட்கவில்லை.

காலையில் வழியனுப்ப சாத்தூரப்பன் வந்தான். வங்கியில் ஒரு லோன் வாங்கிக் கொடுத்தால் டவுனில் சலூன் போடலாம் என்று நேற்று திரும்பத்திரும்ப சாத்தூரப்பன் சொல்லிக்கொண்டிருந்தான். அதை ஞாபகப்படுத்தவே வந்ததாகச் சொன்னான்.

எட்டரை வரட்டும் என்று ஊர் மக்களோடு புளிய மரத்தடியில் நின்று கொண்டிருந்தான். சாத்தூரப்பன் எதையோ பேசிக் கொண்டிருந்தான் ஈரம் வற்றிய காற்று புழுதியை தள்ளிக் கொண்டு வந்தது. மைதானம் ஆளின்றி கருப்பாய் விரிந்து கிடந்தது.

பாட்டி கிர்ர்கிச் என்று பெருமூச்சுவிட்டாள். அண்ணாந்து பார்த்தான். பேரன் விட்டுட்டான் என்று மரக்கிளைகள் காய்ந்தன. பட்டைகள் பாளம் பாளமாய் பூமியைப் போல பிளந்திருந்தன.

பஸ் கிளம்பும் போது "அந்த லோன் விசயம் மறந்துராதிக" என்று சாத்தூரப்பன் கத்தி கையை அசைத்தான். பஸ் போகப் போக ஊர் பின்னால் போய்க்கொண்டே இருந்தது. தூரத்தில் காகம் கரையும் சத்தம் மட்டும்.

கண் திறந்து திரும்பிப் பார்த்தான். ஊர் பின் தள்ளிப் போய்க் கொண்டேயிருக்க, புளிய மரத்தின் பசிய இலை கொஞ்சும் கிளை ஒன்று பஸ்ஸை நோக்கி நீண்டு வந்து கொண்டேயிருந்தது.

பஸ்ஸின் ஜன்னல் வழியே மரக்கிளை கை நீட்டி நம்பியின் தோளை வளைத்துக்கொள்ள புளிப்பு வாசத்தில் நம்பி நிறைந்தான்.

•

29

சொல்ல வருவது...

உரலை ஒட்டிச் சுருண்டு படுத்திருந்தது டைகர். இப்போதெல்லாம் பெரும்பாலான நேரம் அது அங்கேயேதான் படுத்துக்கிடக்கிறது. உரலில் ஏதாவது இடிப்பதற்காகப் பெண்கள் யாராவது வரும்போது மட்டும் அது தானாகவே எழுந்து கோழிக்கூண்டுக்குப் பக்கத்தில் போய் சுருண்டு கொள்ளும். நல்ல வாட்டசாட்டமான உடல்வாகு கொண்ட ராஜபாளையத்து வம்சம்தான்.

மூணு வருசத்துக்கு முன்னால் குருசாமி கொத்த வேலைக்காக ராஜபாளையத்துக்கு ஒரு ராஜூஸ் வீட்டுக்குப் போய் ஒரு மாசம் இருந்து விட்டு திரும்பியபோது குட்டியாகத் தூக்கிக்கொண்டு வந்தது. கண்களைப் பாதி திறந்தும் திறக்காமலும் அது வீச்வீச்சென்று கத்திக்கொண்டு கிடந்தது. அந்தப் பொட்டல் பச்சேரியில் நாய் வளர்ப்பில் அனுபவஸ்தாரான பெரிசு மாணிக்கம் வந்து பார்த்து நல்ல ஜாதிக்குட்டியப்பா குருசாமி என்று பாராட்டி விட்டு வளர்ப்புமுறை குறித்து ஆலோசனைகளும் வழங்கிவிட்டுப் போனார். அந்தப் பிரகாரமே அதை வளர்த்து வந்தான் குருசாமி.

குருசாமி பிறந்த ஒரு வருசத்திலேயே அவனுடைய அய்யா தவறிப்போனார். உடன்பிறப்பென்று யாருமில்லை. அவனும் அவனுடைய ஆத்தாளுந்தான் குடும்பம். எனவே இப்போது ராஜபாளையத்துக்குட்டி வந்ததும் வீட்டில் மூன்றாவது நபர் வந்தது போல கலகலப்பாகிவிட்டது. குருசாமி அதுக்கு 'டைகர்' என்று பேர் வைத்தான். ஆனால் அந்தப் பெயர் பச்சேரியிலிருந்த மத்தவுக கூப்பிடத்தான். அவன் ஒருநாளும் டைகர் என்று கூப்பிடுவதில்லை. பிரதர் வாங்க, என்ன பிரதர் சாப்பிடுவமா என்றுதான் அதனுடன் பேசுவது. கொத்த வேலைக்குப் போயிட்டு வீடு திரும்பியது முதல் மறுநாள் அதிகாலையில் மீண்டும் வேலைக்குக் கிளம்பிப்போவது வரை பிரதர்கள் ரெண்டு பேரும் ஒண்ணாகத்தான் கிடப்பார்கள். அண்ணனும் தம்பியும் ஒண்ணாத்தான் சாப்பிடுவார்கள். ஒண்ணாக

ஒரே பாயிலேதான் படுப்பார்கள். ஒண்ணாத்தான் கிளம்புவார்கள். டைகரும் கூட வருவேன் என்று கால்களால் தரையைப் பிறாண்டி அழும். அந்நேரம் மட்டும் அதன் கழுத்துப் பெல்ட்டில் சங்கிலியை மாட்டிக் கட்டிப்போடுவாள் ஆத்தா. அவன் போய் கொஞ்ச நேரத்துக்கு ஊளையிட்டு அழுது கொண்டிருக்கும். அண்ணன் வேலைக்குத் தானடா போயிருக்கான்; சாயங்காலம் வந்திருவாம்ல; அதுக்குப் போட்டு ஏன் இப்பிடி அழுகிறே? என்று ஆத்தாளும் நல்ல வார்த்தைகள் சொல்லித் தேற்றுவாள். கொஞ்ச நேரத்தில் அழுகை அடங்கியதும் சங்கிலியை அவுத்து விடுவாள். அவுத்துவிட்டதும் உடனே பாய்ந்து குருசாமி போன பாதைக்கு ஓடும். கொஞ்ச தூரம் ஓடிவிட்டு அவனைக் காணாமல் திரும்பி வந்து படுத்துக் கொள்ளும். வேறெ எங்கிட்டும் போகாது. எப்படா அண்ணன் வருவான் என்று காத்துக்கிடப்பது போல இருக்கும்.

அதுக்கு நீச்சல் பழக்கித்தர வேண்டும் என்றுதான் முதல் நாள் கிணத்துக்குக் கூட்டிப்போனான். ஆனால், தண்ணீரில் தூக்கிப்போட்டதும் உடனே அது நீந்திக் கரையேறியதைப் பார்த்து அசந்து போனான். அட கோட்டிக்காரா... எல்லா மிருகங்களுக்கும் இயற்கையிலேயே நீச்சல் தெரியும். மனுசனுக்கும் அப்படித்தான். இவன் மூளைதான் இவனை நீஞ்சவிடாமக் கெடுக்குது என்று மாணிக்கம் தாத்தா விளக்கம் சொன்னபோது குருசாமிக்கு அதிசயமாக இருந்தது. ரெண்டு பேரும் எந்நேரமும் ஒட்டிக்கொண்டே கிடந்து ஒருத்தர் உடம்பு வாசனையை இன்னொருத்தர் கண்ணை மூடிக்கொண்டு கண்டுகொள்ளும்படி நெருக்கம் ஆகியிருந்தார்கள். தெருவில் தூரத்தில் அவன் வரும்போதே மோப்பம் பிடித்து செல்லமாக ‘வள்’ ‘வள்’ என்று குரைத்தபடி எதிர்கொண்டு ஓடும். ஒரே தாவில் அவன் கைக்குப் போய்விடும். பச்சைப்பிள்ளைகளைத் தூக்கிக் கொஞ்சுவது போல டைகரைக் கொஞ்சிக் கொண்டுதான் வீட்டுக்குள் வருவான்.

ஒரு வருசம் ஓடியதும் குருசாமி டைகரைத் தான் போகும் இடங்களுக்கெல்லாம் கூடவே கூட்டிக்கொண்டு போக ஆரம்பித்தான். பஸ்ஸில் கண்டக்டர்களுடன் அடிக்கடி தகராறு நடந்தது. பஸ்ஸில் நாய்க்குட்டியை ஏத்தப்படாதுன்னு சட்டம் இருக்கா காட்டு என்று வாக்குவாதம் செய்து மடியில் வைத்துக் கொண்டாவது போய்விடுவான். ஆனால் சினிமாக் கொட்டகைக்குள் போகும்போது மட்டும் இங்கனேயே விளையாடிட்டு இரு அண்ணன் வந்திருவேன் என்று சொல்லிவிட்டுப் போவான்.

அந்தப்படிக்கே அது அந்தத் தியேட்டர் வாசலையே சுற்றிச்சுற்றி வந்து கொண்டிருக்கும். கொத்த வேலைக்குப் போகும் போதும் கூடவே வந்து விடும். ஆகவே டைகருக்குத் தனியாக ஒரு தூக்குச் சட்டியில் ஆத்தா சோறு வைத்துக் கொடுத்து அனுப்புவாள். பச்சேரியில் மற்றவர்கள் சிரிப்பார்களே என்றெல்லாம் ஆத்தா கவலைப்படுவது கிடையாது. குருசாமியின் சந்தோசம்தான் அவளுக்கு எல்லாமே. புருசன் செத்த பிறகு வேற கலியாணம் முடிக்க எல்லோரும் சொன்னபோது உறுதியாக மறுத்துவிட்டாள். குருசாமிக்காகத்தான் அப்படி பிடிவாதமாக மறுத்தாள். அவனும் ஆத்தாமீது பாசமாக இருப்பான். ஆறாவது வகுப்பு பெயிலானதும் சித்தாள் வேலைக்குப் போகத் துவங்கிவிட்டான். ரொம்ப அறிவுள்ள பையன். சீக்கிரமே தொழில் கத்துக்கிட்டு அஞ்சே வருசத்தில் கரண்டியைப் பிடித்துக் கொத்தனாராகிவிட்டான். கொத்தனாரானதும் முதல் வேலையாக இனிமே நீ எந்த காட்டு வேலைக்கும் போகப்படாது என்று ஆத்தாளுக்கு கண்டிசனாக உத்தரவு போட்டுவிட்டான். ஆத்தாளுக்கு அதில் பிடிபடாத பெருமை. இப்படிச் சொல்லிட்டானாத்தா எம் மவன் என்று புகார் சொல்லுவதுபோல மத்த பொம்பிளைகளிடம் பெருமையாக சொல்லிக்கொண்டு திரிந்தாள்.

குருசாமியிடம் மத்த பையன்களிடம் உள்ள எந்தக் கெட்ட பழக்கமும் கிடையாது. மாசத்துக்கு ரெண்டு தரம் திருநெல்வேலிக்குப் போய் சினிமா பார்ப்பான். கட்சிக்கூட்டம் ஊர்வலம்னா முதல் ஆளாகப் போய் நிப்பான். அது மதுரையானாலும் ராமநாதபுரமானாலும் மெட்ராஸானாலும் சரி, போய்விடுவான் அதிலே கொஞ்சம் துட்டைக் காலி பண்ணுவான்.

மதுரையில் நடந்த ஊர்வலத்திற்கு இங்கிருந்து வேன் பிடித்துப் போனார்கள். டைகரும் கூடவே போனது. போய்விட்டு வந்து எல்லோரும் எப்பிடி கோஷம் போட்டாங்கடா தம்பி என்று டைகரிடம் முஷ்டியை உயர்த்திக் கேட்பான். அது உடனே நிறுத்தி நிதானமாக வார்த்தைகள் தெளிவாக் கேட்கும்படிக்கி லொள்... லொள்... லொள்... லொள்... என்று தலையை மேலேயும் கீழேயும் ஆட்டி ஆட்டிக் குரைத்துக் காட்டும். ஆத்தா விழுந்து விழுந்து சிரிப்பாள்.

அப்படித்தான் இந்த ஊர்வலமும் என்று எண்ணித்தான் ரெண்டு பேரையும் சந்தோசமாக ஆத்தா வேனில் ஏற்றித் திருநெல்வேலிக்கு வழி அனுப்பிவைத்தாள்.

அம்பேத்கர் சிலைக்கு மாலை அணிவிக்கும் போதெல்லாம் டைகர் குருசாமியின் காலை ஒட்டி உரசிக்கொண்டுதான் நின்றது. ஊர்வலம் கிளம்பி சுலோச்சன முதலியார் பாலத்தில் நடந்து கொண்டிருந்தபோது வரிசையாப் போங்க... என்று ஒழுங்குப்படுத்திய ஆட்கள் கைகளில் வைத்திருந்த கொடிக்கம்புகளைப் பார்த்து பயந்து டைகர் வரிசையை விட்டு ஓடி ஓரமாக ஒதுங்கிக் கொண்டது. ஆனால் குருசாமியை விட்டு அதிக தூரம் விலகிவிடாமல் கூடவே ஓரமாக வந்து கொண்ருந்தது. கலெக்டர் ஆபீஸ் பக்கமா வலது புறம் திரும்ப வேண்டிய ஊர்வலம் தடுத்து நிறுத்தப்பட்டதால் திடீரென்று ஏற்பட்ட நெருக்கடியில் டைகருக்கு எல்லாம் குழம்பிவிட்டது. குருசாமியின் மீது வைத்திருந்த பார்வை விலகிவிட்டது. அவனைக் காணாமல் அங்கிட்டும் இங்கிட்டும் ஓடியபடி பயத்தில் குரைத்துக் கொண்டேயிருந்தது. இதுவேற சனியன் என்று ஒரு போலீஸ்காரன் டைகரின் முதுகில் லத்தியால் ஒரு போடு போட்டான். பிறந்ததிலிருந்தே அடி வாங்கியிராத டைகர் வலி பொறுக்காமல் ஊளையிட்டபடி அறிவியல் மையத்துப் பக்கமாக ஓடியது.

ஊர்வலம் கட்டுப்பாடாகவும் அமைதியாகவும் தேவர் சிலையைக் கடந்து பாலத்தைக் கடந்து எந்த அசம்பாவிதமும் இல்லாமல் கலெக்டர் ஆபீஸ் வரை வந்ததினால் கடும் ஆத்திரமடைந்த போலீசார் என்ன ஏது என்று சொல்லாமலே தடியடி செய்ய ஆரம்பித்தனர். முன்னாடி பெண்கள்தான் நின்றுகொண்டிருந்தனர். முதல் அடி அவர்களுக்குத்தான். ஒரே கூப்பாடாக கலவரமாக மக்கள் அலறியபடி ஓடினார்கள். ரோட்டிலிருந்து கூட்டமாக சரிந்து ஆற்றங்கரைப்பக்கமா விழுந்து ஆற்றைப் பார்க்க ஓடிய கூட்டத்தில் ஒருவனாக குருசாமி இருந்தான். அதை தூரத்திலிருந்து பார்த்துவிட்ட டைகர் குரைத்தபடி அவனைப் பார்த்து ஓடியது. பயந்து ஓடிய மக்களைக் கண்டு வீரம் கொப்பளிக்க போலீசார் விரட்டி விரட்டி அடித்தனர், சாதியைச் சொல்லி.

கெட்ட வார்த்தைகளால் திட்டியபடி அடித்தனர். குருசாமியைத் தலையில் அடித்த போலீஸ்காரனின் வலது கையை ஆத்திரத்துடன் கவ்விப் பிடித்தது டைகர். அவன் கையை உதறிக் கொண்டு சுற்றிச் சுற்றி இடது கையில் லத்தியைப் பிடித்து டைகரை அடித்துக் கொண்டே இருந்தான். ஆனால் டைகர் பிடித்த பிடியை விடவே இல்லை. அதற்குள் இன்னொரு போலீஸ்காரன் வந்து டைகரை அடிக்கத் துவங்கினான். தலையில் வழிந்த ரத்தத்தை ரெண்டு கைகளாலும் பிடித்தபடி, டைகர் வந்திரு ஓடிரலாம் என்று

குருசாமி கத்திகொண்டேயிருந்தான். டைகர் பிடியை விட்டுத் திரும்பியபோது குருசாமி தாமிரபரணிக்குள் குதித்துவிட்டிருந்தான். டைகரும் குதித்தது. கைச்சதையில் பாதி காணாமல் போனதால் வெறிகொண்ட போலீஸ்காரர்கள் ரெண்டு பேரும் கல்லை எடுத்து டைகர் மீதும் ஆற்றில் நீந்தித் தப்பிக் கொண்டிருந்த பொம்பிளை பிள்ளைகள் மேலும் கண்டபடி வீசினார்கள். நாய்க்கடி படாத போலீஸ்காரன்களும் அந்தப்பக்கம் கல் வீசிக்கொண்டுதான் இருந்தார்கள்.

ரத்தம் அதிகமாக வெளியேறிவிட்டதால் குருசாமிக்கு மயக்கம் வந்து விட்டது. ஆற்றின் போக்கில் அவன் பாதி மூழ்கியும் பாதி மிதந்துமாக அடித்துச் செல்லப்பட்டான். டைகரும் அவன் கூடவே நீந்திச் சென்றது.

ஊருக்குத் திரும்பி வந்த வேனில் பிள்ளையைக் காணாமல் ஆத்தா பரிதவித்தாள். போனதில் பாதி ஆட்களைக் காணவில்லை. திசைக்கொரு பக்கமாகச் சிதறி ஓடினதிலே யாரையும் தேடிக் கண்டுபிடிக்க முடியவில்லை. “ஈரத்துணியோட ஜங்ஷன் பஸ் ஸ்டாண்டில் யாரைக்கண்டாலும் அடிச்சு வேன்லெ ஏத்துறான் போலீஸ்காரன். அங்கன நின்னு வந்த ஆள்களைத் தேடி முடியலத்தா. எப்பிடியும் அடுத்த பஸ் ஏறி வந்துருவாங்க. பயப்பட வேண்டாம்” என்று வேன் டிரைவர் சொல்லிவிட்டுப் போனான்.

மறுநாள் கரையொதுங்கிய பிணங்களில் குருசாமியும் கிடந்தான். அவனுக்குப் பக்கத்தில் டைகர் நின்று குரைத்துக்கொண்டேயிருந்தது. மறுநாள் போலீஸ் லாரியில் 17 பிணங்களுடன் குருசாமியும் தூக்கிப்போடப்பட்டபோது டைகரும் லாரியில் தாவி ஏறியது. போலீசார் மேலும் ரெண்டு அடி அடித்து அதை துரத்திவிட்டனர். லாரியைப் பின் தொடர்ந்து டைகர் பெரியாஸ்பத்திரிக்கு வந்துவிட்டது. பிணக்கிடங்கின் வாசலையே சுற்றிச்சுற்றி வந்துகொண்டிருந்தது. போலீசார் துரத்தித் துரத்தி அடித்தாலும் அது மீண்டும் வந்து கொண்டே இருந்தது.

பிணங்களை வாங்கக்கூடாது என்று தலைவர்கள் முடிவு செய்ததால் ஓலைப்பாயில் சுற்றிய நிலையில் ரெண்டு நாள் குருசாமி அங்கேயே கிடந்தான். ஓலைப்பாயின் மீது சேர்த்துக் கட்டப்பட்டிருந்த குருசாமியின் துணிமணிகளை வைத்து அடையாளம் கண்டுகொண்ட டைகர் அங்கேயே நின்றது. வெவ்வேறு ஊர்ச்சுடுகாடுகளில் அச்சடலங்களைத் தாங்களே அடக்கம் செய்யப்போவதாக போலீசார்

முடிவெடுத்து லாரிகளில் ஏற்றியபோது டைகர் அடையாளம் பார்த்து லாரிக்குப் பின்னாலேயே ஓடியது. ரெண்டு ஊர்களில் பொதுமக்கள் சாலையை மறித்து இச்சடலங்களை எங்க ஊர் மயானத்தில் புதைக்கக்கூடாது என்று தகராறு செய்தனர். "நாளைக்கு வருசா வருசம் அவனுக வந்து அஞ்சலி செய்யனும்னு வருவானுக. எதுக்கு வம்பு? வேறெ எங்கிட்டாச்சும் கொண்டு போய்புதைங்க" என்று மல்லுக்கு நின்றனர். பெரிய அதிகாரிகள் எல்லாம் வந்து பேச்சுவார்த்தை நடத்தினார்கள். டைகர் லாரிக்கு அடியில் படுத்தபடி எல்லாத்தையும் பார்த்துக் கொண்டேயிருந்தது.

ஒரு மாசம் பத்திரிகைகளில் பரபரப்பாக எழுதினார்கள். அப்புறம் எல்லோரும் வழக்கம்போல மறந்தேவிட்டார்கள். ஆத்தா அனாதையாக வீட்டில் புலம்பிக்கொண்டு கிடந்தாள். நல்லபடியாக அடக்கம் செய்து குழிப்பால் கூட ஊத்தாமல் எம்மகனை ஓலைப்பாயில் பாத்தமானக்கி வந்துட்டமே என்பது ஆத்தாளின் மனசில் பெரிய பாரமா இருந்து அழுத்திக் கொன்றது. அவனக் கொன்னதுக்காக சர்க்கார் கொடுத்த பணம் பாங்கில் கிடந்தது. ஆத்தா அதை ஏறெடுத்தும் பார்க்கவில்லை. ஆறு மாசம் சோறு தண்ணியில்லாமக் கிடந்து எலும்பும் தோலுமாக ஆகி விட்டாள். இனிமே நான் சாப்பிட்டு இந்த உசிரை வச்சிக்கிட்டு இருக்கணுமா என்று அழுதுகொண்டேயிருந்தாள். நட்டமாக நிக்கவும் தெம்பில்லாமல் போய்விட்டது. அவன் படத்துக்கு மாலை போட்டு தெய்வமாகக் கும்பிட்டு வந்தாள். அவனுடைய சினேகிதகாரப் பையன்கள் வந்து அவ்வப்போது தைரியம் சொல்லி கொஞ்சம் சாப்பிட வைத்தார்கள். அவர்களின் பேச்சுக்குரல்களுக்கு ஊடே குருசாமி இருப்பதாக ஆத்தாளுக்குத் தோணும். அடிக்கடி வாங்கப்பா என்று கேட்டுக் கொள்வாள்.

விசாரணைக்கமிஷன் மாதக் கணக்கில் நடந்தது. இடுப்பை முறிச்சது போல 17 மக்களை பறிகொடுத்துவிட்டு சோர்ந்து கிடந்தார்கள் மக்கள். அதற்குள் ஒரு வருசம் முடிந்து தியாகிகள் நினைவுநாளும் வந்தது. ஒரு சில கட்சிகள் மட்டும்தான் அதை ஞாபகம் வைத்து ஆத்திலே போய் பூப்போட்டார்கள். சில அமைப்புகள் புதைத்த இடத்தில் போய் மலர் வளையம் வைத்தார்கள். அந்த அமைப்புக்காரர்கள் வந்து ஆத்தாளை அழைத்தபோது தட்டாமல் அவளும் கிளம்பினாள். மகனுக்கு மாலை, பூ, அவனுக்கு பிடிச்ச பலகாரங்கள் எல்லாம் வாங்கிவரும்படி சினேகிதகாரப் பையன்களிடம் கேட்டுக்கொண்டாள்.

யார் யாரை எந்த ஊரிலே புதைச்சிருக்கு என்று போலீஸ் தலைமை அலுவலகத்தில் குறித்து வாங்கிக்கொண்டு வேனில் கிளம்பினார்கள். ஒவ்வொரு சுடுகாட்டுக்கும் ஒருவேன் கிளம்பியது. தருவை மெயின் ரோட்டிலிருந்து இடது பக்கம் விலகி பத்து கிலோமீட்டர் போகணும் என்று டிரைவருக்கு வழி சொல்லி அனுப்பினார்கள். அந்த வேனில் ஆத்தா இருந்தாள். எட்டு மணிக்குத் திருநெல்வேலியில் கிளம்பிய வேன் பதினோரு மணியாகியும் ஊரைக் கண்டுபிடிக்க முடியாமல் சுண்ணாம்புக் காளவாசல்கள் நிறைந்த காட்டு வெளியில் தகிக்கும் வெயிலில் கிராமம் கிராமமாக அலைந்து கொண்டிருந்தது. புதைச்ச இடம் கூடத் தெரியலியே என்று ஆத்தாளும் இன்னொரு பெண்மணியும் ஏங்கி ஏங்கி அழத்துவங்கினர். வேனில் இருந்த பலருக்கும் கோபமும் ஆத்திரமுமாக வந்தது. சர்க்காரையும் போலீசையும் தாறுமாறாகத் திட்டினர்.

கடைசியில் ஒரு ஊரின் எல்லையில் வேனை நிறுத்தி இந்த ஊர் தானான்னு விசாரிப்பதற்காக அந்த ஊர் கிராம நிர்வாக அலுவலரைத் தேடி ஊருக்குள்ளே போனார்கள். வேனில் இருந்தவர்களும் கீழே இறங்கினார்கள். ஆத்தாளும் முனகியபடியே கீழே இறங்கினாள். அப்போது அந்த ஊருக்குள்ளே இருந்து ஆவேசமாகக் குரைத்தபடி டைகர் ஓடிவந்து ஆத்தா மேல் தாவியது. ஆத்தாளும் டைகரை அடையாளம் கண்டு ஏ... தங்கம்... என்று ஆவிசேரக் கட்டிக் கொண்டாள். கூட வந்தவர்களுக்கு ஒண்ணும் விளங்கவில்லை. டைகர் ள்ள்... என்று சோகமாக ஊளையிட்டபடி ஆத்தாளிடம் ஏதோ பேச முயன்றது. ஆத்தாளுக்கு ஒரு நிமிடத்தில் பித்துப்பிடித்தாற்போல் ஆகிவிட்டது. அவளும் டைகரைப்போலவே ஊளையிட்டு அழுதாள். கொளுத்தும் வெயிலில் அந்த சோக நாடகம் நடந்துகொண்டிருந்தது. உங்கூடத்தானே அண்ணன் வந்தான். அண்ணன் எங்கய்யா... என்று டைகரிடம் ஆத்தா கேட்ட நிமிசத்தில் அவளுக்கு குருசாமியைப் போலீசார் அடித்துக் கொன்னதெல்லாம் மறந்துபோனது. குருசாமி இந்த ஊரில் தான் எங்கோ இருக்கிறான். அந்த இடத்துக்கு டைகர் அழைத்துச் சென்றுவிடுவான் என்பது போல “அண்ணன் எங்கய்யா... அண்ணன் எங்கய்யா...” என்று திரும்பத் திரும்பக் கேட்டுக் கொண்டே இருந்தாள். வேனில் கூட வந்திருந்த அமைப்புகளைச் சார்ந்த படிச்ச ஆட்களுக்கெல்லாம் இந்தக்காட்சி கண்ணீரை வரவழைத்தது. அண்ணன் என்கிற வார்த்தைய திரும்பத்திரும்ப கேட்டதில் டைகர் ஆத்தாளிடமிருந்து தன்னை விடுவித்துக் கொண்டு ஊருக்கு

வெளியே வழி காட்டிக்கொண்டு ஓடியது. அப்போது தான் அதன் பின்னங்கால் ஒடிந்திருப்பதையும் முதுகெல்லாம் காயம்பட்ட தழும்புகள் இருந்ததையும் எல்லோரும் பார்த்தார்கள்.

அதற்குள் உள்ளூர் கிராம அலுவலரும் வந்துவிட்டார். குருசாமி, பால்ராஜ், ஆதிமூலம் ஆகிய மூன்று பேரை இங்கேதான் புதைச்சிருக்கு. நீங்க 10 மணிக்கு வருவீங்கன்னு திருநெல்வேலியிலிருந்து போன் வந்துச்சி. 12 மணி வரைக்கும் நின்று பாத்திட்டு இப்பத்தான் போனேன் என்றார். எல்லோரையும் சுடுகாட்டுக்கு அழைத்துப் போனார். அங்கே மூன்று மண் மேடுகளைக் காட்டி அதுதான் என்றார். ஒவ்வொரு மண் மேட்டின் மீது ஒரு அட்டையில் பேரெழுதி ஒரு குச்சி நட்டு அதில் தொங்க விட்டிருந்தார்கள். பால்ராஜ் என்று பெயர் தொங்கவிட்டிருந்த மண்மேட்டைச் சுற்றிச்சுற்றி வந்து டைகர் குரைத்தது. கூட வந்த அமைப்பினர் கிராம அலுவலரைச் சத்தம் போட்டனர். தெரிஞ்சா சொல்லணும். இல்லாட்டிச் சும்மா இருக்கணும். பாருங்க நாய் கரெக்டா குருசாமியைப் புதைச்ச இடத்தைச் சுத்திச்சுத்தி வருது. அதிலே போய் பால்ராஜ்னு எழுதி வச்சிருக்கீங்க.

ஆனால் இந்த வாக்குவாதங்களையெல்லாம் முடிவுக்கு கொண்டு வரும் விதமாக ஆத்தாளின் கூக்குரல் எழுந்தது. உன்னை இப்படிக் கண்காணாத கட்டாந்தரையிலே போட்டுட்டு நான் வீட்டுக்குள்ளே நிழல்ல இருந்தனே என்று தலையில தலையில அடித்துக் கொண்டு கதறினாள். அக்காட்சியைக் கண்ட பலரும் தாங்க முடியாமல் விசும்பியும் வெடித்தும் அழுதார்கள்.

மரியாதை செய்துவிட்டுத் திரும்ப வேனில் ஏறியபோது டைகரையும் வேனில் ஏற்றும்படி ஆத்தா கேட்டுக் கொண்டாள். ஆனால் டைகர் ஏற மறுத்து கால்களை அகல விரித்து தகராறு செய்தது. இழுத்து இழுத்துக் கொண்டு வந்தாலும் மீண்டும் மயானக்கரைக்கே ஓடியது. கஷ்டப்பட்டுத்தான் வேனில் ஏற்றினார்கள். ஆத்தா டைகரைத் தன் மடியில் படுக்கவைத்துச் சேர்த்துக் கட்டிக் கொண்டாள். அதன் காயங்களைத் தடவிக்கொண்டு அதனுடன் ஏதேதோ பேசிக்கொண்டும் வந்தாள். பத்திரிகையாளர்கள் அக்காட்சியைப் படமாகப் பிடித்துக் கொண்டார்கள்.

ஊருக்குள் வேன் வந்து இறக்கிவிட்டதும் டைகர் நேரே வீட்டுக்குச் சென்று அந்த உரலுக்கு அடியில் படுத்துக் கொண்டது. ஆத்தா என்ன வற்புறுத்திக் கூப்பிட்டும் வீட்டுக்கு வர மறுத்தது. கஞ்சி ஊத்திக் கொண்டு வைத்தால் எப்போதாவது வேண்டா

வெறுப்புடன் குடிக்கும். மற்ற நேரம் அப்படியே படுத்துக்கிடக்கும். அது செய்யிற ஒவ்வொரு நடவடிக்கையும் ஆத்தா மனசை அறுத்தது. ஏதோ ஒரு விதத்தில் ஆத்தாளைவிட டைகர் குருசாமியை கூடுதலாக நேசிப்பதாகவும் ஆத்தாளைவிட அது ரொம்ப சரியாக நடந்து கொண்டிருப்பதாகவும் ஒரு குற்ற உணர்வு ஆத்தா மனசை சதா அறுத்துக்கொண்டே இருந்தது.

வருடங்கள் யாருக்காகவும் நிற்பதில்லையே. ஆத்தாளும் மனம் அழுந்திப் படுத்த படுக்கை ஆகிவிட்டாள். வெளி நடமாட்டமே இல்லை. பாங்கியிலிருந்த ரூபாயை எடுத்து அவளுடைய தம்பி அவளுக்கு வைத்தியம் பார்த்துக்கொண்டிருந்தார்.

ஆண்டுதோறும் நினைவுநாள் வந்து போனது. ரெண்டு மூணு கட்சிக்காரர்கள் மட்டும் மறக்காமல் ஆத்திலே பூ அள்ளிப்போட்டு அஞ்சலி செலுத்துகிறார்கள். மற்றவர்கள் மறந்தே விட்டார்கள். மக்களையே மறந்து போகிறவர்களுக்கு உரலுக்கடியில் படுத்துக்கிடக்கும் டைகரை எப்படித் தெரியும்? அது ஒவ்வொரு நாளும் பகல் 3 மணிக்கு குருசாமியை போலீஸ்காரன் மண்டையில் அடித்த நேரத்துக்கு திடீரென்று எழுந்து ஆக்ரோஷமாக வானத்தைப் பார்த்துக் குரைக்கும். தினசரி நடுச்சாமத்தில் ஊரே குலை நடுங்கும் விதமாக ஊளையிட்டு அழுதுகொண்டிருக்கும். கிராமத்து நிசப்தம் பின்புலமாக இருக்க அது எழுப்பும் ஊளை ஒலி காடு மலை வனாந்திரங்களையும் தாண்டிப் பரவிக்கொண்டிருக்கும். ஆனால் அது ஏன் பகலில் கோபாவேசமாகக் குரைக்கிறது. ராத்திரி ஏன் ஊளையிட்டு அழுகிறது என்று ஊரில் உலகத்தில் யாருக்குமே தெரியாது. மனிதர்களுக்கு ஆயிரம் ஜோலி இருக்கு; இந்த நாய் என்ன சேதியை நமக்காகச் சொல்லிக்கொண்டிருக்கிறது என்று நுட்பமாகப் பார்க்க அவகாசமில்லை. எத்தனையோ கொடுமைகள் நமக்கு மறந்து போச்சு. மரத்தும் போச்சு. எல்லாத்தியும் எப்போதும் ஞாபகம் வச்சிக்கிட்டே அலைய முடியுமா?

ஆனால் அது நாய். மனிதனின் ஆதித்தோழன். ஆதிக்குணங்களோடும் எல்லா ஞாபகத்தோடும் உரிய துயரத்தோடும் தேவையான கோபாவேசத்தோடும் - இவை அத்தனையையும் உடம்பிலே ஏற்றி உடம்பாகவே மாற்றி அந்த உரலுக்கடியில் படுத்திருக்கிறது.

•

30

ஒரு பிரம்பு ஒரு மீசை

இது கடைசியில் இப்படி வந்து முடியும் என்று மருது சார் ஒருபோதும் நினைத்ததில்லை. அவருடைய ஐம்பது வருட வாழ்க்கையில் இப்படி ஒரு அவப்பெயர் அவருக்கு வந்ததில்லை. அவரை மாணவர்களுக்கு அடையாளப்படுத்தும் கம்பீரமான அவருடைய மீசைகூட சோர்ந்துபோய் கீழ்நோக்கி வெறித்துக் கொண்டிருந்தது. தலைகுனிந்த அவருடைய நடை அந்த அதிகாலை நேரத்தில் அவரை காவல் துறை டி.எஸ்.பி. வீட்டு வாசலில் கொண்டு நிறுத்தியிருந்தது. அவருடைய கிராமத்திலிருந்து ஆறு கிலோமீட்டர் தொலைவிலிருந்த சிறு நகரத்தில் இருந்தது டி.எஸ். பி.யின் வீடு. போகன்வில்லாப் பூக்கள் வளையமிட்ட முகப்பருகே பேப்பர்காரப் பையன் வருவதற்கு வெகு முன்னமே போய்ச் சேர்ந்திருந்தார் மருது சார். வாசலில் தயங்கி நின்ற அவரைப் பார்த்த பேப்பர்பையன் "வணக்கம் சார்" என்று சல்யூட் அடித்தான். அவரிடம் படித்த பையன்தான். கரெக்டா ஆறு மணிக்கு டவுசர் போட்டு 'ரன்னிங் ஓட' டி.எஸ்.பி. வெளியே வருவார் என்று ஒரு துப்புக் கொடுத்துவிட்டு அவன் போனான்.

இன்னும் பத்துநிமிடம் இருந்தது. போலீஸ் தலை போல ஒழுங்குடன் கத்தரித்துவிடப்பட்ட செடிகளுக்கு அருகே இருந்த ஒரு திண்டில் உஸ்ஸென்று அமர்ந்தார். மனசெல்லாம் வலியும் பயமும் பதற்றமும். மேற்கொண்டு விபரீதம் ஆகிவிடாமல் கேஸை முடித்துவிடவேண்டும். அய்யனாருக்குக் கிடாவெட்டிப் பொங்கல் வைக்க மறுபடியும் நேர்ந்து கொண்டார். "காலையிலே போயி டி.எஸ்.பியைப் பாருங்க. நான் சொல்லி வைக்கிறேன்." அவரு காலேஜிலே என்கூட படிச்சவருதான் என்று அவருடைய பழைய மாணவன் குருசாமி நேற்று சொன்ன நிமிசத்திலேயிருந்து டி.எஸ்.பி. யிடம் எப்படி பேச்சைத் துவங்கி நடந்த சம்பவத்தை அவர் மனங்கொள்ளும் விதமாகச் சொல்லி முடிப்பது என்கிற

ஒத்திகையிலேயே மனம் குழம்பிக்குழம்பி வந்து கொண்டிருந்தது. ராத்தூக்கம் போனதால் கண் எரிந்தது. "யார்கிட்டே வேணுமானாலும் என்னைப்பத்திக் கேட்டுப்பாருங்க சார். நான் அப்படிப்பட்ட ஆள் இல்லே" என்பதுதான் கடைசி வாக்கியம் என்பது மட்டும் தெளிவாகியிருந்தது. மற்ற வசனம் எல்லாமே குழப்பத்தில் இருந்தது. கேட் திறக்கும் சத்தம் கேட்டது.

கதவு திறந்ததும் தெரியவில்லை. டி.எஸ்.பி. (டிரௌசர் பனியன் கான்வாஸ் ஷூவுடன்) வாசலுக்குப் பாய்ந்ததும் தெரியவில்லை. இமைக்கும் நேரத்தில் நடந்துவிட்டது. அடடா விட்டுட்டமே என்ற பதட்டத்தில் மருது சார் என்ன செய்வதென்று தெரியாமல் அவர் பின்னால் தானும் ஓட ஆரம்பித்தார். ஆணியடித்த செருப்புச்சத்தம் ஒன்று சரக் சரக்... என்று தன்னைப் பின்தொடர்வதைக் கேட்ட டி.எஸ்.பி ஓட்டத்தை நிறுத்தி "யார்யா நீ என் பின்னாலே..." என்று ஒரு அதட்டல் போட்டார். மருது சாருக்கு சர்வமும் ஒடுங்கிவிட்டது. ஆரம்பமே தகராறு ஆகிவிட்டது போலத் தோன்றியது. "இல்ல சார்.. நான்... குருசாமி டீச்சர்... ஓல்டு ஸ்டூடண்ட்... சாரி சார்..."

"ஓ... நீங்கதான் குருசாமி சொன்ன கேஸா...? இவ்வளவு காலையிலேயே வந்திட்டிங்க...?"

"அவந்தான் காலையிலேயே போய் பாத்திருங்கன்னு சொன்னான் சார்..." ஓடியதில் அவருக்கு மூச்சிரைத்தது. அதுவும் நல்லதாப் போச்சு. அதைப் பார்த்து டி.எஸ்.பிக்கு சற்றே இரக்கம் கண்ணில் மினுங்கியது. "சரி போயிட்டு எட்டு மணிக்கு கேம்ப் ஆபீசுக்கு வாங்க" என்று சொல்லிவிட்டு 'ரன்னிங்' ஓடத்துவங்கிவிட்டார். கேம்ப் ஆபீஸ் எங்கே இருக்கிறது என்பது தெரியாதே என்ன செய்வது? மீண்டும் அவர் பின்னால் ஓடுவது விபரீதம் ஆகிவிடும், என்ன செய்வது என்று குழம்பி குருசாமிக்கே போன் செய்து கேட்கலாம் என்று முடிவு செய்தார். ஆனால் அவ்வளவு அதிகாலையில் ஒரு டெலிபோன் பூத் கூடத் திறக்கவில்லை. இருந்த மூன்று கடைவீதிகளையும் சுற்றிச்சுற்றி வந்தார். கடைசியில் போலீஸ் ஸ்டேஷனில் போய் கேட்டால் என்ன என்கிற யோசனை வந்து சேர்ந்தது. நேற்று மாலை ஸ்டேஷனில் பட்ட அவமானம் மூளையில் உறைக்க மீண்டும் அங்கே போகும் எண்ணம் அப்போதே மறைந்தது. தவிரவும் டி.எஸ்.பியைப் போய் தனியாகப் பார்ப்பது தெரிந்தால் ஸ்டேஷன் சப்-இன்ஸ்பெக்டருக்கு கடும் கோபம் வந்துவிடலாம் அல்லவா?

பலத்த யோசனைக்குப் பிறகு எட்டுராஜனைப் போய்ப் பார்க்கலாம் என்று முடிவு செய்தார். ஸ்டேஷனில் கான்ஸ்டபிள் வேலை பார்க்கும் எட்டுராஜன் அவருடைய பழைய மாணவன். அவனுடைய வீடு காளியம்மன் கோவில் தெருவில் இருப்பதாக கேள்விப்பட்டிருந்தார். பைய நடந்து காளியம்மன் கோவில் தெருவுக்கு வந்து சேர்ந்தார். சிறுநகரமாதலால் வாசலில் தினசரி கோலம் போடும் பழக்கம் இருந்தது. கோலம் போடவும் தெரு பைப்பில் தண்ணீர் எடுக்கவும் பால்காரர்களிடம் பால் வாங்கவும் என தெருவில் பெண்கள் மட்டுமே நடமாடும் அதிகாலையாக இருந்தது. இரண்டு பேரிடம் விசாரித்து எட்டு ராஜன் வீட்டு வாசலில் வந்து நின்றார் சார். ஏற்கெனவே வாசல் தெளித்த நிதான மான கோடுகளுடன் சின்னதாக ஒரு கோலம் அங்கே விரிந்திருந்தது.

எட்டு ராஜன்... எட்டு... என்று ஆரம்பித்து பின் சுதாரித்தவராக 'சார்... சார்...' என்று சத்தம் கொடுத்தார். பத்து வயதிருக்கும் பெண் குழந்தை ஒன்று வாசலுக்கு வந்து நின்றது. யாரு என்று கேட்ட அக்குழந்தை எட்டுராஜனின் முகம் கொண்டிருந்தது.

"அப்பா இருக்காராம்மா..."

"அப்பா தூங்கிட்டிருக்கு..."

"எப்போ எழுந்திருப்பாங்க..."

"நைட் டூட்டி பாத்திட்டு வந்து படுத்திருக்கு..."

"மருது சார் வந்திருக்கேன்னு சொன்னா..."

"இப்ப யார் போயி அப்பாவை எழுப்பினாலும் மூஞ்சியிலே மிதிதான் விழுகும். மத்தியானம் வாங்க..."

"நான் எட்டுராஜனுக்கு வாத்தியார்..."

"சிலம்பு வாத்தியாரா..."

"இல்லம்மா. அவன் ஸ்கூல்ல எங்கிட்டப் படிச்சான்."

"உள்ள வாங்க" என்று அழைத்து முன் அறை போலிருந்த ஒரு சிறு தடுக்கில் மடக்குச் சேர் ஒன்றை விரித்துப் போட்டாள். விஷயத்தைச் சொன்னதும் அவள் முகம் பிரகாசமானது. தெரியாதவருக்கு அறிவு புகட்டும் சந்தோஷம் உடனே அவள் முகம் முழுக்கப் பரவியதை சார் கவனித்தார். அது வேற ஒண்ணுமில்லே டி.எஸ்.பியோட வீடுதான் கேம்ப் ஆபீஸ்னு சொல்றது என்று விளக்கினாள். பிறகு சற்றுத் தயங்கி முகத்தில் லேசான இருள் படர "அவுக அஞ்சு மணிக்குத்தான் வந்து படுத்தாக..." என்று இழுத்தாள். "இல்ல

இல்ல அவன எழுப்பவேண்டாம்'' என்று விடை பெற்றுக்கொண்டு புறப்பட்டார்.

"நீங்க நினைக்கிறப்படி இது ஒண்ணும் அவ்வளவு லேசான கேஸ் இல்லே. ஏற்கெனவே உங்க மேலே F.I.R. போடாம எச்சரிக்கை பண்ணி விட்டது தப்புன்னு ஸ்டேஷன்லே வந்து எதிர் தரப்பு ஆட்கள் சத்தம் போட்டதா சொன்னாங்க. இப்போ வன்கொடுமைத் தடுப்புச் சட்டத்திலே உங்களை புக் பண்ணச் சொல்லி மனித உரிமை அமைப்புகள் மூலமாக இன்னைக்கு காலையிலே கலெக்டரைப் பார்த்து மனுக் கொடுக்கப்போறதா கேள்விப்பட்டேன். இவ்வளவும் நான் உங்களுக்குச் சொல்லக்கூடாது. குருசாமி போன் பண்ணிட்டானேன்னுதான் ரிஸ்க் எடுத்துச் சொல்றேன். அவுங்க கலெக்டரைப் போய்ப் பார்க்கிறதுக்குள்ளே நீங்க போய் தடுத்து நிறுத்தி சமாதானமாப் பேசி முடிங்க. அதுதான் இருக்கிற ஒரே வழி. சாட்சிக்காரன் காலில் விழுவதைவிட சண்டைக்காரன் காலில் விழுவது புத்திசாலித்தனம். போங்க...'' என்று டி.எஸ்.பி. கையைக் கழுவிவிட்டார். சாருடைய பதற்றம் இன்னும் அதிகமாகிவிட்டது. நா வறண்டு கொண்டு வந்தது.

வெளியே வந்ததும் முதல் காரியமாக குருசாமிக்குப் போன் பண்ணினார். வார்த்தைகள் குழறின. குருசாமிதான் தைரியம் சொல்லி உடனே புறப்பட்டு அவன் வீட்டுக்கு வரும்படி சொன்னான். மாவட்டத் தலைநகரில் இருந்த அவன் வீட்டுக்கு அவர் போய்ச் சேர்ந்தபோது மணி பத்தை நெருங்கிக்கொண்டிருந்தது. சாரைப் பார்த்ததும் "என்ன சார் இன்னம் குளிக்கலையா'' என்று கொஞ்சம் சுண்டிக் கேட்டான். தன் வீட்டிலேயே அஞ்சு நிமிஷத்தில் குளித்து வரச்செய்தான். ஒவ்வொரு நிமிடத்துக்கும் ஒரு முறை "குருசாமி... தப்பிக்க வழி இருக்காப்பா... உண்மையைச் சொல்லு...'' என்று கேட்டு அவனை அனத்திக் கொண்டிருந்தார். "தைரியமா வாங்க சார்'' என்று ஒரு டாக்ஸியில் அவரை ஏற்றிக் கொண்டு பறந்தான்.

முதல் வேலையாக வக்கீலைப் பார்த்து முன் ஜாமீனுக்கு கோர்ட்டில் மனு கொடுக்க ஏற்பாடு செய்துவிட்டு கலெக்டர் ஆபீஸ் போனார்கள். கலெக்டர் மறுநாள் காலைதான் சென்னையிலிருந்து திரும்புகிறார் என்கிற தகவலைத் தெரிந்துகொண்டு மீண்டும் கோர்ட்டுக்குத் திரும்பினார்கள். மதியம் மூன்று மணி ஆகிவிட்டது. கோர்ட்டை விட்டு வெளியே வர சற்றே ஆசுவாசப்பட்ட குருசாமி "இன்னும் கொஞ்சம் அவகாசம் இருக்கு. சார் வாங்க சாப்பிடப்

போலாம்” என்று அவரை வீட்டுக்கு இழுத்துக் கொண்டு போனான். சோறு உள்ளே இறங்க மறுத்தது. இப்படி போலீஸ் ஸ்டேஷனுக்கும் கோர்ட்டுக்கும் அலையும் நாளும் தன் வாழ்க்கையில் வந்துவிட்டதே என்று மறுகினார். வீட்டில் அன்ன ஆகாரம் இல்லாமல் அவருடைய மனைவி சுருண்டு படுத்திருப்பதான காட்சி அவர் மனசில் விரிந்து கண்கள் கசிந்தன. தண்ணீர் குடித்து வயிற்றை ரொப்பினார். இது மாதிரி சமயங்களில் திரவ உணவுதான் சரிப்பட்டு வரும். இவர் படும் அவஸ்தையைக் கண்டு குருசாமி இரக்கப்பட்டான்.

“கலெக்டரைப் பாத்து எனக்கு எதிராக மனு கொடுக்கப்போறவங்க யாரப்பா? அவங்களை இன்னும் நாம போய்ப் பார்க்கலையே...” என்று கொஞ்சம் பதற்றப்பட்டார். நேற்று ஸ்டேஷனில் இவரைக் காட்டமாகப் பேசிய அந்த இளைஞனாக இருக்குமோ என்கிற பயம்தான் அவருக்கு மேலோங்கி வந்தது. கலெக்டரைப் பார்க்கப் போறது அந்த இளைஞனாக இருந்தால் நிச்சயம் சமரசத்துக்கு வரமாட்டான் என்று அவருக்குப் பட்டது.

முதலில் ‘ரோடு’ என்ற தொண்டு நிறுவனத்தின் அலுவலகத்திற்குப் போனார்கள். எல்லா இடங்களிலும் குருசாமிக்குத் தெரிஞ்ச ஆட்கள் இருந்தார்கள். வெளி நாடுகளிலிருந்து பணம் வாங்கி தமிழ்நாட்டு தலித் மக்களுக்காகப் பாடுபடும் ஒரு அமைப்பு அது என்று வண்டியைவிட்டு இறங்கும் போது குருசாமி சொன்னான். உள்ளே போய் இயக்குநரைச் சந்தித்தார்கள்.

“மேட்டுப்பட்டிக் கேஸா... அதை நாங்க எடுக்கலியே சார்... பாடு டிரஸ்ட்” தான் அதிலே தலையிட்டிருக்காங்க. ராமனாதனைத்தான் உங்களுக்குத் தெரியுமில்லே. சும்மா போய் பாருங்க... சார்தான் பார்ட்டியா” என்று மருது சாரைக் காட்டிக் கேட்டார் அந்த இயக்குநர்.

“காலம் எவ்வளவோ மாறிப்போச்சு சார். நீங்க இன்னமும் மாறாம அப்படியே போன நூற்றாண்டிலேயே இருந்தா எப்படி சார்?” என்று மருதுசாரைப் பார்த்து அந்த இயக்குநர் குற்றம் சாட்டும் தொனியில் கேட்டார். மருது சார் பதில் சொல்ல யத்தனித்தபோது குருசாமி தடுத்து வாங்க போவோம்” என்று இழுத்தான்.

வண்டியில் ஏறியதும் சார் ரொம்ப வருத்தமான குரலில் “எல்லாரும் என்னைப் பத்தி தப்பான கருத்திலேதான் இருக்காங்கப்பா...” என்றார். பதில் ஒன்றும் சொல்லாமல் குருசாமி ரோடையே பார்த்துக் கொண்டு வந்தான். குருசாமிக்கும் அதே கருத்துத்தான் இருக்கிறதோ என்ற சந்தேகம் முதன்முறையாக சாருக்கு வந்தது.

‘பாடு’டிரஸ்ட்டுக்கு அவர்கள் போனபோது அதன் இயக்குநர் ராமனாதன் கலெக்டர் ஆபீசுக்குப் போயிருப்பதாகச் சொன்னார்கள். குருசாமி உடனே செல் போனில் அவரைப்பிடித்து, அவசரப்பட வேண்டாம் வாங்க பேசிக்கிடலாம் என்று கெஞ்சிக்கெஞ்சிக் கூப்பிட்டான். ரொம்ப நேரப் போன் பேச்சுக்குப் பிறகுதான் அவர் வருவதாக ஒப்புக்கொண்டார். ஆனால் ராமனாதன் திரும்பி வந்தபோது மருது சார் பயந்தபடி, அவரோடு கூடவே நேற்று ஸ்டேஷனில் அவரைக் காட்டமாகப் பேசிய இளைஞனும் வந்தான்.

அவனைப் பார்த்ததும் மருது சாருக்கு இருந்த கொஞ்ச நம்பிக்கையும் கரைந்து கொண்டிருந்தது.

உள்ளே நுழைந்ததுமே ராமனாதன் மருது சாரைப் பார்த்து “இல்லாத சேட்டை எல்லாம் பண்ணுங்க... பிரச்சனை ஆனவுடனே குருசாமியைக் கூட்டிக்கிட்டு வந்திருங்க...” என்று கோபமாகச் சத்தம் போட்டார். “இந்த மாதிரி கேசிலேயெல்லாம் நீங்க ஏன் சார் தலையிடுறீங்க...” என்று குருசாமிக்கும் ஒரு டோஸ் விட்டார். அதே மூச்சிலேயே 'சரி என்ன சாப்பிடுறிங்க' என்று கேட்டு முடித்தார்.

ரெண்டு பேரும் மௌனமாக இருந்தனர். கூட வந்த அந்த இளைஞன் மருதுசாரை வெறுப்பாகப் பார்த்தபடியும் அதே பார்வையை ராமனாதன் மீது வீசியபடியும் இருந்தான். ராமனாதன் இப்படி இவர்களோடு பேச்சுவார்த்தைக்கு வந்தது அவனுக்குக் கொஞ்சம் கூடப்பிடிக்கவில்லை என்பது வெளிப்படையாகத் தெரிந்தது. இந்தக் கேஸை ராமனாதன் கைவிட்டாலும் வேற யாரையாவது வச்சு அவன் நடத்துவான் என்று சாருக்குப் பட்டது. அவர் நினைத்தபடியே அவன் ராமனாதனைப் பார்த்து “சரி அப்ப நான் வர்றேன் சார்...” என்று சொல்லி விட்டு எழுந்தான்.

ராமநாதன் ‘யே... இரப்பா. வரும்போது என்ன சொல்லிட்டு வந்தேன்... அதுக்குள்ள கோபப்படுறியே...” என்று அவன் கையைப் பிடித்து நிறுத்தினார்.

“இல்ல நீங்க தொண்டு நிறுவனத்துக்காரங்க. பண்டு வாங்கி தொழில் நடத்தறவங்க. பல காரணத்துக்காக நீங்க சமரசத்துக்குப் போக வேண்டியிருக்கும். விட்டுத் தள்ளுங்க. நான் போய் ஏதாவது ஒரு தலித் அமைப்பு மூலமா பார்த்துக்கிறேன். எங்களுக்குன்னு உண்மையா பாடுபடுறவன் ஒருத்தன் கூடவா இல்லாமப் போயிடுவான் நாட்டிலே...” என்று அந்த இளைஞன் விரக்தியாகப் பேசினான்.

"இப்படிப் பேசினா எப்படி தம்பி..." என்று வருத்தத்துடன் அவனைப் பார்த்து பேசிய ராமனாதன் "சார் நீங்க கொஞ்சம் வெளியே போய் இருங்க" என்று மருது சாரை வெளியே அனுப்பினார். அவர்கள் மூவருமாகப் பேசத் துவங்கினார்கள். வெளியே மரத்தடிக்கு வந்த மருது சார் பெரும் கனத்துடன் மூச்சுவிட்டபடி அங்கே கிடந்த திண்டில் அமர்ந்தார்.

முப்பது வருடங்களுக்கு மேலாக அவருடைய கிராமத்தின் உயர் நிலைப்பள்ளியில் ஆசிரியராகப் பணிபுரியும் மருது சார் மற்ற ஆசிரியர்களைப் போல இல்லை. வேலை முடிந்ததும் வீட்டுக்கு ஓடமாட்டார். தலைமை ஆசிரியருக்கு வேண்டிய உதவிகள் செய்வார். காலையில் எல்லோருக்கும் முன்னால் முதல் ஆளாகப் பள்ளிக்கு வந்துவிடுவார். காலை நேர 'பிரேயருக்கு' மாணவர்கள் மைதானத்தில் கூடும்போது கையில் பிரம்புடன் அங்கே நிற்பார். சத்தமில்லாமல் ஒழுங்கு தவறாமல் மாணவர்களை வரிசையாக நிற்க வைக்கும் வேலையைத் தானே எடுத்துக் கொள்வார். பள்ளி ஆண்டு விழா மாதிரி சமயங்களிலும் கையில் பிரம்புடன் சுறுசுறுப்பாக இங்கிட்டும் அங்கிட்டும் அலைந்து கொண்டிருப்பார். பிரம்புக்கு தவறாமல் வேலை இருக்கும். பொதுவாக மற்ற பள்ளிக்கூடங்களில் இந்த மாதிரி 'டிஸிப்பிளின் மற்றும் லா அண்டு ஆர்டர்' வேலைகளையெல்லாம் டிரில் மாஸ்டர்கள் தான் செய்வார்கள். ஆனால் இங்கே எல்லாமே மருது சார்தான்.

கையில் பிரம்புடன் மேல் நோக்கி முறுக்கிவிட்ட மீசையுடன் அவர் லாந்தும் காட்சி எத்தனையோ மாணவர்களின் கனவுகளில் வந்து ஒன்றுக்கிருக்க வைத்ததுண்டு. அவர் வேலைக்குச் சேர்ந்த ஒருசில மாதத்தில் அவர்கள் பள்ளிக்கு அன்றைய முதலமைச்சர் வருகை புரிந்தார். அன்றைக்குத் தற்செயலாகப் பிரம்பை எடுத்தவர்தான் மருது சார். மாணவர்களை நல்லா கண்ட்ரோல் பண்ணுவார் என்று யாரோ பாராட்டுதலாகச் சொன்ன வார்த்தை அவர் செவிக்கு எட்டிவிட அது தன் கடமைதானே என்று தனக்குத்தானே வரித்துக் கொண்டு அச்சேவையை விடாமல் தினசரி செய்ய ஆரம்பித்தார். அவரது பள்ளிச்சீருடையின் ஒரு பகுதியாக - கையின் நீட்சியாக அவருக்கு பிரம்பு ஆகிவிட்டது. ஏதாவது ஒரு வகுப்பில் பிரச்னை என்றால் மருதுசாரைக் கூப்பிட்டு விடுவார்கள். அது கோ-எஜுகேஷன் பள்ளியாக வேறு இருந்தது. தினசரி ஒரு பஞ்சாயத்து சாருக்கு வந்து கொண்டே இருக்கும்.

பள்ளியில் மட்டுமில்லாது பள்ளிக்கு வெளியிலும் அவரது பஞ்சாயத்து எல்லை விரிவடைந்து சென்றது. ஒரு வகுப்புப் பையன் ஒரு பொண்ணுக்கு லெட்டர் கொடுத்துவிட்டான் என்றால் அந்த பையன் வீட்டுக்கு நேரடியாகப் போய் பெற்றோர்களிடம் பேசி அப்பையனை 'அடித்துக் கொல்லுவதற்கு' அனுமதி வாங்கிக் கொண்டு வந்துவிடுவார். அதன் பிறகு அந்தப் பையன் செத்தான். முழுமையாக அவன் அவருடைய ஆளுகைக்குள் வந்துவிடுவான். அவன் திருந்தியே தீரவேண்டும். இவனெல்லாம் ஒருநாளும் உருப்படவே மாட்டான் என்று பெற்றோர்களாலேயே கைவிடப்பட்ட 'கிரிமினல்க'ள் சேட்டைக்காரப் பையன்கள் என்று பல பேருடைய வாழ்க்கையைத் தன் பிரம்பால் திசைமாற்றி இருக்கிறார் சார். அவர்களெல்லாம் பிற்காலத்தில் நல்ல படிப்பு படித்து உத்தியோகங்களுக்குப் போய் லீவுக்கு ஊருக்கு வரும்போது சார் வீட்டுக்குத் தவறாமல் ஸ்வீட் பாக்ஸுடன் வருவார்கள். சார்மட்டும் அன்னைக்கி என்னை அடிச்சுத் திருத்தலேன்னா நான் இன்னிக்கு இப்பிடி ஒரு மனுஷனாக ஆகியிருக்கவே முடியாது என்று நன்றியுடன் பேசி விட்டுப் போவார்கள். அந்த நேரத்தில் சார் பெருமிதம் பொங்க ஒரு பெரிய தியாகி போல முகத்தை வைத்துக் கொண்டு நான் என்ன பெரிசா பண்ணிட்டேன் என்பார். குருசாமியும் ஒரு காலத்தில் மருது சாரின் பட்டியில் அடைபட்டுக் கிடந்த ஆடுதான்.

இப்படி 'தானுண்டு தன் பிரம்பு உண்டு' என்று நிம்மதியாகத் தன் தொழிலை நடத்திக் கொண்டு வந்த சாருடைய வாழ்க்கையில் திருப்பு முனையாக ஒருநாள் வந்து சேர்ந்தது. பள்ளிக்கூடத்தின் வெள்ளைச் சுவர்களில் திடீரென்று சில வாசகங்கள் முளைத்தன. கரிக்கட்டையால் எழுதப்பட்ட வாசகங்கள்.

"எல்லோரும் வாழ வேண்டும். ஆனால், டாக்டர்தான் ஆள வேண்டும்."

"டாக்டர்தான் எங்கள் முதல்வர்."

அடுத்து சில மணி நேரத்தில் அதற்குப் போட்டியான வாசகங்கள் அதைவிடப் பெரிய தீர்மானமான எழுத்துகளில் சுவர்களில் தோன்றின. "உன் டாக்டர் எங்கள் வீட்டு வேலைக்காரன்" என்று ஆரம்பித்து குறிப்பிட்ட அச்சாதியைக் குறைவாகப் பேசும் வாசகங்கள் பல காணப்பட்டன. பிறகு அதற்குப் போட்டி வசனங்கள் தோன்றின. சுவர்களில் பெரும் யுத்தமே நடந்து கொண்டிருந்தது. யார்தான் எழுதுகிறார்கள் என்று கண்டுபிடிக்க முடியவில்லை.

தலைமை ஆசிரியருக்குப் பெரும் தலைவலியாகப் போய்விட்டது. மாணவர்களையும் ஆசிரியர்களையும் மைதானத்தில் கூட்டி "சாதி பற்றி பள்ளிக்கூடத்தில் பேசுவதோ சுவர்களில் எழுதுவதோ மாபெரும் குற்றம். யார் என்று கண்டுபிடித்து ஈவு இரக்கம் இல்லாமல் டிசியைக் கொடுத்து வீட்டுக்கு அனுப்பிவிடுவேன். அதோடு உன் படிப்பும் போச்சு. எதிர்கால வாழ்க்கையும் போச்சு "ஒழுங்கா நடந்துக்கோ" என்று கடுமையாக எச்சரிக்கை செய்தார். ஸ்டாஃப் மீட்டிங் போட்டு எழுதியது யார் என்று கண்டு பிடிக்கத் திட்டமிடப்பட்டது. எல்லாவற்றிற்கும் பிறகு தலைமை ஆசிரியர் மருதுசாரை தனியாக அழைத்து "நீங்க முயற்சி பண்ணினாத்தான் காரியம் நடக்கும்" என்று கையைப் பிடித்துக் கொண்டு கேட்டார்.

மருது சாருக்கு ஒவ்வொரு வகுப்பிலும் சி.ஐ.டி.கள் உண்டு. அவர்களை முடுக்கிவிட்டார். கையில் பிரம்புடன் பள்ளிக்கூடத்தைச் சுற்றிச் சுற்றி வந்தார்.

ரோட்டில் நிற்பவர்களையெல்லாம் "போபோ. கூட்டம் போடாதே" என்று விரட்டுகிற போலீஸ்காரன் மாதிரி பையன்களை கூட்டமாக எங்கும் நிற்கவிடாமல் விரட்டிக்கொண்டே இருந்தார். அவருக்குப் பக்கபலமாக டிரில் மாஸ்டரும் ஓவிய ஆசிரியரும் அவரவர் பிரம்புகளுடன் களத்தில் நின்றனர். பள்ளிக்கூட வாட்ச்மேனும் பியூன்களும் சத்துணவு ஊழியர்களும் சுவர் எழுத்துகளை அழிக்கும் பணியில் இறக்கிவிடப்பட்டிருந்தனர். அந்தந்த வகுப்பாசிரியர்கள் வகுப்புகளில் தனித்தனியாக மாணவ மாணவிகளைக் கூப்பிட்டு விசாரணை நடத்திக் கொண்டிருந்தனர். பள்ளிக்கூடமே ஒரு சுறுசுறுப்பான ராணுவ முகாம் போல முழுவீச்சில் இயங்கிக் கொண்டிருந்தது. மதிய உணவு இடைவேளைக்கு மணி அடிக்கவும் யாருக்கும் தோன்றவில்லை.

மருது சாரின் சி.ஐ.டி.க்கள் கொடுத்த துப்பின் அடிப்படையில் பத்தாம் வகுப்பு 'ஆ' பிரிவில் சார் நுழைந்தார். எல்லோரும் அவரவர் புத்தகம் நோட்டுகளை அப்படி அப்படியே வைத்துவிட்டு வெளியே நில்லுங்க என்று உத்தரவு கொடுத்துவிட்டு மருது சார் ஒவ்வொரு பையனின் நோட்டுப்புத்தகமாக எடுத்து பரிசீலனை செய்யத் துவங்கினார். கொஞ்ச நேரத்தில் குற்றவாளியைக் கண்டுபிடித்துவிட்டார். நடராஜன் என்கிற பையனின் நோட்டுகளில் 'டாக்டர்' படம் ஒட்டியிருந்தது. நாளிதழ்களில் வந்த படங்களைக் கத்தரித்து ஒட்டியிருந்தான்.

‘அடி உதவுற மாதிரி அண்ணன் தம்பிகூட உதவ மாட்டான்’ என்பதில் அசைக்க முடியாத நம்பிக்கை கொண்டிருந்த மருதுசார் நடராஜன் உடம்பின் மீது பிரம்பாபிஷேகம் நடத்தினார். கொடுக்கிற கொடுப்பில் தன்னாலே உண்மை வெளிவந்துவிடாதா? ஆம். மறைக்கப்பட்ட ஒரு நீண்ட வரலாறு நடராஜன் மூலமாகத் தெரியவந்தது. டாக்டர் தலைமையில் மதுரையில் நடந்த தீண்டாமை எதிர்ப்பு மாநாட்டுக்கு லாரியில் போய் வந்த பையன்களில் ஒருவன்தான் நடராஜன். ஊர்வல உற்சாகம் பள்ளிக்கு வந்த பிறகும் குறையாமல் இருக்க - தன் நோட்டுகளில் படங்களை ஒட்டியும் வசனங்கள் எழுதியும் அதைத் தீர்த்துக் கொண்டான். அவனைப் போல நோட்டுகளில் படம் ஒட்டிய பையன்கள் பலர் இருந்தனர். நடராஜன் வகுப்பில் இல்லாதபோது அவனுடைய நோட்டை எடுத்து யாரோ டாக்டர் படத்தின் மீது பேனாவால் கிறுக்கிவைத்துவிட்டனர். அப்படிச் செய்தது யார் என்று தெரியவே இல்லை. யார் கிறுக்கினதுன்னு சொல்லிருங்கப்பா என்று கேட்டுக் கேட்டுப் பார்த்தும் யாரும் சொல்லவில்லை. அந்தக் கோபத்தில் தான் சுவரில் எழுதிப்போட்டேன் என்பதாக நடராஜனின் வாக்குமூலம் அமைந்திருந்தது.

சகல பிரச்னைக்கும் மூலகர்த்தா நடராஜன்தான் என்கிற தனது தீர்ப்புடன் அவனைக் காதைப்பிடித்துத் திருகியபடியே இழுத்துக் கொண்டு போய் தலைமை ஆசிரியரின் முன் நிறுத்தினார் மருது சார். ஆதார தஸ்தாவேஜூகளான படம் ஒட்டிய அவனுடைய நோட்டுப் புத்தகங்களையும் தலைமை ஆசிரியர் முன் சமர்ப்பித்தார். நடராஜனின் கறுத்து மெலிந்த ஒட்டிய உடம்பு நடுங்கிக்கொண்டிருந்தது. “நரம்பு கணக்கா இருந்துக்கிட்டு என்னா வேலை பண்ணியிருக்கே நீ...” என்று அவனைத் திட்டிய தலைமை ஆசிரியர் “போய் ஒங்க அப்பா அம்மாவைக் கூட்டிட்டு வா” என்று நடராஜனைத் துரத்திவிட்டார். பதிலுக்கு பதிலாக சுவரில் வசனம் எழுதிய இன்னும் சில பையன்களும் அடுத்தடுத்துப் பிடிபட்டார்கள். அவர்களுக்கு பிரம்படி கொடுப்பதற்கு முன்னமே குற்றத்தை ஒப்புக்கொண்டு வந்து விட்டார்கள். அவர்களையும் பெற்றோர்களுடன் வரச்சொல்லி துரத்திவிட்டார்கள். இதோடு சாதிப் பிரச்சனை ஒழிந்தது என்று தலைமையாசிரியர் பெருமூச்சு விட்டார். மருதுசாருக்கு நன்றி சொல்ல வேண்டும் என்று அவரைத் தேடினார். அவர் வெளியே மரத்தடியில் அவரைச் சுற்றிக் கூடிநின்ற சக ஆசிரியர்களுக்கு தனக்கு எப்படி அப்படி ஒரு ஐடியா வந்து

கரக்டாக பத்தாம் வகுப்பு 'ஆ' பிரிவைக் குறிவைத்தேன் என்பதை உற்சாகத்துடன் விளக்கிக் கொண்டிருந்தார்.

ஆனால் கொஞ்ச நேரத்தில் பள்ளிக்கூட வாசலில் ஒரு போலீஸ் ஜீப் வந்து நின்றது.

'பாடு டிரஸ்ட்' வாசலில் வந்து நின்ற போலீஸ் ஜீப்பிலிருந்து இறங்கிய இன்ஸ்பெக்டர் வெளியே திண்டில் உட்கார்ந்திருந்த மருது சாரைப் பார்த்ததும் "உங்களை எங்கேயெல்லாம் தேடுறது சார். ஏறுங்க வண்டியிலே" என்றபடி உள்ளே வந்தார். சத்தம் கேட்டு குருசாமியும் மற்றவர்களும் வெளியே வந்தார்கள். குருசாமி வேகமாகச் சென்று இன்ஸ்பெக்டரிடம் முன் ஜாமீன் பத்திரத்தைக் காட்டினான். சமரசமாகப் போவதற்காகப் பேச்சுவார்த்தை நடந்து கொண்டிருப்பதாக விளக்கினான். ஆனால் இன்ஸ்பெக்டர் சொன்ன விஷயத்தைக் கேட்டு குருசாமி ஓரடி பின்னால் நகர்ந்துவிட்டான். மருது சாருக்கு அதிர்ச்சியில் மயக்கமே வந்துவிட்டது. அந்த நடராஜன் என்கிற மாணவனை கடுமையாகத் தாக்கி ரத்தக் காயங்களுடன் யாரோ வயல்காட்டுச் சகதியில் போட்டுவிட்டுப் போய்விட்டார்கள். அங்கே ஊரே திரண்டு வந்து போலீஸ் ஸ்டேஷனை முற்றுகையிட்டு நிற்கிறது. சப்-இன்ஸ்பெக்டர் வெளியே வரமுடியாமல் உள்ளே மாட்டிக் கொண்டு கிடக்கிறார். கூடுதல் போலீஸ் படை வந்திருக்கிறது. உங்க ஸ்கூல் தலைமை ஆசிரியர்லேயிருந்து அத்தனை ஸ்டாஃப்பும் ஸ்டேஷன்லதான் நிக்கிறாங்க. முற்றுகையிட்டுள்ள மக்களுடன் பேச்சுவார்த்தை நடத்துவதற்காக மாவட்ட போலீஸ் சூப்பிரண்டெண்ட் விரைந்து கொண்டிருக்கிறார். மருதுசாரைக் கைது செய்தால்தான் அந்த மக்களின் கோபம் கொஞ்சமாவது தணியும்.

இன்ஸ்பெக்டர் சொன்னதைக் கேட்டு ராமனாதனுடன் நின்று கொண்டிருந்த அந்த இளைஞனுக்கு ஆத்திரம் இன்னமட்டு என்றில்லாமல் வந்தது.

மருதுசாரைக் குரோதத்துடன் பார்த்தபடி "அங்கே அடிக்க ஆளை ஏற்பாடு பண்ணிவிட்டு இங்கே நல்லபிள்ளை மாதிரி சமரசம் பேச வந்திட்டீரு" என்று கத்தினான்.

"எனக்கும் இதுக்கும் எந்த சம்பந்தமும் இல்லப்பா" என்று மருது சார் பரிதாபமாக குருசாமியைப் பார்த்தார். அவருடைய கண்களிலிருந்து கண்ணீர் பெருகி வழிந்து கொண்டிருந்தது. அவருக்கு எல்லா நம்பிக்கையும் உடைந்து போன மாதிரி இருந்தது.

"சார், உங்களுக்கு இதிலே நேரடியா தொடர்பு இல்லாமல் கூட இருக்கலாம். உங்க மேலே கேஸ் புக் பண்ணியிருக்கிற ஆத்திரத்திலே உங்க சாதி ஆட்கள் யாராவது அவங்களாவேகூட பையனை அடிச்சுப்போட்டிருக்கலாம். ஆனா யாருக்கும் உங்க மேலேதானே சந்தேகம் வரும்" என்று இன்ஸ்பெக்டர் பேசவும் மருது சார் "தலை சுற்றுகிற மாதிரி இருக்கு" என்றபடி தள்ளாடினார். நெஞ்சைப் பிடித்தபடி மயங்கிக் கீழே சரிந்தார். குருசாமி அவரைத் தாங்கிப் பிடித்தான். ராமநாதன் தண்ணீர் கொண்டு வர உள்ளே ஓடினார். இன்ஸ்பெக்டரும் விரைந்துவர அவரைப் பிடித்து அப்படியே திண்டில் படுக்க வைத்தார்கள். எல்லாம் நாடகம் என்பது போல அந்த இளைஞன் மட்டும் அசையாமல் அப்படியே நின்று நடப்பதையெல்லாம் வெறுப்புடன் பார்த்துக் கொண்டிருந்தான்.

மருது சார் கண்விழித்த போது ராத்திரியாகியிருந்தது. அவர் பக்கத்தில் அவருடைய மனைவி அழுதுவீங்கிய கண்களுடன் நிற்பதைப் பார்த்தார். அரசு ஆஸ்பத்திரியின் வீச்சம் நாசியை அடைத்தது. அவருடைய கையில் செருகியிருந்த ஊசி வழியே ட்ரிப்ஸ் ஏறிக்கொண்டிருந்தது. ஊரில் என்ன ஆச்சு? என்று மனைவியிடம் கேட்டார். மனைவியின் கண்ணீர்தான் பதிலாக வந்தது. பேச்சு வரவில்லை. சார் மீண்டும் கண்களை மூடிக் கொண்டார். டாக்டர் வந்து ஊசி போட்டுவிட்டுப் போனார். நாஸ் வந்து ட்ரிப்ஸ் பாட்டில் மாற்றிவிட்டுப் போனார். ராத்திரி ரொம்ப நேரங்கழித்து குருசாமியின் குரல் கேட்டு சார் கண் விழித்துப் பார்த்தார். என்ன ஆச்சு? என்ற அவர் கேள்விக்கு குருசாமியும் பதில் சொல்லவில்லை. பொறுங்க... பொறுங்க... என்பதாக கையை ஆட்டிவிட்டு "ஈஸிஜி எல்லாம் நார்மலாதான் இருக்குன்னு டாக்டர் சொன்னார். பயப்பட வேண்டாம்" என்று சாருடைய மனைவியிடம் சொன்னான். "எல்லாம் நாளைக்குப் பேசிக்கிடலாம். சார், இப்ப உங்களுக்கு ரெஸ்ட்தான் தேவை" என்று சொல்லிவிட்டு கிளம்பிப் போய்விட்டான். "ஒண்ணும் சொல்லாமப் போய்ட்டான் பாரு ச்சே..." என்று மனைவியிடம் புலம்ப ஆரம்பித்தார். சாருடைய அறைக்கு வெளியே டூட்டியில் இருந்த போலீஸ்காரர் வந்து "பேசாம படுங்க சார் காலையிலே பேசிக்கிடலாம்" என்று சத்தம் போட்டார். போலீஸ்காரர் போனதும் மெதுவான குரலில் மனைவியிடம் "என்னை அரெஸ்ட் பண்ணியிருக்காங்களா?" என்று கேட்டார். 'தெரியலியே' என்று அந்த அம்மா கையை அசைத்தது. சார் கண்களை மூடிக்கொண்டார்.

ஸ்டேஷன் வாசலில் கூடி நின்ற சனமெல்லாம் இவர் ஜீப்பை விட்டு இறங்கியதும் "சண்டாளப்பாவி..." என்று மண்ணை வாரித் தூற்ற - "தெரியலியே அவரு எங்கே போனாருன்னு தெரியலியே" என்று அவருடைய மனைவி சொல்லச் சொல்ல "இனிமே இப்படிச் செய்வியா... இனிமே இப்படிச் செய்வியா" என்று நீட்டிய கையில் யாரோ பிரம்பால் மாறி மாறி உள்ளே அடித்துக் கொண்டிருக்கும் சத்தம் கேட்டு மனம் பதறி அவர் தப்பிஓட கால்களும் கைகளும் விளங்காமல் போய் வெட்டி வெட்டி இழுத்துக் கொண்டே இருக்க...

மறுநாள் காலை பத்து மணிக்கு மேல்தான் குருசாமி வந்தான். அதற்குள் சாருக்குக் கொஞ்சம் தெளிச்சியாகியிருந்தது. ஊசியைக் கழற்றி விட்டார்கள். சாய்வாக உட்கார்ந்திருந்தார். குருசாமி கட்டிலில் அவர் பக்கத்தில் உட்கார்ந்து உடல்நிலை பற்றிச் சற்றே பேசிவிட்டு "பத்து வருசத்துக்கு முன்னாடி பஸ் ஸ்டாப் கட்டுவது சம்பந்தமா ஏதும் பிரச்சனை இருந்ததா சார்?" என்று கேட்டான்.

அவர்களுடைய கிராமம் கொஞ்சம் பெரிய கிராமம். பல சாதி மக்களும் வாழும் ஊராக இருந்தது. தாழ்த்தப்பட்ட மக்களில் பள்ளர், பறையர், சக்கிலியர் ஆகிய மூன்று பிரிவினரும் இருந்தனர். இம்மூன்று பிரிவினருக்கும் ஊரின் வடகோடியில் குடியிருப்புகள் இருந்தன - தனித்தனியாகத்தான். பஸ் செல்லும் சாலை ஊரின் தென்கோடியில் மருது சார் வீட்டுக்குப் பின்புறமாகச் சென்றது.

பஸ்ஸுக்காகக் காத்திருப்பவர்கள் ரோட்டடியில் இருந்த ஊர்ப் பொது மடத்தில்தான் உட்காருவார்கள். தாழ்த்தப்பட்டவர்களுக்கு அந்த மடத்தில் உரிமை கிடையாது. மற்ற சாதியாரின் பொதுமடம் தான் அது. ஆகவே பஸ்ஸுக்குக் காத்திருக்க நேரும் தாழ்த்தப்பட்ட மக்கள் வெயிலில் தான் நிற்பார்கள். கர்ப்பிணிப் பெண்களானாலும் பச்சைக் குழந்தைகளானாலும் வெயிலில் தான் நிற்கணும். ஆகவே அவர்கள் கூட்டம் போட்டு அந்த மடத்துக்குப் பக்கத்தில் மருது சார் வீட்டை ஒட்டி ரோட்டு மேலே தங்களுக்கெனத் தனியாக ஒரு பஸ் ஸ்டாப் கட்ட முடிவு செய்தனர்.

ஆனால் சாலையை ஒட்டி புறம்போக்கு இடம் ரொம்பக் கொஞ்சமாகத்தான் கிடந்தது. மருது சாரின் இடத்தில் கொஞ்சத்தையும் சேர்த்தால்தான் ஒரு பத்துப் பேர் காத்திருக்கப் போதுமான இடம் கிடைக்கும். இடத்தை மட்டும் அவிகளுக்குக் கொடுத்திடாதீங்க சார் என்று மருது சாரின் சாதியாரும் மற்ற சாதியார் சிலரும் முன்கூட்டியே வந்து சாரை எச்சரிக்கை செய்தார்கள்.

“இன்னக்கி பஸ்ஸுக்கு இடம் கேப்பான். நாளைக்கி நம்ம வீடேறி வந்த பொண்ணு கேப்பான் இப்ப அவனுக வார வரத்தே சரியில்ல பாத்துக்கிடுங்க” என்று ஆள் ஆளுக்கு வந்து சாரைக் குழப்பிக் கொண்டிருந்தார்கள். ஆகவே அவர்கள் வந்து இடம் கேட்டபோது சார் “இப்ப விக்கிறதா இல்லியே” என்று மறுத்துவிட்டார். “எங்களாலே எந்தப் பிரச்சனையும் வராது” என்று அவர்கள் எவ்வளவோ சொல்லியும் சார் நம்ம சாதிக்காரப்பயக காரித்துப்புவானே என்று பயந்து இடம் இல்லை என்றே மறுத்துவிட்டார். ஆனால் அது பிறகு பெரிய பிரச்சினை ஆகிவிட்டது. 'பச்சைப்பிள்ளைகள் நிற்க ஒரு நிழல் வேண்டும்' என்ற கோரிக்கையுடன் ஆர்ப்பாட்டம், உண்ணாவிரதம் என்று தாலுகா அலுவலகம் முன்பாக ஒரு மாதமாகப் போராட்டம் நடந்தது.

கடைசியில் தாழ்த்தப்பட்ட 200 குடும்பங்களும் பிள்ளைகள் குட்டிகளோடு லாரி பிடித்துப்போய் தாலுகா அலுவலகம் நோக்கிப் பேரணியாகச் சென்றனர். கோஷம் போடத் தெரியாத பெண்கள் குலவை போட்டபடி ஊர்வலம் போனது. ஐநூறு பேர் போட்ட குலவைச் சத்தத்தில் காது கிழிந்துபோன தாசில்தார் வண்டியை எடுத்துக் கொண்டு அவர்களில் நாலு பேரையும் ஏற்றிக் கொண்டு மருது சார் வீட்டுக்கே வந்துவிட்டார். பேச்சுவார்த்தையில் மருது சார் அவர்கள் கேட்ட அளவுக்கு இடம் தந்துவிட்டார். பஸ் ஸ்டாப்பும் கட்டி பத்து வருசம் ஆச்சு. இதே பஸ் ஸ்டாப்பில் மருது சாரும் கூட இப்போது நிற்பதுண்டு. யாரும் தெற்குத்தெரு சாதியாரிடம் பெண் கேட்டு இன்று வரை வரவும் இல்லை.

“இந்தப் பழைய கதையை ஏன் இப்பக் கேக்கிறே?”

“நேத்துப் பேச்சுவார்த்தையிலே இதெல்லாம் வந்தது.”

“என்ன நடந்ததுன்னு கேட்டா ஒண்ணுமே சொல்லாமப் போயிட்டே இப்ப ஒண்ணொண்ணா சொல்லி என் வயித்திலே புளியைக் கரைக்கிறே. என்ன நடந்ததுன்னு விவரமாச் சொல்லப்பா.”

போலீஸ் சூப்பிரண்டு கிராமத்துக்கு போவதற்குள்ளாக நடராஜனை அடித்துப் போட்ட ரெண்டு ஆட்களையும் போலீசார் கைது செய்து விட்டதாலும் மருது சாரும் கைது செய்யப்பட்டுவிட்டதாக சூப்பிரண்டு கூட்டத்தில் அறிவித்ததாலும் கூட்டம் சற்றுநேரம் கோபமாகப் பேசிக்கொண்டிருந்துவிட்டுக் கலைந்துவிட்டது. ஆனாலும் பிரச்னை இன்னும் முடியவில்லை. மருதுசாரை விடுதலை செய்யக்கோரி அவருடைய சாதிக்காரர்கள்

போலீஸ் சூப்பிரண்டு காரை மறிக்க-லேசான தடியடி செய்து அவர் வண்டியைக் கிளப்பிக் கொண்டு போக - இப்போது இந்தப்பக்கம் கோபமாகிக் கிடக்குது ஊர். இவங்க அடுத்து ஏதும் செய்யப்போக 1996, 97 மாதிரி பழையபடி தென் மாவட்டம் பூரா சாதிக்கலவரம் வெடிக்குமோ என்கிற அச்சம் காவல் துறைக்கும் மாவட்ட நிர்வாகத்துக்கும் வந்துவிட்டது. கலெக்டர் காலையிலே வந்ததும் வராததுமாக "உடனடியாக ரெண்டு தரப்பையும் கூப்பிட்டு இன்னிக்கு சாயங்காலமே என் முன்னிலையில் பேச்சுவார்த்தைக்கு ஏற்பாடு செய்யுங்க"ன்னு உத்தரவு போட்டிருக்கிறார்.

"சாயங்காலப் பேச்சுவார்த்தைக்கு உங்களையும் அழைத்துவரச் சொல்லி கலெக்டர் உத்தரவு" என்று கதையைப் பூராவும் சொல்லிமுடித்தான்.

"பிள்ளைகளை பிரம்பை வச்சி அடிக்கிற பழக்கத்தை விட்டுடுங்கன்னு எத்தனை வாட்டி படிச்சிப்படிச்சிச் சொன்னேன். கேக்க மாட்டேனுட்டு இப்ப அதனாலேதானே இத்தனை வம்பும்..." என்று சாரின் மனைவி பேச ஆரம்பிக்கவும் குருசாமி குறுக்கிட்டு "இப்ப அந்தப் பையன் நடராஜனையும் இங்கேதான் அட்மிட் பண்ணியிருக்காங்க..." என்றான். சாயந்திரம் பேச்சுவார்த்தைக்குப் போகும் முன் ஆஸ்பத்திரியிலிருந்து முறைப்படி டிஸ்சார்ஜ் ஆகிக்கொண்டார். வெளியே வந்து போலீஸ் ஜீப்பில் ஏறுவதற்காக காத்திருந்தபோது நடராஜனை அழைத்துக் கொண்டு அவனுடைய தகப்பனாரும் தாயும் வந்தார்கள். மருதுசாரைப் பார்த்ததும் நடராஜனின் அப்பா கும்பிட்டார். சாரும் கும்பிட்டார். நடராஜனைக் காட்டி "இப்ப திருப்திதானே சார்" என்றார். இல்லை இல்லை என்பதாக கும்பிட்டபடி சார் தலையை ஆட்டினார். கண்ணோடு சேர்ந்து வீங்கியிருந்த நடராஜனின் முகத்தைப் பார்ப்பதற்கே சாருக்கு வேதனையாகவும் பெரும் குற்ற உணர்வாகவும் இருந்தது. ஈவிரக்கம் இல்லாமல் அடித்திருக்கிறார்கள். இந்தச் சாதியில் பிறந்ததற்காக முதல் தடவையாக சார் வெட்கப்பட்டார்.

பிள்ளைகள் என்றால் எல்லாம் பிள்ளைகள்தான். இப்படியா அடிப்பது? பேச்சுவார்த்தை இழுத்துக் கொண்டே போனது. மருது சார் பஸ் ஸ்டாப் பிரச்னை நடந்த நாள் முதலாகவே பள்ளிக்கூடத்தில் தலித் மாணவர்களைக் குறிவைத்து அடிப்பதை வழக்கமாகக் கொண்டிருக்கிறார் என்று குற்றம் சாட்டப்பட்டது. அதன் உச்சகட்டம் தான் மற்ற சாதிப் பையன்களை அடிக்காமல் நடராஜனை மட்டும் அடித்து துரத்தியது என்றனர். பள்ளி தலைமை ஆசிரியர் எழுந்து

மருது சார் அப்படிப்பட்டவரல்ல என்று வாதாடினார். அவருடைய பிரம்பு சாதி பார்ப்பதில்லை என்பதற்கு பல ஆதாரங்களை அவர் முன்வைத்தார். மருது சாரும் எழுந்து "நான் அப்படிப்பட்ட ஆள் இல்லை. எனக்கு எல்லாப் பிள்ளைகளும் ஒண்ணுதான். பள்ளிக்கூடத்தில் சாதி வரக்கூடாது என்கிற பொது அக்கறையில்தான் அப்படிக் கடுமையாக நடந்துகொண்டேன்" என்று விளக்கமளித்தார். கலெக்டர் மருதுசாரை மரியாதையுடன் பேசினார்.

"நீ என்னப்பா சொல்றே இப்போ?" என்று அந்தக் கோபமான இளைஞனைப் பார்த்துக் கேட்டார் கலெக்டர். அவன் எழுந்து "முதலில் கலெக்டர் சாருக்கு ஒன்றைக் கூற விரும்புகிறேன். குற்றம் சாட்டப்பட்ட ஆசிரியர் மருதுவை நீங்க நாங்கன்னு மரியாதையாகப் பேசுறீங்க. என்னைக் கூப்பிடும் போது மட்டும் வா... போ... ன்னு பேசறீங்க. இதுக்குப் பேர் என்ன? பாதிக்கப்பட்டு நிற்கிற எங்களுக்கு உண்மையிலேயே நீதி வழங்குவீங்களா?"

மருது சாரின் சாதியார் மத்தியில் சிறு சலசலப்பு உண்டானது. கலெக்டர் அமைதிப்படுத்தினார். அந்த இளைஞன் மேலும் தொடர்ந்தான். "முதலில் பிள்ளைகளை முரட்டுத்தனமாக அடிப்பது எப்படி சரியாகும்?"

கலெக்டர் குறுக்கிட்டு "மாணவர்களை அடிப்பது பொதுவாகப் பார்த்தா தப்புத்தான். ஆனா நடைமுறையிலே அது தவிர்க்க முடியாதது தம்பி... உன் பேரென்ன சொன்னே தம்பி... (அறிவழகன் என்று அந்த இளைஞர் சொன்னார்) தம்பி அறிவழகன்... நான் இன்னிக்கி ஒரு I.A.S. அதிகாரியாக மாவட்ட கலெக்டராக உக்காந்திருக்கேன்னு சொன்னா அதுக்கு முக்கிய காரணம் எட்டாம் வகுப்பிலே என்னை அடிச்சுத் திருத்தின ஒரு வாத்தியார்தான் என்பதை மறுக்க முடியாது."

அறிவழகன் அதை மறுத்து "உங்க மாதிரி மேல் சாதியிலே இருக்கிற பையன்கள் அடி வாங்கித் திருந்தின வெற்றிக் கதைகளை மட்டும் நீங்க சொல்லிக்கிட்டே போறீங்க சார். இதே மருது சாரிடம் அடிவாங்கப் பயந்து பள்ளிக்கூடத்துக்கே போகாமல் படிப்பை விட்ட பையன்கள் எங்க தெருவில் மட்டும் ஏழெட்டுப் பேர் இருக்காங்க சார். முதல் தலைமுறையாகப் படிக்கப்போன பிள்ளைகள் அடிக்குப் பயந்து படிக்கப்போகலைன்னா அது எவ்வளவு பெரிய நஷ்டம்? உங்க குடும்பத்திலே இருக்கிற படிக்க வைக்கணும்கிற சூழல் எங்க குடும்பங்களில் இப்பத்தான் வளர்ந்திக்கிட்டிருக்கு. அதனாலே..."

கலெக்டர் இடையில் குறுக்கிட்டு "சரி... இப்ப ஸ்கூல்ல அடிக்கிறது சரியா தப்பாங்கிற விவாதத்துக்குள்ளெ நாம் போக வேண்டாம். இந்தப் பிரச்சனையில் நடராஜன்கிற பையந்தான் முதன் முதலாக சுவரில் சாதிபற்றி எழுதிப் போட்டிருக்கிறான். பள்ளிக்கூடத்தின் நலன் கருதி அவனைப் பிடிச்சு அடிச்சிட்டேன்னு ஆசிரியர் தரப்பிலெ சொல்றாங்க."

"சமூகம் முழுக்க சாதியிலே அடைபட்டுக் கிடக்கு. சாதி என்கிற கெட்ட விஷயம் நீங்க சொல்றபடி நடராஜன்கிற பையனுடைய மூளையிலேருந்தா வந்தது. மேல் சாதிப் பையன்களுக்கு சாதி ஒரு பிரச்னையாக இல்லாமலிருக்கலாம். பள்ளிக்கூடத்திலே அதைப் பேச வேண்டிய அவசியமும் அவங்களுக்கு இல்லாம இருக்கலாம். ஆனா எங்க பையன்களுக்கு அது வாழ்க்கையின் ஒரு பகுதி. டீக்கடையிலிருந்து பஸ் ஸ்டாப், பள்ளிக்கூடம் என்று சுடுகாடு வரைக்கும் அது எங்களுக்குப் பிரச்சனைதான். அது இந்த ஸ்கூலில் இப்படி லேசா வெளிப்பட்டிருக்கு. அதுக்காக எழுதின மத்த பையன்களையெல்லாம் விட்டுட்டு இவனை மட்டும் அடிச்சதுங்கிறது வன்கொடுமை இல்லாம வேற என்ன?" உடனே மருது சாருடைய சாதியார் தரப்பில் பெரிய சத்தம் எழுந்தது.

"பேச்சுவார்த்தைன்னு சொல்லிக் கலெக்டர் கூப்பிட்டதாலேதான் நாங்க அதை மதிச்சு வந்தோம். இங்க யார்கிட்டேயும் லெக்சர் கேட்டுக்கிட்டிருக்க நாங்க வரல. அவங்க கோரிக்கைப்படி நடராஜனை அடிச்சவங்களை நேத்தே நாங்க சரண்டர் பண்ணிட்டோம். அவங்க மேலே சட்டப்படி என்ன நடவடிக்கை உண்டோ எடுத்துட்டுப் போங்க. மத்த எல்லாக் கேசையும் வாபஸ் வாங்கிட்டு சமாதானமாப் போக முடியுமா? அதை மட்டும் கலெக்டர் சார் கேட்டுக் கொடுங்க அவ்வளவுதான்..." அதைத் தொடர்ந்து கூட்டத்தில் ஆள் ஆளுக்குப் பேச ஆரம்பித்துவிட்டார்கள். பெரும் சலசலப்பாகிவிட்டது. கலெக்டர் எல்லாவற்றையும் அமைதியாகக் கொஞ்ச நேரம் பார்த்துக் கொண்டிருந்தார்.

அப்போது யாரும் எதிர்பார்க்காதபடி மருதுசார் எழுந்து சத்தமாக "நான் ஒண்ணு சொல்றேன் கேளுங்க" என்று ஒரு கணம் நிறுத்தி சபை அமைதியானதும் "நான் அந்த மாணவனை அடிச்சது தப்புத்தான். அதுக்காக இந்த சபையிலே மனப்பூர்வமாக நான் மன்னிப்புக் கேட்டுக்கிறேன். இதை சாதிப் பிரச்சனையாக்க வேண்டாம். என் மேலே ஏதும் நடவடிக்கை எடுக்கிறதானாலும் எடுத்துக்குங்க. என்ன தண்டனை யானாலும் ஏத்துக்கறேன். இதை

இத்தோடு முடிச்சிருங்க. எங்க பள்ளிக்கூடத்தினாலே மீண்டும் நம்ம பக்கம் ஒரு சாதிச்சண்டை வந்துரவேண்டாம்" என்று கையெடுத்துக் கும்பிட்டு நின்றார். ரொம்ப நேரம் கும்பிட்டபடி அப்படியே நின்றுகொண்டேயிருந்தார்.

யாருக்கும் முழுச்சமாதானம் ஆகாமலேயே சமாதானக்கூட்டம் முடிவுக்கு வந்தது. கலெக்டர் வேண்டுகோளையும் வற்புறுத்தலையும் தட்ட முடியாமல் இரு தரப்பாரும் வழக்குகளை வாபஸ் பெற்றுக் கொள்வதாக கையொப்பமிட்டு முடித்தனர். வெளியே போகும் போதே அறிவழகன் கிட்டவந்து மருதுசாரிடம் "வழக்கம் போல் நீங்களேதான் ஜெயிச்சிட்டீங்க. எல்லாம் உங்க ராஜ்ஜியம்" என்று மட்டும் கோபத்துடன் கேட்டுவிட்டுப் போனான்.

மருது சார் ஒரு மாதம் மெடிக்கல் லீவு போட்டு பள்ளிக்கூடம் போகாமல் வீட்டிலேயே அடைந்து கிடந்தார். சமாதானக் கூட்டத்தில் அறிவழகன் பேசிய வார்த்தைகள் முற்றிலும் அவரைப் புரட்டிப் போட்டதாய் உணர்ந்தார். மாணவர்களிடம் கற்றுக்கொள்ள வேண்டிய காலம் வந்துவிட்டதாகத் தோன்றியது. ஆனாலும் அவருக்கு ஒன்றும் தெளிவாகவில்லை.

ஒரு மாத லீவு முடிந்து அவர் பள்ளிக்குப் புறப்பட்ட போது அவர் கையில் பிரம்பு இல்லை. முகத்தில் மீசையில்லை. மீசைக்குப் பதிலாக ஒரு குழப்பம் ஒட்டிக்கொண்டிருந்தது. அந்தக் குழப்பமும் ரொம்ப இயல்பாக அந்த முகத்தில் பொருந்தியிருந்தது. ஒவ்வொரு தெளிவான மீசைக்கு அடியிலும் மறைந்திருக்கும் குழப்பம்தானே அது என்பது போல.

●

31

பதிமூணில் ஒண்ணு

மனிதர்கள் கை கொடுக்காதபோது தெய்வத்தின் துணையை நாடும் நம்ம ஊர் வழக்கப்படி நடராஜன் பிள்ளையார் கோவில் வாசலில் கிடந்த ஒரு பாறையின் மேல் உட்கார்ந்திருந்தான். ஆனால், அவன் கோபமாக இருந்தான். அந்த தெய்வமும் கைகொடுக்காவிட்டால் மனுசனுக்குக் கோபம் வருமா வராதா? பிள்ளையாரை முறைத்தபடி உட்கார்ந்திருந்தான். நடராஜன் கோபத்துடன் வீசி எறிந்த பரீட்சை பேப்பர் பிள்ளையாரின் காலடியில் அலங்கோலமாக விரிந்து கிடந்தது. கோபம் அழுகைகயாக மாறி அழுகை கண்ணீராக மாறி அவன் கன்னங்களில் வழிந்து மேல் சட்டை போடாத அவன் நெஞ்சிலும் வயிற்றிலும் தெறித்தது. பித்தான் இல்லாத பள்ளிக்கூடத்து ஊதா டவுசரை இறுக்கி வயிற்றில் சொருகியிருந்தான். பொழுது இருட்டிக்கொண்டு வந்தது. பக்கத்து ஆலமரத்துக்கு அடைய வந்த பறவைகள் கூப்பாடு போட்டுக் கொண்டு கிடந்தன. மேயப்போன ஆடுகள் ஊர் திரும்பிக் கொண்டிருந்தன. கால்பரீட்சை லீவு பூராவும் அவனும் இது மாதிரி பெரிய நாயக்கர் வீட்டு ஆடுகளை மேய்த்துக் கொண்டுதான் திரிந்தான். ஒவ்வொரு லீவிலும் காடுகளுக்கு ஆடுகளோடும் மேயத்தான் போகணும். அவனுடைய அய்யா பெரிய நாயக்கர் வீட்டில் தான் வேலைக்கு நின்றார். ஆகவே தட்ட முடியாது.

கண்ணீரைத் துடைக்கவும் கை வரவில்லை. அய்யாவையும் ஆத்தாவையும் நினைத்தால் கண்ணீர் இன்னும் பெருகியது. திரும்பிக் கொண்டிருந்த ஆட்டுக் கூட்டத்திலிருந்து ஒரு குட்டி ஆடு துள்ளிக்குதித்து வந்து இவன் மேல் விழுந்தது. ரொம்ப நாள் பழக்கம் போல அவன் மேல் உரசிக்கொண்டு நின்றது. ஆத்திரம் பொங்க நடராஜன் அதை ஓங்கி ஒரு எத்துவிட்டான். குட்டி ம்மே... என்று அலறியபடி கூட்டத்தில் போய் விழுந்தது. மறுபடியும் அவன் தன் கண்ணீருக்குத் திரும்பினான்.

வேற சாமியே இல்லை என்று அவன் பிள்ளையாரிடம் வரவில்லை. அவனுடைய சொந்தத் தெருவான பள்ளத் தெருவிலேயே (அந்தத் தெருவுக்கு இப்போது மூன்று பெயர்ப்பலகைகள் வந்துவிட்டன அம்பேத்கர் நகர், தியாகி இம்மானுவேல் பாசறை, டாக்டரய்யா போர்ப்படை) மூணு சாமிகள் இருந்தன. கருப்பசாமி , இடும்பன், மாரியம்மா என்று தெருவின் ஒவ்வொரு திருப்பத்திலும் ஒரு சாமி இருந்தது. நடராஜனுடைய சொந்த தாத்தா காயாம்புதான் இடும்பனுக்குப் பூசாரி. இதெல்லாம் போக அவர்களுடைய குலதெய்வம் சுடலைமாடன் விளாத்திகுளம் ப்க்கம் காட்டுக்குள் நிற்கிறான். அத்தனை சாமியையும் விட்டுவிட்டுத்தான் அவன் பிள்ளையாரிடம் வந்திருந்தான். அவர் மேலத்தெருக்காரர்களின் சாமிகளோடு பெருமாள் கோவிலுக்கு வடக்கே நிலை கொண்டிருந்தார். மூணு மாசமாக தினசரி பிள்ளையாரிடம் வந்து கொண்டிருந்தான். நடராசா... ஏ... அய்யா நடராசு... என்று இப்போது அந்த மூணு தெருவையும் கடந்து அவனைத் தேடிக்கொண்டு அவனுடைய ஆத்தா வந்துவிட்டாள். அவசரமாக கண்ணைத் துடைத்தான். ஓடிப்போய் கீழே கிடந்த பரீட்சைப் பேப்பரை எடுத்து எட்டாக மடித்து டவுசருக்குள் திணித்தான். மறுபடி பாறையில் வந்து உட்கார்ந்து கொண்டான். “இருட்டிப்போன பிறகு இங்ஙன உக்காரக்கூடாதுய்யா. வா... வீட்டுக்குப் போவோம்” என்று ஆத்தா அவன் கையைப் பிடித்துத் தூக்கினாள். “நான் வல்லை... போ...” என்று முதலில் திமிறினான். மூணாவது தடவை அவள் “வாய்யா...” என்று இழுத்தபோது எழுந்து அவளோடு புறப்பட்டுவிட்டான்.

நடத்திக்கூட்டிப் போகும் போதே ஆத்தா கேட்டாள். “பரிச்சையிலே பெயிலாப் போயிட்டயாக்குமயா?” அவன் கோபத்துடன் கையை இழுத்தான். கோபமும் அழுகையுமாக “ எந்த நாயி சொன்னான்? நான் ஒண்ணும் பெயில் இல்லே...” என்று கத்தினான். “சரி சரி... கோபப்படாதய்யா... வா..” என்று இழுத்துக்கொண்டு போனாள். அந்த நாய் ராமசாமிதான் ஆத்தாளிடம் சொல்லியிருப்பான். அவன் ஒரு மானங்கெட்ட நாயி. நாலு பாடத்திலே பெயிலானாலும் அவன் பாட்டுக்கு அலைவான். “நடராசா... என்ன இங்கிலீசு மறுபடி புடுங்கிருச்சா” என்று பல்லைக் காட்டிக்கொண்டு இவனிடம் பேசுவான்.

ஆத்தாளும் அவனும் வீடு வந்து சேரும்போது நடராஜனின் அய்யா குளித்துவிட்டுச் சாப்பிடத் தயாராக நடராஜனை எதிர்பார்த்துக் காத்துக்கொண்டிருந்தார். சாப்பிட்டுக் கொண்டிருந்தபோது அய்யா,

“படிச்ச மட்டும் படிய்யா... அதுக்காக போட்டு...” என்று பேச்சை ஆரம்பிக்கவும் ஆத்தா சத்தம் போட்டு அவரை மேலே பேசவிடாமல் அடக்கினாள். அன்று இரவு நடராஜன் படிக்கவில்லை. பேசாமல் படுத்துவிட்டான். படிப்பு விசயத்தில் அவனுடைய அய்யாவுக்கு பெரிய ஆர்வம் கிடையாது. ஆறாவது வகுப்பு, ஏழாவது வகுப்பு ரெண்டிலும் அவன் பெயிலாகிப் பெயிலாகித்தான் அடுத்த வகுப்புக்குப் போனான். பெயிலானதும் நல்லதாப் போச்சு என்று அய்யா அவனை நாய்க்கர் வீட்டுக்குக் கூட்டிப் போய்விடுவார். ஆடு மேய்க்க அங்கே எப்போதும் ஆள் தட்டுப்பாடு இருந்து கொண்டே இருக்கும். தூக்குச்சட்டி நிறைய கம்மஞ்சோத்தைத் தூக்கிக்கொண்டு ஆடுகளுக்குப் பின்னால் ஓடுவான். அப்படியே ரெண்டு மாசம் ஓடும். பட்டாளத்தில் இருக்கும் அவனுடைய தாய் மாமன் லீவில் வந்து கூப்பாடு போட்டு மறுபடி பள்ளிக்கூடத்தில் கொண்டு சேர்த்துவிடுவார். மறுபடி ஏழில் பெயிலானாலும் அதே படிக்கு ஆடு மாமன் லீவு, சண்டை, மறுபடி ஏழு அப்புறம் எட்டாம் வகுப்பு ஆடும் படிப்பும் மாறிமாறி அலையடித்துக் கொண்டிருக்கும்.

தாய்மாமன், நடராஜனை மட்டுமல்ல. தெருப்பிள்ளைகளில் யார் பள்ளிக்கூடம் போகாமல் இருந்தாலும் நேரடியாக அந்தந்த வீட்டுக்குப் போய் பெத்தவுகளோடு சண்டை போடுவார். பிள்ளைகளைத் தூக்கிக் கொண்டுபோய் பள்ளிக்கூடத்தில் சேர்த்து விட்டுத்தான் மறுவேலை. அவர் லீவில் வருகிற ரெண்டு மாசமும் தினசரி எல்லாப் பிள்ளைகளும் குளித்து துவைச்ச சட்டை போட்டு ஒழுங்காகப் பள்ளிக்கூடம் போய் ஆகணும். காலையிலே பள்ளிக்கூடம் போகிற பாதையில் நின்று ரைட்... வெரிகுட்... போங்க... அவன் எங்கே கிட்ணன் மகனை. சரி வந்துட்டியா ஏ... ராசலட்சுமி... தலைக்கு ஏன் எண்ணெய் தேய்க்கலை... ம்... போ... என்று எல்லாப் பிள்ளைகளையும் வழி அனுப்புவார். இந்தக் காரியத்துக்காகவே அவர் எப்போதும் ஜூன், ஜூலை மாதத்தில் லீவில் வருவது வழக்கம். இம்மானுவேல் சேகரனும் என்னைப்போல ஒரு பட்டாளத்துக்காரர் தாண்டா என்று அவ்வப்போது அவர் சொல்லிக்கொள்ளும் போது அவர் கண்களைப் பார்க்க வேண்டும்.

ஆனால் மச்சினர் செய்வது நடராஜனின் அய்யாவுக்குப் பிடிக்காது. பிள்ளைகளை ஒழுங்காக ஆடுமாடு மேய்க்கவிடாம இந்த அழிம்பு பண்ணுகிறாரே என்று கோபப்படுவார். மூணு தலைமுறைக்கு மேலாக பெரிய நாய்க்கர் குடும்பத்துக்கும் நம்ம

குடும்பத்துக்கும் உள்ள உறவு தன்னோடு முடிஞ்சி போகக்கூடாதே என்பது அவருடைய ஆத்திரமாக இருந்தது.

ஆனால் நடராஜனின் ஆத்தா தன் அண்ணன் கட்சிதான். மகனின் படிப்பை முன்னிட்டு ரெண்டு பேருக்கும் அடிக்கடி சண்டை நடக்கும். அதெல்லாம் நடராஜனை ஒரு போதும் பாதிப்பதில்லை. அவன் பிரச்னை எல்லாம் அதமப் பொது மடங்கு, பின்னபெருக்கல், பிளஸ் மைனஸ்கள், ஸ்டோரிகள், பாரகிராப்புகள், ஆக்டிவ் வாய்ஸ், பேசிவ் வாய்ஸ்கள், கணக்கு வாத்தியார் கந்தசாமி மற்றும் ஆங்கில ஆசிரியர் அழகேசன் சார் இவ்வளவுதான்.

அவன் எட்டாம் வகுப்பில் நுழைந்த போதுதான் கந்தசாமிசார் புதுசாக அவர்களுடைய பள்ளிக்கு மாறி வந்தார். அரசு உயர்நிலைப்பள்ளியாக பத்தாம் வகுப்பு வரை உள்ள அவர்களுடைய ஐஸ்கூல் எனப்படும் ஹை ஸ்கூலுக்கு ஆசிரியர்கள் மாறுவதும் போவதும் ‘கம்பைண்டு கிளாஸ்’ என்று சொல்லப்படும் ஏ,பி,சி எல்லாப் பிரிவு மாணவர்களையும் ஒன்றாக்கி மரத்தடியில் ஒரே வாத்தியார் பாடம் நடத்துவதென்பதும் எல்லாம் சர்வ சாதாரண நிகழ்ச்சிகள். ஆனால் கந்தசாமி சார் வந்தது அப்படி சாதாரண நிகழ்சியல்ல. நடராஜனின் வாழ்க்கையில் கந்தசாமி சார் பெரும் பிரச்சனையாக வந்து சேர்ந்தார்.

நடராஜன் எல்லாப் பாடத்திலும் 70-80 மார்க் வாங்கிவிடுவான். ஆனால் கணக்கிலும் ஆங்கிலத்திலும் 20-30க்குக் கீழே விழுந்து கிடப்பான். எல்லாப் பாடத்திலும் பெயிலாகி எல்லாப் பாடத்திலும் 20 மார்க் வாங்குகிற பையன்கள் நிறையப் பேர் இருந்தார்கள். அவர்களை எல்லாம் கந்தசாமி சார் ஒன்றுமே சொல்ல மாட்டார்.

மத்த பாடமெல்லாம் ஒழுங்கா படிச்சு 80 மார்க் வாங்கத் தெரியுதில்லே; என் பாடம்னா ஒனக்கு அவ்வளவு இளக்காரமாப் போச்சா என்று புளியவிளாறை வைத்து நடராஜனை மட்டும் முழங்காலுக்குக் கீழே விளாசித்தள்ளுவார். அடிப்பதிலும் அவர் ஒரு நெறிமுறையைக் கடைப்பிடிப்பவர். சிலர் தலையில் கொட்டுவார்கள். சில ஆசிரியர்கள் கைப்பிரயோகமாக கன்னத்திலும் முதுகிலும் அடிப்பார்கள். சிலர் அடி ஸ்கேல். சிலர் தன் கை வலிக்கப்படாது என்பதற்காக அடுத்த பையனை விட்டு அவன் தலையில் பதினாறு கொட்டு கொட்டுடா என்பார்கள். ஆனால் கந்தசாமி சார் எப்போதும் பையனைத் தனியாக முன்னால் வரச்சொல்லி மைதானமாக ஒரு இடத்தில் நிறுத்தி அவன் சுற்றிச் சுற்றி வர முழங்காலுக்குக் கீழேதான் அடிப்பது.

அவருடைய அடிமுறைக்குப் பயந்த மாணவர்கள் அவரைத் தெருப்பக்கம் கண்டாலே ஓடி ஒளிவது வழக்கம். பெரும்பாலான ஆசிரியர்களைப் போலவே அவரும் மேலத்தெருவில் தான் குடியிருந்தார். அதனால் நடராஜன் தெருப்பக்கம் அவர் வர வாய்ப்பில்லை என்றாலும் அவர் அவனுடைய நெஞ்சிலே குடியிருந்தார். எந்நேரமும் ‘என் பாடம்னா ஒனக்கு அவ்வளவு இளக்காரமா’ என்று கேட்டுக்கொண்டே இருப்பார்.

ஒவ்வொரு பரீட்சை முடிந்து திருத்திய பேப்பர்களை வகுப்பில் கொடுக்கும் நாள்தான் துன்பகரமான நாள். பேப்பர் கட்டு கையில் இருக்க கந்தசாமி சார் ஒவ்வொரு பையனின் பேரை வாசித்து அவனிடம் பேப்பரை கொடுப்பார். நடராஜன் பேப்பர் கைவரும் போது தலையை நிமிர்த்தாமல் அவன் பெயரை வாசித்துவிட்டு பேப்பரைப் பார்த்தே சத்தமாகப் பேசுவார். “நீ... திருந்தமாட்டே.... நீ... திருந்தமாட்டே....” என்று ஆவேசம் வந்தவர் போல் கத்தியபடி புளிய விளாறை எடுப்பார்.

ஒருமுறை கணக்குப் பேப்பரில் நடராஜன் அவருக்கு மனம் உருக ஒரு கடிதம் எழுதியிருந்தான். ‘வேண்டுமென்று நான் கணக்கில் பெயிலாகவில்லை. தன் குற்றம் எதுவுமில்லை. வச்சிக்கிட்டு நான் வஞ்சகம் செய்யவில்லை தெய்வமே!’ என்று அக்கடிதத்தை எழுதிக் கொண்டிருந்த போதே வழிந்த கண்ணீர் எழுத்தின் மீது தெறித்து அக்கண்ணீரும் எழுத்தோடு பதிவாகியிருந்தது. ஆனால் அந்த கடிதமும் கந்தசாமி சாரின் மனதைத் தொடவில்லை. மாறாக அவருடைய ஆவேசம் மேலும் கூடி வெறி தலைவிரித்தது. கணக்குப் போடுடான்னு சொன்னா ராஸ்கல் கதையா எழுதிக்கிட்டு இருக்கே... என்று கூட நாலு இழுப்பு.

ராவும் பகலும் புஸ்தகமும் நோட்டும் கண்ணீருமாகக் கிடக்கும் மகனைக் கண்டு மனம் பொறுக்காத அவனுடைய ஆத்தா எப்படித் தன் செல்ல மகனுக்கு உதவுவது என்று தெரியாமல் மறுகி மறுகி வந்தாள். அந்த மனுசனிடம் சொன்னால் ‘பேசாம ஆடு மேய்க்க அனுப்புவியா... ஒங்கண்ணங்காரன் சொன்னான்னு ஆட்டம் போட்டுக்கிட்டு அலையுறே’ என்பார். யோசித்து யோசித்து கடைசியாய் ரெண்டு வருசமாக குலதெய்வம் சுடலை மாடனுக்குக் கொடை கொடுக்கப் போகாதது தான் ஒரு குத்தமாக இருக்குமோ என்று அஞ்சித் தன் மகன் படிப்புக்காக ஒரு கிடாயை நேர்ந்துவிட்டாள். இந்த வருசம் கட்டாயம் கிடா வெட்டிப் பொங்க வைப்பதாக நேர்த்திக்கடன் போட்டாள். மகன் ராவும் பகலும்

படிக்க அவன் ஆட்டுக்குப் புல் கொண்டுவந்து போட - என்று எட்டாம் வகுப்பு இறுதித் தேர்வு வந்து சேர்ந்தது.

பரீட்சை முடிந்த மறுவாரம் வண்டி கட்டிக் கொண்டு எல்லோரும் விளாத்திகுளம் போனார்கள். பலகாட்டுச் சனங்களும் மாடன் கோவிலில் கூடியிருந்தார்கள். ஆட்களின் சத்தத்தைவிட ம்மே... ம்மே... என்கிற ஆடுகளின் சத்தம் தூக்கலாகக் கேட்டது. குல தெய்வம் கோவிலுக்குப் போவது நடராஜனுக்கு ரொம்பப் பிடிக்கும். பொதுவாகவே நடராஜன் ரொம்ப பக்தியான பையன். அவனுடைய ஆத்தாளுக்கும் அது ரொம்பப் பிடிக்கும். நல்ல பையன்களைத்தானே ஆத்தாமார்களுக்கு பிடிக்கும்.

ஆகவே நடராஜன் பக்தி மிக்க நல்ல பையனாகவே வளர்ந்தான். அதிலும் குலதெய்வம் கோவிலுக்குப் போவது ரொம்பவும் பிடிக்கும். புளியோதரை கிண்டிக்கொண்டு ஒருநாள் பூராவும் வண்டியில் சாப்பிட்டுக் கொண்டே போவது ரொம்ப ஜாலியாக இருக்கும். அங்கே கோயிலிலும் ஏராளமாகப் புளிய மரங்கள் இருக்கும். அவற்றில் அவனுடைய மரம் என்று ஒன்று உண்டு. எப்பவும் அதன் மீது ஏறி அதன் கிளைகளில் உட்காரத் தோதாக இருக்கும் ஒரு கொப்பில் ரெண்டு பக்கமும் காலைத் தொங்கப் போட்டபடி உட்கார்ந்து விடுவான். அங்கிருந்து பார்த்தால் சாமியும் நன்றாகத் தெரியும். ஜனங்கள் வரிசையாக வந்து கிடாய்களை வெட்டுவதும் 'சாமி வந்து' ஆட்கள் சங்குச்சங்குன்னு ஆடுறதும் நல்லாத் தெரியும்.

சுடலைமாடனின் காலடியில் ரெண்டு வேட்டைநாய்கள் நாக்கைத் தொங்கப்போட்டபடி தயாராக நிற்கும். மாடனின் கையில் பெரிய அருவா. அவருடைய நாக்கும் வெளியே நீட்டியபடிதான் இருக்கும். சாமியைப் பார்த்தபடி மேலே உட்கார்ந்திருந்த நடராஜன் மூளையில் ஒரு மின்னல் வெட்டியது. கிடா வெட்டுகளும் வேட்டைநாய்களும், ஆகோ அய்யாகோ என்ற கூப்பாடுகளும் கீழே அண்டாக்களில் கொதித்துக் கொண்டிருக்கும் கறிக்குழம்பு வாசனையும் புடை சூழ ஆவேசமாக நிற்கும் நம்ம சுடலை மாடசாமிக்கும் கல்விக்கும் என்ன தொடர்பு இருந்துவிட முடியும்! கல்வித்துறையில் அவருக்கு செல்வாக்கு உண்டா? அவரால் நம்மைப் பாஸ் பண்ண வைக்க முடியுமா? என்கிற சந்தேகக் கோடுகள் ஒரு கணம் தோன்றி மறைந்தன.

அவனுடைய ஆத்தாவுக்கு எந்த சந்தேகமும் இல்லை. 'தொங்கு வெட்டு' விழாமல் ஒரே வெட்டில் அவர்களுடைய கிடா தலை

வேறு உடல் வேறாக விழுந்துவிட்டது. மாடன் கிருபை பொங்கல் பானை கிழக்குத் திசையில் பொங்கிவிட்டது. இந்த வருசம் என் மகன் பாசாகி விடுவான். சுடலைமாடன் வரம் கொடுத்துவிட்டான். கொடை முடிந்து ஊர் வந்து சேர்ந்த ராத்திர வாசலில் மல்லாந்து படுத்தபடி வானத்தைப் பார்த்துக் கொண்டிருந்தான் நடராஜன். புளியமரத்தில் கிடைத்த ஞானம் மேலும் தர்க்கரீதியாக விரிந்து கொண்டு போனது. நம்ம சாமிகள் எல்லாமே கிடாயும், கறியுமாக படிப்பு வாசனை இல்லாமல் இருக்க மேலத்தெருவில் அவுக சாமியெல்லாம் எப்படி சாந்தமாக சர்க்கரைப் பொங்கல், நாமக்கட்டி என்று இருக்கின்றன! நம்ம ஆளுக ஏன் இப்படி சாமிக கிட்ட மாட்டிக்கிட்டாங்க?

அது போக கல்விக்குச் சாமி சரஸ்வதி என்றுதான் சொல்கிறார்கள். சரஸ்வதிக்கு எந்தக் கிராமத்திலும் கோயில் கிடையாது. கிடாய் வெட்டிப் பொங்கல் வைப்பதும் கிடையாது. அதனால்தான் கிராமத்துப் பையன்களுக்கு சரியாப் படிப்பு வரலையோ என்னமோ. ஆனால் மேலத்தெருவில் பிள்ளையார் கோவில் இருக்கிறது. காலண்டர் படங்களில் பிள்ளையார் நோட்புக்கில் எழுதிக் கொண்டிருப்பதை நடராஜன் நிறைய பார்த்திருக்கிறான். மீண்டும் பளீரென ஒரு மின்னல் வெட்டியது.

அதற்கு மறுநாள் காலையிலிருந்து அவன் ஆளே மாறிவிட்டான். அதிகாலையில் குளித்து ஆளுக்கு முந்தி மூணு தெரு தாண்டி பிள்ளையார் கோவிலுக்குப் போய் விடுவான். பிள்ளையாருக்குப் பிடித்தமான எண் 108 என்பதால் தினசரி காலையில் 108 தோப்புக்கரணம் போட ஆரம்பித்தான். இரண்டே இரண்டு கோரிக்கைதான் வைத்தான்.

1) கணக்கிலும் ஆங்கிலத்திலும் பாஸ் பண்ண வேண்டும் (ஜஸ்ட் பாஸ் ஆனால் போதும்)

2) கணக்கு வாத்தியார் கந்தசாமியை வேறு ஊருக்கு மாற்றிவிட வேண்டும்.

நடப்பது நடக்கட்டும் என்று அவன் தினசரி 106, 107, 108 என்று மூச்சிரைக்க எண்ணிக் கொண்டிருந்தபோது ரிசல்ட் போட்டுவிட்டார்கள். நடராஜன் பாஸ். எட்டிலிருந்து ஒன்பதுக்கு ஒரே ஆண்டில் பாஸ் பண்ணிவிட்டான். ஆத்தா சுடலை மாடனை நினைத்துக் கும்பிட்டு மஞ்சள் துணியில் துட்டை முடிந்து வைத்தாள். நடராஜனுக்கு சந்தோசத்தில் கிறுக்குப்பிடித்துவிட்டது. நேராக பிள்ளையார் காலில் போய் விழுந்தான். ஒரு தேங்காயை வாங்கிக்

கொண்டு தெருப்பையன்கள் பத்துப்பேரை அழைத்துக் கொண்டு மறுபடி பிள்ளையார் கோயிலுக்குப் போனான். பள்ளத்தெரு ஆட்கள் தேங்காய் விடலை (சிதறு தேங்காய்) போட்டால் மேலத் தெரு பையன்கள் பொறுக்க வரமாட்டார்கள். எனவே கூடவே படை கொண்டுபோய் தேங்காயை எறிந்து முடித்தான். பிள்ளையார் மீது பாசம் அதிகமானது. பெயிலாவது கூடப் பெரிய துயரமில்லை. திரும்பவும் அதே வகுப்பில் புதுப்பையன்களோடு உட்கார்வதும் அவனுகள் அண்ணே அண்ணே... என்று கூப்பிடுவதும் தான் பெரிய அவமானம்.

உற்சாகமாக ஒன்பதாம் வகுப்பு துவங்கியது. அவனுக்கு எப்பவும் பள்ளிக்கூடம் போவது ரொம்ப பிடிக்கும். காலையில் முதல் ஆளாகப் போய்விடுவான். ஊரைவிட்டு நாலு கிலோமீட்டர் தொலைவில் இருந்தது ஐஸ்கூல். ஆகவே மதியச் சாப்பாடும் எடுத்துக்கொண்டு போக வேண்டும். பள்ளிக்கூடத்தில் சாப்பிடுவதற்கு தனி இடம் எதுவும் கிடையாது. ஆனால் பள்ளியைச் சுற்றிலும் வேலிக்கருவை புதராக மண்டிக்கிடக்கும். பல ஊர்ப் பையன்களும் படிக்க வருவதால் ஒவ்வொரு ஊர்ப்பையன்களும் செட்டு செட்டான ஒரு குழுவாகி குழுவுக்கு ஒரு வேலிப்புதரை பிடித்துக் கொள்வார்கள். முள்ளை வெட்டி, குகை மாதிரி பாதை செய்து உள்ளே செதுக்கி வட்டமாக சமதளம் செய்து கொள்வார்கள். இந்த வேலையெல்லாம் ஞாயிற்றுக்கிழமைகளில் நடக்கும். மண்வெட்டி, அருவா சகிதம் போய் சுத்தம் செய்து வருவார்கள். சில குரூப்புகள் சாணியெல்லாம் கரைத்து தரையை மெழுகி பூஞ்சோலை மாதிரி ஆக்கி வைத்திருப்பார்கள். பையன்களுக்கிடையே சண்டை வரும்போது அடுத்த ஊர்க்காரர்கள் சாப்பிடும் இடத்தில் யாருக்கும் தெரியாமல் மலம் கழித்து நாசம் செய்வார்கள். பொதுவாக மதிய உணவு நேரம் எல்லாப் பயகளுக்கும் பிரியமான நேரம். புதருக்குள் சாப்பிட்டு பக்கத்து வயக்காட்டில் கிணற்றில் இறங்கி தூக்குசட்டிகளைக் கழுவி ஐஸ்காரனிடம் ஐஸ் வாங்கிச் சாப்பிட்டு என்று மதிய இடைவேளை வசீகரங்களுடன் கழியும்.

நடராஜன் ஒவ்வொரு ஞாயிறும் தங்கள் குழுவின் டைனிங் புதரைச் சுத்தம் செய்துவிட்டு வருவதோடு நிற்பதில்லை. தன்னுடைய நைன்த் 'சி' வகுப்பறையை ஒட்டடை எடுத்து பெருக்கி சுத்தம் செய்து தரைக்கு சாணி தெளித்து ஊமத்தைப்பூவும், அடுப்புக்கரியும் தண்ணீர் விட்டு அரைத்து கரும்பலகையில் பூசிக் காய வைத்து விட்டுப் போவான். அவனுடைய சேவையை ஆசிரியர்கள் பாராட்டுவார்கள்.

ஆனால் கந்தசாமி சார் இதற்கெல்லாம் மசியமாட்டார். ஒன்பதாவது வகுப்புக்கும் அவரே கணக்கு எடுக்க வந்து கண்களில் ஜென்மப் பகையுடன் நடராஜனைப் பார்த்துக் கொண்டிருந்தார். அடிக்கடி அவனிடமே கேள்வி கேட்டு அடிகளைக் கொடுப்பார். இந்த ஆண்டு அடியோடு நிறுத்தாமல் புதிய வசனம் ஒன்றும் சேர்த்துக் கொண்டார். "வகுப்பிலேயே உசரமான ஆளு யாரு…" என்று மாணவர்களிடம் கேட்பார். "நடராஜன்" என்று பதில் வரும். "அந்த உயர்ந்த மனிதர் கொஞ்சம் இப்படி வந்து நில்லுங்க" என்று அழைப்பார். கையில் பிரம்பை ஆட்டியபடி "ஆளு மட்டும் கொக்காங் கொக்கான்னு வளர்ந்தா போதாது. எது வளரணும் சொல்லுங்க நடராஜன் சார். எது வளரணும் எது வளரணும்…' என்று கேட்டுக் கொண்டே விளாசுவார். "Πr^2 ன்னா என்னான்னு தெரியாம ஒம்பதாப்புக்கு வந்துட்டான் ராஸ்கல்."

ஆனால் பிள்ளையார் லேசாக கடைக்கண் திறந்தார். கணக்கு வாத்தியாரிடம் 'டிவிசன்' எனப்படும் 'டியூஷன்' படித்தால் கணக்கில் பெயிலாக மாட்டார்கள் என்று ஒரு துப்பு நடராஜனுக்கு கிடைத்துவிட்டது. அன்று மாலையே அவர் வீட்டு வாசலில் போய் நின்றான். வாயெல்லாம் சிரிப்பாக சார் வரவேற்றார். "மாதம் நாப்பது ரூவா குடுத்திருவியாலே" என்று கேட்டார். அன்று முதல் கணக்கு டிவிசன் துவங்கியது. பாடம் புரிந்ததோ புரியவில்லையோ கந்தசாமி சார் ஒரே வாரத்தில் ரொம்ப திருந்தி வந்துவிட்டார். அதற்குக் காரணம் அவருடைய மனைவி. அந்தம்மாவுக்கு நடராஜனை ரொம்பப் பிடித்துவிட்டது. அவர்கள் வீட்டு ஆட்டுக்கும் அதன் குட்டிக்கும் அதை விட ரொம்பப் பிடித்துவிட்டது நடராஜனை. தினசரி டிவிசன் வரும்போது நோட்டுப்புத்தகத்தை எடுத்துக்கொள்ள மறந்துவிட்டாலும் வாத்தியார் வீட்டு ஆடுகளுக்கு குழை ஒடித்து வரமறக்க மாட்டான்.

ஆடுகளுடைய பாஷை ஏற்கனவே நடராஜனுக்குத் தெரியுமாதலால் ரெண்டே நாளில் நடராஜனைக் கண்டதும் குட்டி துள்ளிக் குதித்துக் கொண்டு ஓடி வந்து அவன் காலடியில் உரசிக் கொண்டு நிற்கும்படி செய்துவிட்டான். அவன் ஆடுகளுக்குப் புல் நறுக்கிப்போடும் லாகவத்தைக் கண்டு வியந்த போன கந்தசாமி சார் "ஏ… எனக்கும் சொல்லி கொடப்பா…" என்று வேண்டிக் கொண்டார். அவனும் தினசரி அரை மணி நேரம் அரிவாளை எப்படிப் பிடிப்பது, கட்டையை எப்படி வைப்பது, இடது கையில் புல் எப்படி இருக்க வேண்டும் என்றெல்லாம் விளக்கினான். ஆனாலும்

நடராஜனின் தொழில்நுட்ப நேர்த்தி சாருக்கு ஒரு மாதமாகியும் கைவரவில்லை அவனும் அவரை அன்பாகக் கடிந்து கொள்வான். “ம்... அரிவாளை எப்படி பிடிக்கச் சொன்னா எங்க பிடிக்கிறீங்க சார்... விரல் போயிடும்.” ஆனாலும் வாத்தியாரின் மரமண்டைக்கு அது கடைசிவரை ஏறவில்லை.

அடுத்த பரீட்சையில் கணக்கில் மார்க் சுளையாக வந்து விழுந்தது. மாணவர்கள் யாருக்கும் நம்பிக்கையே வரவில்லை. ஏதோ பெரிய ஊழல் நடந்திருப்பதாக தங்களுக்குள் பேசிக்கொண்டனர். நடராஜன் இல்லாத போது அவன் பரீட்சைப் பேப்பரை எடுத்துப் பார்த்தார்கள். எல்லாம் சரியாகவே இருந்தது.

108ஐ 216 ஆக ஆக்கிவிட்டான். அதனால் காலெல்லாம் உளைச்சல் எடுத்தது. ஒரு தடவை 216 ஆக்கிவிட்டால் மறுபடி குறைக்க முடியாதே. பிள்ளையாருக்கு சடவு வந்துவிட்டால் மார்க் போயிடுமே ஆனாலும் ரெண்டு மாசம் விடாமல் மொத்தம் 13176 தோப்புக்கரணம் போட்டு முடித்த பிறகும் இங்கிலீசில் "மார்க்" என்று ஒத்தைப்படையிலேயே நின்றது. கேவலமாக இருந்தது. ஆங்கில ஆசிரியர் வழக்கம் போல ம்... என்று அவன் பெயரைக்கூட வாசிக்காமல் பேப்பரை அவன் மேல் எறிந்தார். நீயெல்லாம் படிச்சி...

அந்த ஆத்திரத்துடன்தான் அவன் பேப்பரை பிள்ளையார் மேல் வீசியது. ராத்திரி படுக்கையில் மீண்டும் ஒரு மின்னல் வெட்டியது. பிள்ளையார் என்றாலே கணக்குக்கு மட்டும்தானே? அவர் நம் ஊர்சாமி ஆச்சே? அவருக்கே இங்கிலீஷ் தெரியாதே. நமக்கு எப்படி உதவி செய்ய முடியும்? வெட்டியாக 216 போட்டுக்கிட்டு இருக்கமே என்று நினைத்ததும் கால் வலி அதிகமானது.

அடுத்த ஞாயிற்றுக்கிழமை காலையில் ‘டாண்’ என்று மணியடிக்கிற போது அவன் ‘சர்ச்’ வாசலில் நின்றான். நாலு கிலோமீட்டர் நடந்து நல்லம்மாள்புரம் போனால்தான் அந்த சர்ச் இருக்கும். முதலில் தயக்கம் இருந்தாலும் நாள் பட பழகிவிட்டது.

ஞாயிறு தவறாமல் வந்து முட்டங்கால் போட்டு, “பிளீஸ் ஜீசஸ்... ஹெல்ப் மீ இங்கிலீஷ் ஒன்லி... ஜஸ்ட்பாஸ் ஒன்லி...” என்று அவருக்குப் புரிகிற மாதிரி ஆங்கிலத்திலேயே ‘பிரே’ பண்ணுவான். சாமியார் வசனமெல்லாம் வாசிப்பார். ஆனால் அவன் நேரடியாக யேசுவானவரோடு பேசிக்கொண்டிருப்பான்.

வாராவாரம் வரும் அவன் யார் என்று ஒருநாள் ஃபாதர் பிடித்துக் கொண்டார். எல்லாம் கேட்டு மகிழ்ந்தார். நிறைய வேதப்புத்தகங்கள்

கொடுத்து வீட்டில் போய் படி மகனே என்று வாழ்த்தி அனுப்பினார். ராத்திரி வந்து பொறுப்பான அந்த புத்தகங்களை எல்லாம் படித்தான். எல்லாமே ஆடு மேய்ப்பதைத் பற்றிய கதைகளாகவே இருந்தது. வெறுத்துப்போனது அவனுக்கு. எங்கே போனாலும் இந்த ஆடு நம்மள விடாது போலிருக்கே. என்றாலும் பிரேயர்கள் தொடர்ந்தன. ஆனால் கர்த்தர் கண் திறக்க மறுத்தார். இங்கிலீஷ் 8-9 மார்க்கிலேயே நின்று சாதித்தது. *SVO, SVOA* இவ்வளவுதான் இங்கிலீஷ், 26 எழுத்துதான் என்றெல்லாம் வாத்திமார்கள் சொன்னாலும் ஒரு இழவும் மண்டையில் ஏறவில்லை.

“யேசு நாதருக்கே இங்கிலீஷ் தெரியாதப்பா. அவருடைய தாய் மொழி ஹீப்ரு அல்லவா” என்று ஒரு நாள் தற்செயலாகப் பேசிக் கொண்டிருந்த போது அவர் தெருவைச் சேர்ந்த குமரன் அண்ணன் சொன்னார். நடராஜன் அன்று மனம் உடைந்து போனான் முட்டி தேயக் கும்பிட்டது வலித்தது.

யாரைத்தான் நம்புவது? யார் துணையைத் தேடுவது என்பது புரியாமல் மனம் குழம்பியது. நடைப்பிணமாக சிலநாள் பிள்ளையார் கோயிலுக்கும் சர்ச்சுக்கும் என்று நடந்து கொண்டிருந்தான். பல இரவுகள் கண்ணீரில் கரைந்தன. நாட்கள் நிற்பதில்லையே. முழு ஆண்டுத்தேர்வும் நெருங்கிவிட உயிரை வெறுத்து மனப்பாடம் செய்தான். எழுதிப் பார்த்தான். ஒரு வார்த்தை மறுத்தாலும் முழு எஸ்ஸேயும் நின்று போனது. சாய்ஸ் கேள்வியை நம்பி படிக்காமல் விடும் பகுதியிலேயே கேள்விகள் வந்து கழுத்தை அறுத்தன. கிராமர் கடைசிவரை புரியவில்லை. கண்ணை மூடிக்கொண்டு *A.B.C.* என்று வரிசையாக டிக் அடித்து வைத்தான்.

லீவுக்கு மாமா வந்தபோது ரிசல்ட் வந்துவிட்டது. அவன் பாஸ் ஒன்பதாம் வகுப்பு பாஸ். நிச்சயமாக பெயில் தான் - கணக்கும் ஆங்கிலமும் கவுத்தியே தீரும் - என்று இருந்தவனுக்கு பாஸான அதிர்ச்சி தாங்க முடியவில்லை. வெரிகுட் என்று மாமன் தட்டிக் கொடுத்தான்.

ஆனால் அந்த மகிழ்ச்சி ஒரு வாரம் கூட நீடிக்கவில்லை. பள்ளிக்கு புது ஹெட்மாஸ்டர் வந்துவிட்டார். அவர் ரொம்ப ஸ்ட்ரிக்ட், யாருக்கும் பயப்படமாட்டார் என்று பேசிக்கொண்டார்கள்.

பத்தாம் வகுப்பில் எல்லாப் பையன்களையும் சேர்க்க முடியாது என்று சட்டம் பேசினார். ஒரு பதிமூணு பையன்கள் வெளியே நிறுத்தப்பட்டார்கள் நடராஜனும் அந்த லிஸ்டில் இருந்தான். அந்த பதிமூணு பேரில் எல்லா சாதிப் பையன்களும் இருந்தார்கள்.

கிரேஸ் மார்க் போட்டு தூக்கிவிட்டதனாலதான் உங்க பையங்க பாஸ் பண்ணியிருக்காங்க. பழைய கதை எப்படியோ நான் அப்படி இருக்க மாட்டேன் என்று அவர் பேசிய பலதும் வந்திருந்த பையன்களின் பெற்றோர்களுக்குப் புரியவில்லை. எப்படியாச்சம் பிள்ளைகளை சேர்த்துக்கிடணும் என்றனர். எல்லோரையும் சேர் போட்டு உக்காரவைத்து காப்பி கொடுத்து நயமாகப் பேசி இங்கே இடமில்லை; என்கையில் ஒண்ணுமில்லைனு சொன்னதில் பலர் பாவம் அவர் என்ன செய்வார் ‘வாங்கடா’ என்று பிள்ளைகளை பத்திக் கொண்டு போய்விட்டார்கள்.

நடராஜன் வீட்டுக்கு வந்து படுத்துக் கொண்டு அழுதான். அய்யா போய் மாமனைக் கூட்டிட்டு வந்தார். அன்று இரவே மாமனுடன் புது ஹெட்மாஸ்டர் வீட்டுக்கே போனார்கள். மேலத்தெருவில் பெரிய நாய்க்கர் வீட்டை அடுத்து அவர் வாடகைக்கு வீடெடுத்து இருந்தார்.

“எனக்கு ஸ்கூல்தான் முக்கியம். அரசுப்பள்ளிகளுக்கு இன்னைக்கி நாட்டிலே மரியாதை இல்லை. என்ன காரணம்? இறுதி வகுப்பு ரிசல்ட்தான். நல்ல மார்க் எடுத்த பையன்களை சேர்த்து தனியார் பள்ளிகள் ரிசல்ட் காமிச்சி நல்ல பேர் வாங்கறாங்க. நான் சமரசமே செய்ய மாட்டேன். உங்க பையனை வேற ஸ்கூல்ல கொண்டு போய் சேருங்க. நீங்க இவ்வளவு தூரம் சொல்றதுனாலே புளியம்பட்டி ஸ்கூல் ஹெட் மாஸ்டருக்கு லெட்டர் தர்றேன். போய்ப் பாருங்க” என்று அனுப்பிவிட்டார்.

புளியம்பட்டிக்கு மாமனுடன் போனான். அந்த ஹெட் மாஸ்டர் அன்புடன் வரவேற்றார்.

“ஏற்கெனவே பத்தாம் வகுப்பில் 108 பேரை சேத்துட்டேன் இவனையும் சேர்த்தா 109. வாத்தியார்கள் கிடையாது. இங்கிலீஷ் பாடத்துக்கு ஒரே வாத்தியார்தான், மரத்தடியில் ‘மைக்’ வச்சுத்தான் பாடம் நடத்துவோம். போர்டிலே எழுதிப்போட்டா பாதிப் பேருக்கு தெரியாது. ஆடு மேய்க்கிற மாதிரி மேய்ச்சுக்கிட்டிருக்கோம்.”

நடராஜனுக்கு அந்த ஸ்கூலை பிடிக்கவில்லை. அது ‘அவனுடைய’ ஸ்கூல் இல்லை என்று முதல் பார்வையிலேயே பட்டுவிட்டது. மாமனுக்கும் பிடிக்கவில்லை. மறுபடியும் உள்ளூர் ஐஸ்கூலுக்கே வந்தார்கள். புது ஹெட்மாஸ்டர் ரிசல்ட்டுக்காக ஆசிரியர்களையும் கசக்கி எடுப்பார். ரொம்பக் கடுசு என்று பேர் வாங்கி ஒரு பிரச்னையாகத்தான் இங்க மாற்றலாகி வருகிறார் என்ற செய்தி முன்கூட்டியே வந்து ஆசிரியர்களின் வயிற்றில் புளியைக் கரைத்தது.

புது ஹெட்மாஸ்டரை பார்க்க வராண்டாவில் காத்திருந்தபோது நடராஜனின் மாமனிடம் ஒரு ஆசிரியர் ரகசியமாக வந்து “பேசாம இதை சாதிப்பிரச்னையாக மாத்துங்க அப்பத்தான் இவன் சரிக்கு வருவான் சேர்க்க மாட்டேன்னு சொல்ல எந்த சட்டமும் கிடையாது” என்று காதில் ஓதிவிட்டு வேகமாக மறைந்து போனார்.

மாமனுக்குச் சிரிப்பு வந்தது. ஆழமான வருத்தமும் கூடவே வந்தது. நம்மைப்பற்றி என்னதான் புரிந்து வைத்திருக்கிறார்கள் இவர்கள் என்கிற விரக்தியின் சிரிப்பு. சாதி எங்களுக்கு ஒரு மலிவான ஆயுதமல்ல; சுமை. எம்மைக் கீழே கிடத்தி மேலேறி அமுக்கும் சுமை. மாமனின் கண்கள் கசிந்தன.

ஒவ்வொரு ஆண்டும் லீவில் வந்து இருபது பிள்ளைகளை பள்ளியில் சேர்த்துவிட்டுப் போவார். அடுத்த ஆண்டு வரும்போது அதில் ஆறேழு பிள்ளைகள் ஆடு மேய்க்கப் போயிருக்கும். தெருவில் உள்ள இளைஞர்களை அழைத்து சத்தம் போடுவார். ‘போர்ப்படை பாசறை’ன்னு போர்டு மாட்டினா போதுமா. நம்ம பிள்ளைக ஏன் பெயிலாகுது? என்ன உதவி தேவைன்னு கூட நீங்க பாக்க மாட்டிங்களா? கம்பு தூக்கறதிலே மட்டுமில்லை. அறிவிலேயும் நம்ம பிள்ளைக யாருக்கும் குறைஞ்சவங்க இல்லை. அதை இந்த உலகத்துக்கு காட்ட வேண்டாமா?

முகம் தொங்கிப்போன நடராஜனைப் பார்க்க மாமனுக்கு வேதனையாக இருந்தது. நேற்று வந்த 13 பேரில் 12 பேரை இன்று காணோம். நடராஜனும் அவரும் வராண்டாவில் ஒரு மணி நேரமாக காத்து நின்றார்கள். தன் பள்ளிக்கூடமே இப்போது நடராஜனுக்கு வேறு மாதிரித் தெரிந்தது.

மாமனை நிமிர்ந்து பார்க்க மனமின்றி தலைகுனிந்து நின்று கொண்டிருந்தான். சீட் கிடைக்குமா? கிடைக்காதா? ஏதாச்சும் ஒரு சாமியை வேண்டிக்கொள்ளத் தோன்றியது. எந்த சாமியை வேண்டுவது. பெருமூச்சுடன் மாமனை நிமிர்ந்து பார்த்தான். அவன் கண்களில் கண்ணீர் வழிந்தது. மாமன் அவனைச் சேர்த்துக் கட்டிக் கொண்டார். அவருக்கும் வார்த்தைகளில்லை. ஹெட்மாஸ்டர் உள்ளே வரச்சொல்வதாக பியூன் வந்து அழைத்தார்.

●

32

அவரவர் தரப்பு

அவர்கள் ரெண்டு பேரும் புதுசாக் கல்யாணம் ஆனவர்கள். ஆகவே பஸ்ஸில் ரெண்டு பேர் உட்காருகிற சீட்டில் நெருக்கமாக உட்கார்ந்து புதுக்கருக்கு இன்னும் அழியாத கூச்சமிக்க உடல் மொழியுடன் கமுக்கமாகப் பேசிக்கொண்டும் சிரித்துக் கொண்டும் வந்து கொண்டிருந்தார்கள். அதிகாலை நேரத்துக் குளிர்ந்த காற்று ஜன்னல் வழியாக அவர்களின் அந்நேரத்து மனநிலைக்குச் சுதி சேர்த்துக் கொண்டிருந்தது. சேரன்மகாதேவி பஸ் நிலையத்துக்குள் நுழைந்ததும் பஸ்ஸை நிறுத்திவிட்டு ஓட்டுநரும் நடத்துநரும் பத்து நிமிசம் வண்டி நிக்கும் என்று சொல்லாமலேயே இறங்கிச் சாப்பிடப் போனார்கள். வீட்டிலே சாப்பிட்டு விட்டு வந்திருந்த பயணிகளில் சிலர் “போட்டுட்டானா” என்று சலிப்புடன் இரு வரையும் திட்டத் துவங்கினார்கள்.

அவன் சைகையிலேயே சிகரெட் என்று அவளிடம் விரலை உதட்டில் வைத்துக் காட்டினான். அவள் கூடாது என்பதாகத் தலையை மறுத்து ஆட்டினாள். ஒண்ணே ஒண்ணு மட்டும் என்று அவளிடம் சைகையிலே மீண்டும் கெஞ்சினான். அவள் மௌனச் சிணுங்கல் ஒன்றுடன் தலையை உலுக்கித் தன் எதிர்ப்பைத் தெரிவித்தபடி தன் ஹேண்ட் பேக்கைத் திறந்து உள்ளே சிறைப்பட்டிருந்த சிகரெட் பாக்கெட்டை எடுத்து ஒரே ஒரு சிகரெட்டையும் தீப்பெட்டியையும் எடுத்துப் பொய்க் கோபத்துடன் அவன் கையில் திணித்தாள்.

அவன் இறங்கிப்போனதும் பொது இடத்தில் சிகரெட் பிடிப்பது தடை செய்யப்பட்ட செய்தி அவள் நினைவுக்கு வந்து உடனே அவசரமாக அவனைத் தேடினாள். ஜன்னலுக்கு வெளியே தலையை நீட்டி எட்ட மட்டும் பார்த்தாள். அவனைக் காணவில்லை. ஒருசிறு பதற்றம் அவளைத் தொற்றிக்கொண்டது. ஜன்னலுக்கு வெளியே இப்பக்கமும் அப்பக்கமுமாகப் பார்த்தபடி இருந்தாள். பஸ் நிலையம் முழுவதையும் பார்த்தாள். எங்குமே யாரும் சிகரெட் பிடிக்கவில்லை.

அது இன்னும் பதற்றத்தை அதிகமாக்கியது. போலீஸ் தலை எங்காவது தென்படுகிறதா என்றும் பார்த்தாள். போலீஸ் யாரும் இல்லை. ஆனாலும் மனம் சமாதானமாகிவிடவில்லை.

படிப்படியாக சிகரெட் பிடிப்பதை நிறுத்திவிடுகிறேன் என்று முதல் இரவில் அவன் சத்தியம் செய்திருந்தான். அந்த இரவிலேயே சிகரெட் பாக்கட்டை அவளிடம் கொடுத்துவிட்டான். நீ எடுத்துக் கொடுத்தால்தான் நான் இனிமேல் சிகரெட் பிடிப்பேன் என்று சொல்லிவிட்டான். பெண் பார்க்க வந்த போதே அவன் பெண்ணோடு கொஞ்சம் தனியாகப் பேசவேண்டும் என்று சினிமா பாணியில் கேட்டு தனி அறையில் வைத்துச் சொன்னான் எனக்கு சிகரெட் பிடிக்கும் பழக்கம் இருக்கிறது. வேறு எந்தக் கெட்ட பழக்கமும் இல்லை. நீ வேறு ஏதாவது கேக்கணுமானால் கேட்டுக்கலாம். சொல்றதானாலும் சொல்லலாம் என்றான். எனக்கு சிகரெட் பிடிக்கும் பழக்கம் இல்லை என்று அவள் சொன்னதும் ரெண்டு பேரும் சிரித்தார்கள்.

ஓட்டுநரும் நடத்துநரும் வந்து வண்டியை எடுத்தார்கள். இவன் ஆளைக் காணோம். எங்கே போனார் என்று அவளுக்குப் பயமும் கொஞ்சம் கோபமும் வந்தது. ஜன்னலுக்கு வெளியே கழுத்தை நீட்டி நீட்டிப் பார்த்தாள். ஆளைக் காணவில்லை. கண்டக்டர் சத்தம் போட்டார். எங்கம்மா போனாரு? ஓட்டுநர் மீண்டும் மீண்டும் அவனுக்காக ஒலி எழுப்பிக்கொண்டிருந்தார். அவள் எல்லோருக்கும் காட்சிப்பொருளாக எழுந்துநின்று அவனைத் தேடினாள். சக பயணிகளில் சிலர் "இல்லாட்டி இறங்கி அடுத்த பஸ்ஸிலே வாங்கம்மா. நாங்க அவசரமாப் போகனும்னு இந்த பஸ்ஸிலே ஏறினா அவுக அரை மணி நேரம் சாப்பிடப் போட்டுட்டாக. இப்ப நீங்க வேறே" என்று அவளிடம் அன்பு காட்டினர். அந்த யோசனையே அவளுக்கு பயத்தை ஊட்டியது. அவளிடம் பத்துப் பைசாகூட இல்லை. இறங்கி என்ன செய்வது? பஸ்ஸில் இருப்பதுதான் பாதுகாப்பு. அவளுக்கு கண்களில் நீர் கசிந்தது.

இப்போது அவன் ஓடிவந்து கிளம்பிக்கொண்டிருந்த பஸ்ஸில் தாவி ஏறினான். எல்லோரும் எங்கய்யா போயிட்டீங்க என்று சத்தம் போட்டார்கள். அவன் ஏறுவதைப் பார்த்ததும் அவள் உட்கார்ந்துவிட்டாள். அவன் வந்து பக்கத்தில் உட்கார்ந்து "பிரண்டு ஒருத்தனைப் பாத்துட்டேன் வெளியேதான் நின்னு பேசிக்கிட்டிருந்தேன். பயந்துட்டியா" என்று அவளைப் பார்த்து சிரித்தான். அவள் எதுவுமே பேசவில்லை. முன் இருக்கையின் கைப்பிடியில் தலையைக் கவிழ்ந்து லேசாக அழுதாள். அவன்

ரகசியமான குரலில் சாரி... சாரிடா... என்று சொல்லிக்கொண்டே வந்தான். என்ன நீ இப்படி சின்னபிள்ள கணக்கா இருக்கே என்று செல்லமாகக் கடிந்தும் பார்த்தான். ஆனால் அதற்குப் பிறகு அந்தப் பயணம் அவளுடைய கண்ணீரோடும் மௌனத்தோடும் தான் தொடர்ந்தது.

தினசரி வேலைக்குப் போகும்போது காலையில் அவளிடம் நாலு சிகரெட் வாங்கிக் கொண்டு போவான். மாலையில் வரும்போது மீதி ஒரு சிகரெட் கொண்டுவந்து அவளிடம் கொடுத்துவிடுவான். இப்பத்தான் நல்லபிள்ளை என்று அவள் அவன் கன்னத்தில் ஒரு செல்லத்தட்டு தட்டுவாள். ஆனால் அது ஒரு மாதம் கூட நீடிக்கவில்லை. அங்கே வேலை பார்க்கிற இடத்தில் ஒரு சிகரெட் பாக்கட் தனியாக வாங்கி வைத்துக் கொண்டு பிடிப்பான். அது அவளுக்கு ஒருநாள் தெரிய வந்தபோது எல்லாமே முடிந்து போனது போல அவள் அழுதாள். அவன் இது ஒரு பெரிய பிரச்னையா இதுக்குப் போயி இப்படி அழறே என்று சத்தம் போட்டான். சரி இன்னியோடே சிகரெட்டை அடியோட நிறுத்திடறேன் போதுமா என்று சிரித்தபடி கேட்டான். அவள் தலையணையில் புதைத்த முகத்தைத் திருப்பவே இல்லை.

அன்று ஒரு இடைவெளி அவள் மனதில் உருவாகிவிட்டது. வெளியே யாருக்கும் தெரியாத இடைவெளி உற்றுக் கவனித்தால் அவள் முகத்திலிருந்து ஏதோ ஒன்று விடைபெற்றுப் போய்விட்டது தெரியும். ஒரு பெருமித உணர்வு. அவன் முழுக்க முழுக்க தன் ஆளுமைக்குள் இருக்கிறான் என்கிற கர்வம். இவையெல்லாம் கொண்டு வந்து சேர்த்திருந்த ஒரு ஒளிமிக்க சிரிப்பு. இதெல்லாம் காணாமல் போனது. அந்த இடத்தில் ஒரு சிறு இருள் வந்து முகத்தில் ஒட்டிக்கொண்டது.

மாமனார் மாமியாருக்கு இதெல்லாம் தெரியாது. ரெண்டு பேரும் சந்தோஷமாக சினிமாவுக்குப் போகவும் கோவிலுக்குப் போகவுமாக இருப்பதுதான் அவர்களுக்குத் தெரியும். ஆனால் அவனுக்குத் தெரியாமல் போகுமா? அவளுடைய விலகல் அவர்கள் இருவரும் தனித்திருக்கும் தருணங்களைப் போர்த்தி மூச்சுத்திணற வைத்தது. அவளைத் தொடும் போது குழைவாகத் தன்னோடு இழையும் அவள் உடல் சற்றே இறுக்கம் அடைந்து கிடப்பதை அவன் உணர்ந்தான். சில கதவுகளை அவள் மூடிக்கொண்டது போல அவனுக்குப்பட்டது. அவன் மனம் அதில் மிகவும் துக்கமடைந்தது. இடைவெளியேயில்லாமல் ஒருயிர்போலக் கிடந்த முதல் ஒரு

மாத கால மன உலகம் இவ்வளவு சீக்கிரம் சிதைவுறும் என்பதை ஏற்றுக்கொள்ளவே முடியவில்லை.

யோசிக்க யோசிக்க ஒரு சாதாரண சிகரெட் பிரச்னையைப் போயி இவ்வளவு பெரிசா ஃபீல் பண்றாளே என்று அவனுக்கு கோபம்தான் வந்தது. சரி போகப் போக சரியாகிவிடுவாள் என்று நம்பிக்கையுடன் காத்திருந்தான். ஆனால் அதற்குள் அவனுக்கு மாறுதலாகி மதுரைக்குப் போக வேண்டியதாயிற்று. வீடு பார்த்து அவளை அழைத்துச் செல்ல பத்து நாள் ஆகிவிட்டது. பத்து நாளும் அவள் ஞாபகமாகவே மதுரையில் படுத்துப் புரண்டு கொண்டிருந்தான். சிகரெட்டைக் குறைக்கவும் கைவிடவும் பெரும் போராட்டத்தை நடத்திப்பார்த்தான். மூக்குப்பொடிய போட்டுப் பழகுங்கள் சிகரெட்டை விட்டுவிடலாம் என்று சிலர் ஆலோசனை சொன்னார்கள். சிலர் சுருட்டுப்பிடிக்கச் சொன்னார்கள். மூக்குப்பொடியையும் சுருட்டையும் அவனால் கற்பனைகூடச் செய்து பார்க்க முடியவில்லை. சிகரெட்டை விடவே முடியவில்லை. அவளும் அவனும் மட்டுமாக மதுரையில் தொடங்கப்போகும் தனிக்குடித்தனம் மீண்டும் பழைய நெருக்கத்தைக் கொண்டுவந்து தரும் என்று நம்பிக்கையுடன் காத்திருந்தான். தனிமையில் பேசி அவளுக்குப் புரிய வைத்து விடலாம் என்று நம்பினான்.

சாமான் சட்டுகளோடு மினிலாரி பிடித்து மதுரைக்கு வந்து வாடகை வீட்டில் இறங்கியபோது அவளுக்கு வாந்தியும் மயக்கமும் கிறுகிறுப்பும் வந்துவிட்டது. அவள் கர்ப்பவதியாகி விட்டாள். ரெண்டு நாள் கூட இருந்துவிட்டுப் போக வந்த அவளுடைய அம்மா மதுரையிலேயே தங்கும்படி ஆகிவிட்டது. முற்றிலும் அவன் பிடிக்குள் அவன் கதகதப்புக்குள் ஒரு கோழிக்குஞ்சைப்போல அவள் செல்லமாக முடங்கிக் கிடந்த அந்த நாட்களுக்கான ஏக்கம் பெருமூச்சுகளாக அவனிடம் மாற்றம் அடைந்தது. அவள் எல்லோருடைய கவனத்துக்கும் அக்கறைக்கும் ஆளாகி குடும்பத்தின் பொது வெளிக்குள் போய் விட்டாள். அவனுடைய தனிச்சொத்தாக இனியும் அவள் இல்லை என்பது போல ஆகிவிட்டதில் ஒரு ஏமாற்றம் அவனுடைய மனசில் பள்ளம் போல் விழுந்துவிட்டது.

குழந்தை பிறந்து மீண்டும் அவளை வீட்டுக்கு அழைத்து வந்து அவனும் அவளும் தனித்திருக்கும் இரவு கிடைக்கப் பலகாலம் ஆகிவிட்டது. பிரசவம் ஆனதுமே அவன் தாடியை எடுத்துவிட்டாலும் அவளுடைய அருகாமை கிடைக்க மேலும் சில மாதம் காத்திருக்க வேண்டியிருந்தது. சிசேரியன் என்பதால்

எல்லாமே காலதாமதமானது. இந்த இடைவெளியில் அவனது அன்றாட சிகரெட் எண்ணிக்கை பெருத்துவிட்டது. வாயை ஊதினால் மட்டுமே வந்துகொண்டிருந்த சிகரெட் வாடை இப்போது அவன் வீட்டுக்குள் நுழைந்தாலே வீசியடிக்க ஆரம்பித்தது.

குழந்தையைத் தூங்க வைத்து தொட்டிலில் போட்டுவிட்டு அவனிடம் வந்தாள். எத்தனை காலமாச்சு என்கிற தவிப்போடும் தகிப்போடும் பொங்கும் அன்போடும் அவளை அவன் சேர்த்துக் கொண்டபோது அவள், "அதெல்லாம் சரி. ஆனா நீங்க குழந்தைக்கு முத்தம் கொடுக்கறதை மட்டும் கொஞ்சம் குறைச்சிக்கிங்க அத்தான் ப்ளீஸ்" என்று கெஞ்சினாள். அவன் அவளைப் பிடித்திருந்த கைகளை விலக்கிக்கொண்டு தள்ளிப்படுத்தான். "நா வேணா வெளியே போயிப் படுத்துக்கட்டுமா" என்று அவன் கேட்ட வாக்கியம் முடியுமுன்னே அவனுக்கு அழுகை வந்து வார்த்தை குழறியது. அவள் சேச்சே, என்ன இது அப்படியா நான் சொன்னேன் என்று அவனைச் சேர்த்துக் கட்டிக்கொண்டு ஒரு குழந்தையைக் கொஞ்சுவது போல தன்னைத் தேற்றுவாள் என்று எதிர்பார்த்தான். ஆனால் அவள் அப்படியெல்லாம் ஒன்றும் செய்யவில்லை.

படுத்தபடி மல்லாக்கப் பார்த்துக்கொண்டு "எல்லாம் நம் குழந்தையோட நன்மைக்காகத்தான் சொல்றேன். அவள் நல்லாருக்கணும்னு உங்களுக்கும் அக்கறை இருக்கில்லே அத்தான்?" என்று பேசினாள். அவள் இதையே வேறு சந்தர்ப்பத்தில் இன்னும் பக்குவமான வார்த்தைகளில் சொல்லியிருக்கலாம் என்று வருத்தத்துடன் நினைத்தான். இத்தனை கால இடைவெளிக்குப்பிறகு மீண்டும் தனித்திருக்கும் முதல் சந்தர்ப்பத்தில் இப்படி அவள் பேசியிருக்க வேண்டாம். தவிரவும் அவள் குரலில் கெஞ்சுவது போன்ற மேல்பூச்சு இருந்தபோதும் உள்ளுக்குள் பொதிந்திருந்த கறாரும் கண்டிப்பும் அவன் அதற்கு முன் அவளிடம் காணாதது. அது அவனை அதிரச் செய்தது. துளிர் விட்டுக் கிளம்பிய நெருப்பில் வாளித் தண்ணீரை ஊற்றி அணைத்துவிட்டாளே என்கிற துக்கமும் கோபமும் அவனை முற்றிலுமாக ஆட்கொண்டன. விலகல் இப்போது அவனுக்குள்ளும் நிழலாய் விழுந்தது. அது அவன் முகத்தில் ஒரு இறுக்கத்தைக் கொண்டு வந்து சேர்த்தது. அதை வேறு யாராலும் கண்டுபிடிக்க முடியாது. அவள்தான் உணர முடியும்.

ஆனால், அவளுக்கும் அதையெல்லாம் பார்க்க நேரமில்லை. குழந்தை அவள் இடுப்பை ஒடித்துக்கொண்டிருந்தாள். குழந்தை தூங்கும் நேரத்தில்தான் அவள் தூங்க வேண்டும். குளித்தாக

வேண்டும். சாப்பிட்டாக வேண்டும். அவளுடைய அன்றாட நடவடிக்கைகளை எல்லாவற்றையுமே தீர்மானிப்பவளாக குழந்தை இருந்தாள். அவன் மீண்டும் காத்திருக்க வேண்டியிருந்தது. முதல் நாட்களில் இடைவெளியற்ற நெருக்கத்துக்கான ஏக்கம் அவன் கண்களில் நிரந்தரமாகப் படிந்துவிட்டது. அதை மறக்கவும் கொஞ்சம் கூடுதலாக சிகரெட் பிடிக்க வேண்டியிருந்தது. அது அவளுக்குள் இன்னும் விலகலை ஏற்படுத்தியது.

குழந்தை வளர வளர அவள் 'அப்பா அப்பா' என்று எப்போதும் அவனை விட்டுப்பிரியாமல் அப்பிக்கொண்டிருந்தாள். அவன் தினசரி வேலைக்குக் கிளம்பிப் போகும் போது ஒருபாட்டம் அழுது ஆர்ப்பாட்டம் செய்து அப்படியே தூங்கிப் போவாள். சாயங்காலம் அவன் தூரத்தில் வரும் போதே 'அப்பா அப்பா' என்று தாவிக் கொண்டு ஓடுவாள். குழந்தையை வைத்திருக்கும்போது கையில் சிகரெட்டைத் தொடப்படாது என்பதில் அவள் கண்டிப்பாக இருந்தாள். சிகரெட் பாக்கட் அவன் சட்டைப்பையில் இருந்தால் கூட அவள் வேகமாக வந்து குழந்தையை அவனிடமிருந்து பறித்துக் கொண்டு போய்விடுவாள். அதிலும் அவன் காயப்படுவான். என் மேலேதான் உங்களுக்கு அன்பில்லாமப் போச்சே. பெத்த பிள்ளைக்காகவாச்சும் இந்த சிகரெட்டை விட்டுத்தொலைக்கனும்னு உங்களுக்குத் தோணமாட்டேங்குதுல்ல? என்று ஒரு இரவில் அவள் ஆத்திரத்துடன் கேட்டதில் மேலும் புண்ணாகிப்போன அவன் மனதைப் புகைவிட்டுத்தான் ஆற்றவேண்டியிருந்தது. சரி... குழந்தை பெரியவளாகி ஓடியாடி விளையாடி பள்ளிக்கூடம் போய்விட்டால் பெற்றவளுடைய சிகரெட் பயம் போய்விடும். எல்லாம் சரியாகிவிடும் மீண்டும் பேசி சமாதானமாகப் பழைய நெருக்கத்தைக் கொண்டு வந்து விடலாம் என்று காத்திருக்கத் துவங்கினான்.

சிகரெட்தான் பிரச்னை என்றாலும் சிகரெட்டல்ல பிரச்னை என்பது அவளுக்குத் தெரிந்திருந்தது. சிகரெட்டில் ஆரம்பித்து குடியில் போய் அப்புறம் இன்னும் அடுத்தடுத்து பழக்கங்களில் கெட்டுச்சீரழியும் ஆண்கள் எத்தனையோ பேரை அவள் பார்த்திருக்கிறாள். எத்தனை கதைகளில் படித்திருக்கிறாள்? எத்தனை சினிமாக்களில் பார்த்திருக்கிறாள். அவளுடைய சொந்த அக்கா புருஷன் குடித்துக் குடித்துக் குடல் வெந்து பல ஆயிரம் செலவு செய்து மீண்டும் வீடு திரும்பியதும் மறுபடி குடிக்கிறான். அக்காவின் வாழ்க்கை நரகம்தான். பத்துநாள்கூட அவனோடு அவள் சந்தோஷமாக

இருந்ததில்லை. அடிக்கடி பிறந்த வீட்டுக்கு வந்து அவள் அழுத கோலம் இவள் சிறுவயதுப் பெண்ணாக இருந்த காலம் தொட்டுப் பார்த்துவருவதால் ஏற்பட்ட அச்சம் அவளுக்குள் ஆழமாக இருந்தது. சிகரெட்தான் எல்லா அழிவுகளுக்கும் முதல்படி என்பது அவள் பால்ய காலம் தொட்டு அவள் மனசில் பதிந்திருந்தது.

அவன்கூட வேலைபார்க்கும் நெருங்கிய நண்பர்களோடு சலிப்பாகச் சொல்வான். மாடு மாதிரி வேலை பார்க்கிறோம். நாம் என்ன தண்ணி அடிச்சுக்கெட்டுச் சீரழிஞ்சா போறோம்! ஒரு பாக்கட் சிகரெட்டிலே என்ன ஆகிவிடும். வீட்டுக்காரி நம்மளை அந்தப்பாடு படுத்துறா.

பொம்பளைக அப்படித்தான் இருப்பாளுக. போகப்போகச் சரியாப் போகுமப்பா என்றுதான் நண்பர்கள் சொன்னார்கள். அவன் பொறுமையுடன் காத்திருந்தான்.

கல்யாணமாகி மூணு வருசமாகியும் அவன் சிகரெட்டிலேயேதான் நின்றுகொண்டிருந்தான். அடுத்த கட்டத்துக்குப் போகவில்லை. அதில் அவளுக்கு கொஞ்சம் திருப்திதான் என்றாலும் தன்னையும் மகளையும் விட சிகரெட்தான் அவனுக்கு நெருக்கம் - பெரிசாப்போச்சு என்பதை அவளால் ஏற்றுக்கொள்ளவே முடியவில்லை. மன இடைவெளி சின்னதுதான் என்றாலும் அது தொடர்ந்தது. அதுபற்றி இருவருக்குமே வருத்தம் இருந்தது. ஆனாலும் அவள் தரப்பில் தப்பேதும் இல்லையே என்று அவள் நினைத்தாள். அவன் தரப்பில் “அவள் ரொம்பத்தான் இது பண்ணிக்கிறாள். தேவைக்கு அதிகமாக பதட்டப்படுகிறாள். ஊர் உலகத்திலே ஆம்பிளைங்க எப்படியெல்லாம் இருக்காங்க. இவ என்னடான்னா... என்கிற விமர்சனம் இருந்தது. பேசாமலும் பேசிச் சரி செய்ய அவகாசமோ மனநிலையோ வாய்க்காமலும் அப்படியே காலம் ஓடிக்கொண்டிருந்தது.

ரொம்ப நாளைக்கப்புறம் ஊருக்கு வந்தார்கள். பஸ்ஸில் இப்போது மூணு பேர் உட்காருகிற சீட்டில் நடுவில் மகளை உட்கார வைத்திருந்தார்கள். அவள் தனக்கும் ஒரு சீட் கண்டிப்பாக வேண்டும் மடியில் உட்கார மாட்டேன் என்று சொல்கிற குழந்தையாக இருந்தாள். கண்டக்டரிடம் தனக்கும் ஒரு டிக்கெட் வாங்கி கொடுக்கச் சொல்கிற குழந்தையாகவும் இருந்தாள். குழந்தைக்கு டிக்கட் இல்லை என்று சொன்னால் அழுவாள். டிக்கட் இல்லாவிட்டால் இடைவழியில் இறக்கி விட்டுவிடுவார்கள் என்கிற பயம் அவள் மனசில் இருந்தது.

பஸ் சேரன்மகாதேவி பஸ் நிலையத்துக்குள் நுழைந்தது. அதே சேரன்மகாதேவி. ஓட்டுநரும் நடத்துநரும் ஒன்றும் சொல்லாமலே இறங்கிச் சாப்பிடப்போனார்கள். அவனும் ஒன்றும் சொல்லாமலே கீழே இறங்கலானான். இப்போது சிகரெட் பாக்கட் அவனிடமேதானே இருக்கிறது. ஆனால் மகள் கூப்பாடு போட்டாள் "அப்பா எங்கே போறே இறங்காதே" என்று அழத்துவங்கினாள். இறங்கப்போனவன் மீண்டும் வந்து அவளுக்கு சாக்லேட் வாங்கத்தான் கீழே போகிறேன் என்று மகளைச் சமாதானம் செய்தான். அப்போ நானும் வாறேன் என்று மகளும் கிளம்பினாள். நீ போப்படாது என்று அவள் அவளைத் தூக்கித் தன் மடியில் வைத்துக் கொண்டாள். அவள் திமிறி அப்பாவைக் கையைக் காட்டி அழுதாள். அவன் கீழே போனான்.

அவளுக்கு மகளைச் சமாதானம் செய்வது பெரும் கஷ்டமாக இருந்தது. சிகரெட்டை முடித்துவிட்டு அவன் சீக்கிரமாக வந்து சேர்ந்தால் என்ன என்று ஜன்னல் வழியாகப் பார்த்துக் கொண்டே இருந்தாள். அவன் ஆளையே காணோம். ஓட்டுநரும் நடத்துநரும் வந்து வண்டியை எடுத்து விட்டார்கள். அப்பா அப்பா... என்கிற மகளின் கூப்பாட்டில் பஸ்ஸே அலறியது. அம்மாவின் பிடியிலிருந்து திமிறிக்கொண்டு அவள் ஏங்கி ஏங்கி அழத்துவங்கினாள். கடைசியில் அவன் ஓடிவந்து பஸ்ஸில் ஏறினான். பக்கத்தில் வந்து உட்கார்ந்த மகளை வாங்க கையை நீட்டினான். மகளும் அப்பாவிடம் தாவினாள். ஆனால் அவள் மகளைக் கெட்டியாகப் பிடித்துக் கொண்டு அவனிடம் தர மறுத்தாள்.

அவளுடைய கோபம் தணியட்டும் என்று அவன் காத்திருந்தான். கையால் வாய்ப்பக்கம் விசிறிபோல வீசி சிகரெட்டை வாடையைப் போக்குவது போல செய்து கொண்டிருந்தான். பஸ் போய்க்கொண்டிருந்தது. அவளுடைய கோபம் தணிந்தபாடில்லை. கொஞ்ச நேரம் பிள்ளையக் கொடு என்று கையை நீட்டிக் கேட்டுக் கேட்டுப் பார்த்தான். பிறகு அவனுக்குக் கோபம் வந்து மூஞ்சியை இந்தப்பக்கமாகத் திருப்பிக் கொண்டான்.

தன் தவறுகளைச் சுட்டிக்காட்டுகிற பெண்ணைவிட தன்னைத்தன் தவறுகள் குறைகளோடு (தன் அம்மாவைப்போல) அப்படியே ஏற்றுக்கொள்கிற பெண்ணைத்தான் ஆண்மனம் காலம்காலமாக விரும்புகிறது என்பதை அவள் இன்னும் புரிந்து கொள்ளவில்லை. பெண்ணின் பயங்கள் சந்தேகங்கள் மனநிலைகள் இவற்றுக்கெல்லாம்

அவள் பொறுப்பல்ல என்பதை அவனும் புரிந்துகொள்ளவில்லை முந்தைய பல்லாயிரம் தலைமுறை ஆண்களைப்போலவே.

ஜன்னல் வழியே வீசிக்கொண்டிருந்த குளிர்ந்த காற்று-அவர்களுக்கிடையிலான வெக்கையைப் போக்கப் போதுமானதாக இருக்கவில்லை. ஆனால் பஸ் தொடர்ந்து போய்க்கொண்டேயிருந்தது -வளைவுகளும் திருப்பங்களும் குண்டும் குழிகளுமான சாலையில்.

●

www.ingramcontent.com/pod-product-compliance
Ingram Content Group UK Ltd.
Pitfield, Milton Keynes, MK11 3LW, UK
UKHW042134021026
15589UKWH00003B/817

9 789381 908006